KB052608

태국 Thailand

수 도	방콕
면 적	51.4만㎢ 한반도의 2.3배
인 구	약 6900만 명
주요 언어	타이어
화폐단위	밧 baht

N
O · E
S

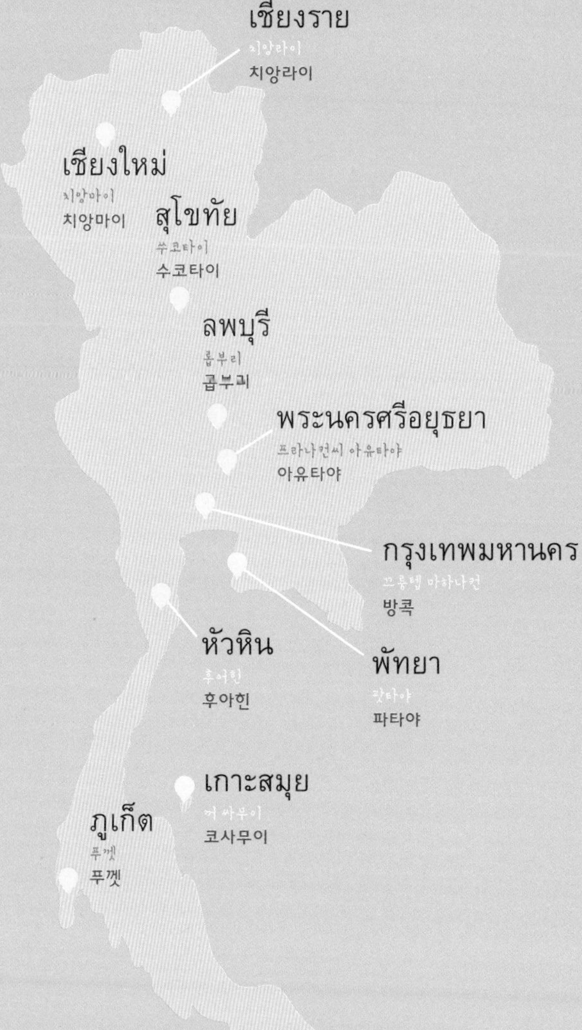

เชียงราย
치앙라이
치앙라이
เชียงใหม่
치앙마이
치앙마이
สุโขทัย
수코타이
수코타이
ลพบุรี
롭부리
롭부리
พระนครศรีอยุธยา
프라나컨씨 아유타야
아유타야
กรุงเทพมหานคร
끄룽텝 마하나컨
방콕
หัวหิน
후아힌
후아힌
พัทยา
팟타야
파타야
เกาะสมุย
꺼 싸무이
코사무이
ภูเก็ต
푸껫
푸껫

초보자를 위한 컴팩트

태국어 단어

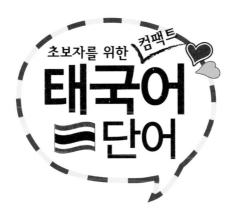

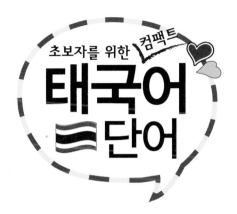

초보자를 위한 컴팩트

태국어 단어

황정수 지음

Vitamin Book
비타민북

머리말

 한 나라의 문화를 깊이 있게 알기 위해서는 그 나라의 언어를 배우는 게 첫걸음입니다. 언어는 문화에 대한 이해를 높이는 데 가장 중요한 역할을 하며, 문화의 척도가 됩니다.
 한국인에게 태국어는 매우 낯설고 희소한 언어입니다. 하지만 최근에는 태국과의 문화적 교류나 다방면으로 교류가 확대됨에 따라 태국어에 대한 관심이 높아지고 있습니다.

 외국어를 학습할 때 가장 기본적인 것이 어휘입니다. 태국어를 정복하는 데 있어서도 가장 중요한 요소가 바로 어휘력이라고 볼 수 있습니다. 초급 수준에서는 단어만 대입해도 말이 통합니다. 문장의 기본 성분이 명사와 동사로 이루어져 있기 때문에 우선 명사와 동사 위주로 학습하는 것이 좋다고 생각합니다.

 이 책 〈초보자를 위한 컴팩트 태국어 단어〉는 태국어 어휘력 배양에 가장 큰 중점을 두고 집필된 책입니다. 기초 태국어 학습자가 태국어를 공부하기 시작하면서 꼭 숙지해야 할 단어들을 엄선, 총망라하여 태국어-한국어/한국어-태국어로 나누어 각각 5,000여 개를 실었습니다.

단어의 선정 기준은 초·중급 수준의 태국어 학습자가 일상생활에서 자주 사용하는 어휘와 태국의 사회·경제·문화 등 여러 분야의 어휘, 그리고 필수 단어들을 선정하여 자모음 순서로 배열하였습니다. 또한 제시된 단어를 활용하여 실생활에서 유용한 예문도 수록하는 한편 주제별 단어와 회화 문장도 함께 구성하여 효율적인 학습이 되도록 학습자들의 편의를 도모하고자 했습니다.

이 책은 초보 학습자들을 위한 도움서로, 태국어 공부에 쉽게 도전해 볼 수 있도록 성조 표기를 하였습니다. 태국어에는 5개의 성조가 있어 많은 분들이 어렵다고 생각하지만, 이 책에서는 한글로 발음을 표기하고 성조와 품사도 표시하여 초보자도 쉽게 학습할 수 있도록 꾸몄습니다.

태국어 학습의 길로 들어선 여러분 모두가 〈초보자를 위한 컴팩트 태국어 단어〉를 통하여 좀 더 폭넓은 태국어를 구사하는 데 도움이 되기를 진심으로 바랍니다.

황정수

목차

태국어 + 한국어 단어

한국어 + 태국어 단어

부록

태국 문자

1 자음 : 태국어의 자음은 44자이며, 자음의 명칭은 자음의 음가와 각 자음의 대표 낱말이 결합된 형태입니다.

자음	명칭			자음	명칭		
ก	ก	ไก่	까-까이	ฑ	ฑ	มณโฑ	타-몬토-
ข	ข	ไข่	카-카이	ฒ	ฒ	ผู้เฒ่า	타-푸-타오
ฃ	ฃ	ขวด	카-쿠엇	ณ	ณ	เณร	나-넨-
ค	ค	ควาย	카-콰-이	ด	ด	เด็ก	다-덱
ฅ	ฅ	ฅน	카-콘	ต	ต	เต่า	따-따오
ฆ	ฆ	ระฆัง	카-라캉	ถ	ถ	ถุง	타-퉁
ง	ง	งู	응어-응우	ท	ท	ทหาร	타-타한-
จ	จ	จาน	짜-짠-	ธ	ธ	ธง	타-통
ฉ	ฉ	ฉิ่ง	차-칭	น	น	หนู	나-누-
ช	ช	ช้าง	차-창-	บ	บ	ใบไม้	버-바이 마-이
ซ	ซ	โซ่	싸-쏘-	ป	ป	ปลา	뻐-쁠라-
ฌ	ฌ	เฌอ	차-츠어 (츠ㅓ-)	ผ	ผ	ผึ้ง	파-픙
ญ	ญ	หญิง	여-잉	ฝ	ฝ	ฝา	풔-퐈-
ฎ	ฎ	ชฎา	다-차다-	พ	พ	พาน	파-판-
ฏ	ฏ	ปฏัก	따-빠딱	ฟ	ฟ	ฟัน	풔-퐌
ฐ	ฐ	ฐาน	터-탄-	ภ	ภ	สำเภา	파-쌈파오

ม	ม	ม้า	머- 마-	ษ	ษ	ฤาษี	싸- 르-싸-
ย	ย	ยักษ์	여- 약	ส	ส	เสือ	싸- 쓰아
ร	ร	เรือ	라- 르아	ห	ห	หีบ	하- 힙-
ล	ล	ลิง	라- 링	ฬ	ฬ	จุฬา	라- 쭐라-
ว	ว	แหวน	워- 왠-	อ	อ	อ่าง	어- 앙-
ศ	ศ	ศาลา	싸- 쌀-라-	ฮ	ฮ	นกฮูก	하- 녹훅-

※ 자음 ฃ과 ฅ은 현재 사용하지 않습니다.

▶ **자음의 분류** : 태국어의 성조와 관련하여 다음과 같이 분류될 수 있습니다.

1) 중자음 9자

ก จ ฎ ฏ ด ต บ ป อ

2) 고자음 11자

ข ฃ ฉ ฐ ถ ผ ฝ ศ ษ ส ห

3) 저자음 24자

❶ 짝음자음 14자

ค ฅ ฆ ช ซ ฌ ฑ ฒ ท ธ
พ ฟ ภ ฮ

❷ 홀음자음 10자

ง ญ ณ น ม ย ร ล ว ฬ

2 모음 : 기본 모음은 32자이며, 장모음과 단모음으로 나눕니다.

◌ะ	아	◌า	아–
◌ิ	이	◌ี	이–
◌ึ	으	◌ื	으–
◌ุ	우	◌ู	우–
เ◌ะ	에	เ◌	에–
แ◌ะ	애	แ◌	애–
โ◌ะ	오	โ◌	오–
เ◌าะ	어	◌อ	어–
◌ัวะ	우아(어)	◌ัว	우–아(어)
เ◌ียะ	이아(야)	เ◌ีย	이–아(야)
เ◌ือะ	으아(어)	เ◌ือ	으–아(어)
เ◌อะ	으ㅓ	เ◌อ	으ㅓ–
ไ◌	아이	ใ◌	아이
เ◌า	아오	◌ำ	암
ฤ	르, 리	ฤๅ	르–
ฦ	르	ฦๅ	르–

※ 기호 '◌'는 자음 문자의 위치를 표시합니다.

태국어의 성조

태국어의 성조는 성조부호를 사용하지 않는 무형 성조법과 성조 부호를 사용하는 유형 성조법으로 구분합니다. 그리고 태국어에는 5개의 성조가 있습니다. 평성, 1성, 2성, 3성 그리고 4성으로 분류됩니다. 가령, 같은 발음일지라도 성조가 다르면 그 뜻이 달라지기 때문에, 성조는 매우 중요한 역할을 합니다.

- **평성(ˉ)**: 소리를 중간 높이에서 일정하게 발음하는 성조. 예 ม̄า
- **1성(ˋ)**: 소리가 평성보다 낮은 곳에서 발음하는 성조. 예 ม̀า
- **2성(ˆ)**: 소리가 평성보다 높은 위치에서 시작하여 높아졌다가 낮아지는 성조. 예 ม̂า
- **3성(ˊ)**: 소리가 평성보다 높은 곳에서 발음하는 성조. 예 ม́า
- **4성(ˇ)** : 소리가 평성보다 낮은 위치에서 시작하여 낮아졌다가 올라가는 성조. 예 ม̌า

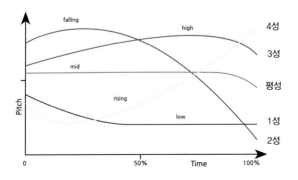

1 무형 성조법

음절 구성상에 있어서 초자음의 종류(중자음, 고자음, 저자음)와 모음의 종류(장모음, 단모음) 그리고 종자음의 종류(생음, 사음)에 따라서 그 음절의 성조는 각각 다릅니다. 여기서 생음은 장모음이 오거나 종자음에 ง/ng/, น/n/, ม/m/, ย/y/, ว/w/ 음가가 오는 경우를 말하며, 사음은 단모음이 오거나 종자음에 ก/k/, ด/t/, บ/p/ 음가가 오는 경우를 뜻합니다.

1) 초자음이 **중자음**인 경우 생음이면 **평성**이 되고, 사음이면 **1성**이 됩니다.

중자음 + 장모음 = 평성

ตา 따–　　ดู 두–

중자음 + 단모음 = 1성

เกาะ 꺼　　จะ 짜

중자음 + 장/단모음 + 생음 = 평성

กิน 낀　　บาน 반–

중자음 + 장/단모음 + 사음 = 1성

กับ 깝　　จอด 쩟–

2) 초자음이 **고자음**인 경우 생음이면 **4성**이 되고, 사음이면 **1성**이 됩니다.

고자음 + 장모음 = 4성

ขา 카–　　หู 후–

고자음 + 단모음 = 1성

ผุ 푸   สิ 씨

고자음 + 장/단모음 + 생음 = 4성

สาม 쌈-   ถุง 퉁

고자음 + 장/단모음 + 사음 = 1성

ผิด 핏   ถูก 툭-

3) 초자음이 **저자음**인 경우 생음이면 **평성**이 되고, 장모음에 사음 (종자음)이면 **2성**이 됩니다. 단모음으로 끝나거나, 단모음에 사음(종자음)이 오면 **3성**이 됩니다.

저자음 + 장모음 = 평성

มา 마-   พอ 퍼-

저자음 + 단모음 = 3성

คะ 카   เงาะ 응어

저자음 + 장/단모음 + 생음 = 평성

ลิง 링   โมง 몽-

저자음 + 장모음 + 사음 = 2성

ลูก 룩-   มาก 막-

저자음 + 단모음 + 사음 = 3성

พัก 팍　　**คิด** 킷

자음	음절	성조
중자음	생음	평성
	사음	1성
고자음	생음	4성
	사음	1성
저자음	장모음 + 사음	2성
	단모음 + 사음	3성

2 유형 성조법

성조 부호는 ◌่ (마-이 엑-), ◌้ (마-이 토-), ◌๊ (마-이 뜨리-),
◌๋ (마-이 짯따와-) 4가지가 있습니다.

1) 중자음 음절에 ◌่ 부호가 오면 1성

ไก่ 까이　　**ปู่** 뿌-

중자음 음절에 ◌้ 부호가 오면 2성

ก้าว 까-우　　**ต้น** 똔

중자음 음절에 ◌๊ 부호가 오면 3성

โจ๊ก 쪽-　　**โต๊ะ** 또

중자음 음절에 ◌๋ 부호가 오면 4성

ตั๋ว 뚜어　　**จ๋า** 짜-

2) 고자음 음절에 ◌่ 부호가 오면 1성

สิ่ง 씽 **ห่อ** 허-

고자음 음절에 ◌้ 부호가 오면 2성

ให้ 하이 **ส้ม** 쏨

3) 저자음 음절에 ◌่ 부호가 오면 2성

พี่ 피- **ค่า** 카-

저자음 음절에 ◌้ 부호가 오면 3성

ไม้ 마-이 **น้อง** 넝-

부호 / 자음종류	◌่	◌้	◌๊	◌๋
중자음	1성	2성	3성	4성
고자음	1성	2성	–	–
저자음	2성	3성	–	–

결합 자음

1 อ 이 ย 앞에 오면 อ 은 묵음이 되고, 성조는 อ에 따라 중자음화됩니다.

อ + ยาก = อยาก 약- 1성 ~하고 싶다, 원하다

2 ห 이 ง ญ น ม ย ร ล ว 앞에 오면 ห 은 묵음이 되고, 성조는 ห에 따라 고자음화 됩니다.

ห + วัด = หวัด 왓 1성 감기

3 두 개의 자음이 단독모음과 결합하여 두 음절로 발음되는 경우입니다. 음절에서 단모음 '아' 음이 생략된 것으로, 자음과 자음 사이에 단모음 '아'를 넣어 발음합니다.

สบาย 싸 바-이 1성 평성 편안하다

4 고자음이나 중자음 뒤에 홀음자음(저자음)이 오는 경우 단모음 '아'가 생략된 것으로 간주하며, 홀음자음(저자음)의 성조는 앞 자음에 따릅니다.

สนุก 싸 눅 1성 1성 재미있다
ตลาด 딸 랏- 1성 1성 시장

5 ก ค ต ป พ 초자음 다음에 ร ล ว 이 오면 첫 자음에 '으'
를 붙여 발음하며, 성조는 앞 자음에 따릅니다.

ปลา 쁠라- 평성 물고기
ครู 크루- 평성 선생

6 ท + ร 가 결합하여 초자음 위치에 있을 때는 ซ 로 발음하며,
성조도 ซ 저자음에 따릅니다.

ทราบ 쌉- 2성 알다
ทราย 싸-이 평성 모래

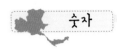

숫자

1	หนึ่ง	능
2	สอง	썽
3	สาม	쌈
4	สี่	씨
5	ห้า	하
6	หก	혹
7	เจ็ด	쩻
8	แปด	뺏
9	เก้า	까오
10	สิบ	씹
11	สิบเอ็ด	씹 엣
12	สิบสอง	씹 썽
20	ยี่สิบ	이 씹
21	ยี่สิบเอ็ด	이 씹 엣
30	สามสิบ	쌈 씹
31	สามสิบเอ็ด	쌈 씹 엣
40	สี่สิบ	씨 씹
41	สี่สิบเอ็ด	씨 씹 엣
50	ห้าสิบ	하 씹
60	หกสิบ	혹 씹
70	เจ็ดสิบ	쩻 씹
80	แปดสิบ	뺏 씹
90	เก้าสิบ	까오 씹
100	(หนึ่ง)ร้อย	(능) 러이
1,000	(หนึ่ง)พัน	(능) 판
10,000	(หนึ่ง)หมื่น	(능) 믄
100,000	(หนึ่ง)แสน	(능) 쌘
1,000,000	(หนึ่ง)ล้าน	(능) 란
10,000,000	สิบล้าน	씹 란
1.5	หนึ่ง จุด ห้า	능 쭛 하
75%	เจ็ดสิบห้า เปอร์เซ็นต์	쩻씹 하 뻐쎈

계절 · 월 · 요일

□ 봄

ฤดูใบไม้ผลิ

르두 바이 마이 플리

□ 여름

ฤดูร้อน

르두 런

□ 가을

ฤดูใบไม้ร่วง

르두 바이 마이 루엉

□ 겨울

ฤดูหนาว

르두 나우

- □ มกราคม 목까라콤 1월
- □ กุมภาพันธ์ 꿈파판 2월
- □ มีนาคม 미나콤 3월
- □ เมษายน 메싸욘 4월
- □ พฤษภาคม 프릇싸파콤 5월
- □ มิถุนายน 미투나욘 6월
- □ กรกฎาคม 까라까다콤 7월
- □ สิงหาคม 씽하콤 8월
- □ กันยายน 깐야욘 9월
- □ ตุลาคม 뚤라콤 10월
- □ พฤศจิกายน 프릇싸찌까욘 11월
- □ ธันวาคม 탄와콤 12월

- □ วันอาทิตย์ 완 아팃 일요일
- □ วันจันทร์ 완 짠 월요일
- □ วันอังคาร 완 앙칸 화요일
- □ วันพุธ 완 풋 수요일
- □ วันพฤหัสบดี 완 파르핫싸버디 목요일
- □ วันศุกร์ 완 쑥 금요일
- □ วันเสาร์ 완 싸오 토요일

□ เช้า
차오 아침

□ ก่อนเที่ยง 건 티양
ช่วงเช้า 추엉 차오 오전

□ เที่ยง
티양 정오

□ บ่าย
바이 오후

□ เย็น
옌 저녁

□ กลางคืน 끌랑 큰 밤
□ เที่ยงคืน 티양 큰 자정

□ รุ่งเช้า
룽 차오 새벽

1시	ตีหนึ่ง	띠 능
2시	ตีสอง	띠 썽
3시	ตีสาม	띠 쌈
4시	ตีสี่	띠 씨
5시	ตีห้า	띠 하
6시	หกโมงเช้า	혹 몽 차오
7시	เจ็ดโมงเช้า	쩻 몽 차오
8시	แปดโมงเช้า	뺏 몽 차오
9시	เก้าโมงเช้า	까오 몽 차오
10시	สิบโมงเช้า	씹 몽 차오

	11시	สิบเอ็ดโมงเช้า 씹 엣 몽 차오
정오 12시		เที่ยง 티양

	1시	บ่ายโมง 바이 몽
	2시	บ่ายสองโมง 바이 썽 몽
	3시	บ่ายสามโมง 바이 쌈 몽
	4시	บ่ายสี่โมง 바이 씨 몽
	5시	ห้าโมงเย็น 하 몽 옌
	6시	หกโมงเย็น 혹 몽 옌
밤	7시	หนึ่งทุ่ม 능 툼
	8시	สองทุ่ม 썽 툼
	9시	สามทุ่ม 쌈 툼
	10시	สี่ทุ่ม 씨 툼
	11시	ห้าทุ่ม 하 툼
	12시	เที่ยงคืน 티양 큰

□ **เมื่อวานซืน** 므어 완쓴 그저께
□ **เมื่อวาน** 므어 완 어제
□ **วันนี้** 완 니 오늘
□ **พรุ่งนี้** 프룽 니 내일
□ **มะรืนนี้** 마른 니 모레
□ **อาทิตย์ที่แล้ว** 아팃 티 래우 지난 주
□ **อาทิตย์นี้** 아팃 니 이번 주
□ **อาทิตย์หน้า** 아팃 나 다음 주
□ **ทุกวัน** 툭 완 매일
□ **ทุกสัปดาห์** 툭 쌉다 매주
□ **ทุกเดือน** 툭 드언 매월
□ **ทุกปี** 툭 삐 매년

- 동쪽 ทิศตะวันออก 팃 따완 억
- 서쪽 ทิศตะวันตก 팃 따완 똑
- 남쪽 ทิศใต้ 팃 따이
- 북쪽 ทิศเหนือ 팃 느어

- บน 본 위 ↔ ใต้ 따이 아래
- ช่องว่าง 청 왕 사이
- ข้างใน 캉 나이 안
- ข้างนอก 캉 넉 겉

- 앞
หน้า 나

- 옆
ข้าง 캉

- 뒤
หลัง 랑

- 왼쪽
ทางซ้าย 탕 싸이

- 가운데
ตรงกลาง 뜨롱 끌랑

- 오른쪽
ทางขวา 탕 콰

화폐

◆ 20 Baht

◆ 50 Baht

◆ 100 Baht

◆ 500 Baht

◆ 1000 Baht

◆ US$1≒34바트

화폐 앞면의 인물은 라마 9세(푸미폰 아둔야뎃)로 70년(1946~2016) 동안 재임한 태국 국왕

국가명

□ 태국

ประเทศไทย

빠라텟 타이

□ 일본

ญี่ปุ่น 이뿐

□ 베트남

เวียดนาม 위얏남

□ 러시아

รัสเซีย 랏씨아

□ 미국

สหรัฐอเมริกา

싸하랏 아메리까

□ 프랑스

ฝรั่งเศส 파랑쎗

□ 뉴질랜드

นิวซีแลนด์

니우씰랜

□ 네덜란드

เนเธอร์แลนด์

네트ㅓ랜

□ 독일

เยอรมัน 여라만

□ 한국

เกาหลีใต้

까올리 따이

□ 중국

จีน 찐

□ 인도

อินเดีย 인디아

□ 캐나다

แคนาดา 캐나다

□ 영국

อังกฤษ 앙끄릿

□ 브라질

บราซิล 브라씬

□ 이탈리아

อิตาลี 이딸리

□ 스위스

สวิส 싸윗

□ 스웨덴

สวีเดน 싸위덴

□ 스페인

สเปน 싸뻰

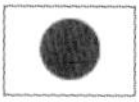

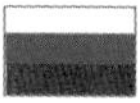

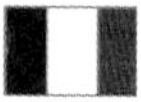

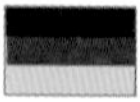

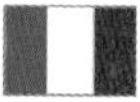

SECTION 01

태국어 + 한국어 단어

| 태국어 필수 단어 |

ก

ก็	꺼		~면, ~도
	ถ้ากินยาแล้วก็จะหาย 타 낀 야 래우 꺼 짜 하이 약을 먹으면 나을 거예요.		
ก็ดี	꺼 디		~이든 ~이든
ก็ได้	꺼 다이		가능하다, 할 수 있다, ~해도 되다
ก็แล้วกัน	꺼 래우 깐		(하도록) 합시다
กงสุล	꽁쑨	명	영사
กฎ	꼿	명	규칙, 규범, 규정
กฎเกณฑ์	꼿껜	명	기준
กฎหมาย	꼿 마이	명	법, 법률, 법령
กฎหมายปกครอง	꼿 마이 뻑크렁	명	행정법
กฎหมายแพ่ง	꼿 마이 팽	명	민사법
กฎหมายอาญา	꼿 마이 아야	명	형사법
กด	꼿	동	누르다, 억압하다
	กดรหัสที่นี่ 꼿 라핫 티니 여기에 비밀번호를 누르세요.		
กดขี่	꼿 키	동	탄압하다, 억압하다, 압제하다, 우울하게 만들다

ก ข ค ฆ ง จ ฉ ช ซ ญ ฐ ด

กดคอ	꼿 커	동	강제하다, 강요하다
กดเงิน	꼿 응은ㅓ	동	돈을 찾다, 인출하다
กดใจ	꼿 짜이	동	억누르다
กดชา	꼿 차	동	규정하다, 정하다
กดดัน	꼿 단	동	압박하다, 억압하다
กดผิด	꼿 핏	동	잘못 누르다
กดราคา	꼿 라카	동	가격을 낮추어 부르다
กติกา	까띠까	명	규칙
ก้น	꼰	명	엉덩이
กบ	꼽	명	개구리
ก้ม	꼼	동	고개를 숙이다, 몸을 굽히다
กรกฎาคม	까라까다콤	명	7월
กรณี	까라니	명	사건, 경우, 사정
กรน	끄론	동	(코를) 골다
กรมธรรม์ประกันภัย	끄롬마탄 쁘라깐파이	명	보험 증권
กรมสถิติ	끄롬 싸티띠	명	통계청
กรมสรรพากร	끄롬 싼파껀	명	국세청
กรรไกร	깐 끄라이	명	가위
กรรมกร	깜마껀	명	노동자
กรรมการ	깜마깐	명	위원, 심판, 이사
กรรมการผู้จัดการ	깜마깐 푸짯깐	명	전무

คำศัพท์	คำอ่าน	ความหมาย
กรรมการใหญ่	깜마깐 야이	主 주심
กรรมสิทธิ์	깜마씻	主 소유권
กรวด	끄루엇	主 자갈
กรอก	끄럭	동 기입하다, 작성하다

ต้องกรอกบัตรขาเข้า
떵 끄럭 밧 카 카오
입국카드를 작성해야 해요.

กรอบ	끄럽	主 틀, 테두리 동 바삭하다
กรอบแว่น	끄럽 왠	主 안경테
กระจก	끄라쪽	主 유리
กระชาก	끄라착	동 잡아당기다, 가로채다
กระจาย	끄라싸이	동 분포하다, 분산하다/ 전파하다
กระฉับกระเฉง	끄라찹 끄라쳉	동 활발하다, 활기차다
กระซิบ	끄라씹	동 귓속말하다
กระดาษ	끄라닷	主 종이
กระดาษก๊อบปี้	끄라닷 껍삐	主 복사용지
กระดาษจดหมาย	끄라닷 쫏마이	主 편지지
กระดาษชำระ	끄라닷 참라	主 화장지, 휴지
กระดาษโน้ต	끄라닷 놋	主 쪽지
กระดาษบันทึก	끄라닷 반특	主 포스트 잇
กระดิ่ง	끄라딩	主 벨, 종
กระดุม	끄라둠	主 단추

กระดูก	끄라둑	명	뼈
กระดูกสันหลัง	끄라둑싼랑	명	척추
กระโดด	끄라돗	동	도약하다, 뛰어넘다, 높이 뛰다
กระต่าย	끄라따이	명	토끼
กระติก	끄라띡	명	물병, 물통
กระตือรือร้น	끄라뜨르론	동	열정적으로 하다, 열심히 하다, 열성적이다
กระตุ้น	끄라뚠	동	주의를 촉구하다, 자극하다
กระถาง	끄라탕	명	화분
กระทง	끄라통	명	바나나 잎으로 만든 용기
กระทบ	끄라톱	동	부딪치다, 영향을 주다
กระทบกระเทือน	끄라톱 끄라트언	동	영향을 미치다
กระทรวง	끄라 쑤엉	명	행정부의 부(府)
กระทะ	끄라타	명	프라이팬
กระทำ	끄라탐	동	행사하다, 거행하다
กระเทียม	끄라티얌	명	마늘
กระแทก	끄라택	동	격렬하게 부딪치다
กระบวน	끄라부언	명	대열, 행렬
กระบวนการ	끄라부언 깐	명	과정, 절차
กระเบื้อง	끄라브엉	명	기와, 도자기
กระเบื้องเซรามิก	끄라브엉 쎄라믹	명	타일

กระเบื้องยาง	끄라브엉 양	명	아스팔트
กระป๋อง	끄라뻥	명	통조림
กระเป๋า	끄라빠오	명	가방
	ถ้าได้กระเป๋าเป็นของขวัญก็จะดี 타 다이 끄라빠오 뻰 컹콴 꺼 짜 디 가방을 선물로 받았으면 좋겠다.		
กระเป๋าเงิน	끄라빠오 응은ㅓ	명	지갑
กระเป๋ารถ	끄라빠오 롯	명	(버스) 차장(車掌)
กระเป๋าสตางค์	끄라빠오 싸땅	명	지갑
กระเป๋าเสื้อ	끄라빠오 쓰어	명	주머니
กระโปรง	끄라쁘롱	명	치마, 자동차 보닛
	ซื้อกระโปรงมาแล้วใส่ไม่ได้ 쓰 끄라쁘롱 마 래우 싸이 마이 다이 치마를 샀는데 입을 수 없어요.		
กระโปรงท้ายรถ	끄라쁘롱 타이 롯	명	차 트렁크
กระเพาะ	끄라퍼	명	위, 위장
กระเพาะปัสสาวะอักเสบ	끄라퍼 빳싸와 악쎕	명	방광염
กระเพาะอักเสบ	끄라퍼 악쎕	명	위염
กระมัง	끄라망		아마도
กระแส	끄라쌔	명	흐름, 조류, 유통, 순환
กระแสความนิยมของวัฒนธรรมประเทศเกาหลี	끄라쌔 쾀 니욤 컹 왓타나탐 쁘라텟 까올리	명	한류

กระหาย	끄라하이	동	갈증 나다, 갈망하다
กราบ	끄랍	동	엎드려 절하다
กริ่ง	끄링	명	벨, 초인종
กริยาท่าทาง	끄리야 타탕	명	태도
กรีซ	끄릿	명	그리스
กรีฑา	끄리타	명	육상 경기
กรุงโซล	끄룽쏜	명	서울
กรุงเทพฯ	끄룽텝	명	방콕
กรุณา	까루나		~해 주십시오
กรุบกรอบ	끄룹 끄럽	동	바삭하다
กลยุทธ์	꼰라윳	명	전략
กลยุทธทางการตลาด	꼰라윳 탕깐딸랏	명	마케팅 전략
กลม	끌롬	동	둥글다
กลมกล่อม	끌롬 끌럼	동	감칠맛 나다, 맛이 적당하다

มีรสกลมกล่อมเหลือเกิน
미 롯 끌롬 끌럼 르어끈
아주 감칠맛이 나요.

กล้วย	끌루어이	명	바나나
กล้วยไม้	끌루어이 마이	명	난(오키드)
กลอง	끌렁	명	북, 드럼, 장고
กลองสองหน้า	끌렁 썽나	명	장구

กลองใหญ่	끌렁 야이	명	큰북, 베이스 드럼
กล่อง	끌렁	명	상자, 박스
กล่องดินสอ	끌렁 딘써	명	필통
กล้อง	끌렁	명	카메라
กล้องถ่ายรูป	끌렁 타이룹	명	카메라
กลั่น	끌란	동	증류하다, 정제하다
กลับ	끌랍	동	되돌리다, 돌아가다, 뒤집다
กลับบ้าน	끌랍 반	동	귀가하다
กลับไป	끌랍 빠이	동	돌아가다
กลับมา	끌랍 마	동	돌아오다
กลัว	끌루어	동	무서워하다, 두려워하다
	ไม่ต้องกลัว เข้มแข็งไว้นะ 마이 떵 끌루어 켐캥 와이 나 겁내지 말고 힘을 내요.		
กล้า	끌라	동	용감하다, 대담하다
กล้าหาญ	끌라한	형	용감하다, 용기 있다
กลาง	끌랑	명 형	중간, 중앙 중앙의
กลางคืน	끌랑 큰	명	밤중, 야간
กลางเดือน	끌랑 드언	명	중순
กลางวัน	끌랑 완	명	낮
กลางสัปดาห์	끌랑 쌉다	명	주중

กล้ามเนื้อ	끌̂람 느́어	명	근육
กลาย	끌̄라이	동	바뀌다, 변하다, 변화해 가다

ใบไม้กลายเป็นสีเหลืองแล้ว
바̄이 마́이 끌̄라이 뻰̄ 씨̌ 르̌엉 래́우
나뭇잎이 노랗게 변했다.

กล่าว	끌̀라우	동	말하다, 언급하다
กล่าวคือ	끌̀라우 크̄		다시 말해서, 즉
กล่าวถึง	끌̀라우 틍̌	동	~에 대해 언급하다
กล่าวหา	끌̀라우 하̌	동	혐의를 제기하다, 고발하다, 비난하다
กลิ้ง	끌̂링	동	굴리다
กลิ่น	끌̀린	명	냄새
กลิ่นอายของทะเล	끌̀린아̄이 컹̌ 탈́레̄	명	바다 향기
กลึง	끌̄릉	동	(선반으로) 둥글게 깎다
กลืน	끌̄른	동	삼키다

กลืนน้ำไม่ค่อยได้
끌̄른 남́ 마̂이 커̂이 다̂이
물을 삼키기 어려워요.

กลุ่ม	끌̀룸	명	집단, 그룹, 단체
กลุ้ม	끌̂룸	동	고민하다, 걱정되다
กลุ้มใจ	끌̂룸 짜̄이	동	심란하다, 우울하다

กลุ้มใจเรื่องหางานเลยนอนไม่หลับ
끌̂룸짜̄이 르̂엉 하̌ 응̄안 르̄ ㅓ이 넌̄ 마̂이 랍̀
취업이 걱정되어 잠이 안 와요.

กวน	꾸̄언	동	**귀찮게 하다, 괴롭히다**
ก๋วยเตี๋ยว	꾸̌어이 띠̌여우	명	**쌀국수**

ฉันกินก๋วยเตี๋ยวเป็นอาหารกลางวัน
찬̌ 낀̄ 꾸̌어이띠̌여우 뻰̄ 아̄한̌ 끌̄랑완̄
나는 점심으로 쌀국수를 먹는다.

ก๋วยเตี๋ยวผัด	꾸̌어이 띠̌여우 팟̀	명	**볶음 쌀국수**
ก๋วยเตี๋ยวเย็น	꾸̌어이 띠̌여우 옌̄	명	**냉면**
ก๋วยเตี๋ยวแห้ง	꾸̌어이 띠̌여우 행̂	명	**비빔 쌀국수**
กว่า	꽈̀		**~보다(비교급), ~이상으로**
กวาง	꽝̄	명	**사슴**
กว้าง	꽝̂	동	**넓다**
กว้างขวาง	꽝̂콰̌	동	**넓다**
กวาด	꽛̀	동	**(비로) 쓸다**

ตอนเช้าคุณแม่กวาดบ้านและถูบ้าน
떤̄차́오 쿤̄매̂ 꽛̀ 반̂ 래́ 투̌ 반̂
아침에 어머니는 집안을 쓸고 닦는다.

กวี	까̀위̄	명	**시인**
เกวียน	뀌̄얀	명	**수레**
ก่อ	꺼̀	동	**생기게 하다, 일으키다**
ก่อตั้ง	꺼̀땅̂	동	**세우다, 설립하다, 건립하다**
ก่อร่างสร้างตัว	꺼̀랑̂ 쌍̂뚜̄어	동	**기반을 잡다, 자립하다**

ก่อสร้าง	꺼쌍	동	건축하다, 짓다
ก๊อก	꺽	명	수도꼭지
กอง	껑	동 명	쌓다, 쌓아 올리다, 축적하다 더미, 무더기
กอด	껏	동	포옹하다, 끌어안다
ก่อน	껀		먼저, 앞서, 우선/ ~전에
ก่อนเที่ยง	껀 티양	명	오전
ก่อนอื่น	껀 은		우선, 무엇보다 먼저 ก่อนอื่นจะขออธิบายที่ออฟฟิศ 껀 은 짜 커 아티바이 티 업핏 사무실에서 우선 설명 드리겠습니다.
ก้อน	껀	명	덩어리
ก้อนหินใหญ่	껀힌 야이	명	바위
ก๊อบปี้	껍삐	동	복사하다
ก้อย	꺼이	명	새끼 손가락
กอล์ฟ	껍	명	골프 ชอบไปตีกอล์ฟกับเพื่อนๆ 첩 빠이 띠 껍 깝 프언 프언 친구들과 골프 치는 것을 좋아해요.
กะ	까	동 명	예측하다, 짐작하다/ 근무 교대 시간 กะไว้แล้ว 까 와이 래우 내 그럴 줄 알았지.
กะทันหัน	까탄한		갑자기, 즉각

ก ข ค ฆ ง จ ฉ ช ซ ญ ฐ ด

กะทิ	까티	명	야자 즙
กะเพรา	까 프라오	명	카프라오(허브의 일종)
กะละมัง	깔라망	명	대야, 양푼
กะหรี่	까리	명	카레
กะหล่ำปลี	깔람 쁠리	명	양배추
กะโหลกศีรษะ	깔록 씨싸	명	두개골
กัก	깍	동	억류하다, 격리하다
กังวล	깡원	동	걱정하다, 우려하다
กัด	깟	동	물다

ลูกถูกยุงกัด
룩 툭 융 깟
아이가 모기에 물렸어요.

กัน	깐	동	막다, 가리다/ 함께, 서로
กันชน	깐촌	명	범퍼
กันน้ำ	깐남	동	방수하다
กั้น	깐	동	막다, 저지하다
กันยายน	깐야욘	명	9월
กับ	깝		~와 함께, ~와(과)

คนเกาหลีกินข้าวกับกิมจิ
콘 까올리 낀 카우 깝 낌찌
한국인은 김치와 밥을 먹어요.

กับข้าว	깝 카우	명	반찬
กัมพูชา	깜푸차	명	크메르, 캄보디아

กา	까	명	까마귀
กาน้ำ	까 남	명	물 주전자
กาก	깍	명	찌꺼기
กาง	깡	동	펼치다, 펴다, 벌리다
ก๊าซคาร์บอนมอนอกไซด์	깟 카번 머넉싸이	명	일산화탄소
กางเกง	깡껭	명	바지
กางเกงขาสั้น	깡껭 카싼	명	반바지
กางเกงขาสามส่วน	깡껭 카 쌈 쑤언	명	7부 바지
กางเกง 7 ส่วน	깡껭 쩻 쑤언	명	7부 바지
กางเกงใน	깡껭 나이	명	팬티
กางเกงในบ็อกเซอร์	깡껭 나이 벅쓰ㅓ	명	사각팬티
ก๊าซ	깟	명	가스, 기체
ก้าน	깐	명	줄기
กาแฟ	까풰	명	커피
กาแฟเย็น	까풰 옌	명	아이스커피 ในฤดูร้อนชอบดื่มกาแฟเย็น 나이 르두 런 첩 듬 까풰 옌 여름엔 아이스커피를 즐겨 마셔요.
กาย	까이	명	몸, 신체
กายภาพบำบัด	까이야팝 밤밧	명	물리치료
การกดจุด	깐 꼿 쭛	명	지압

การกระจายเสียง	깐 끄라짜이 씨양	명	방송
การกล่าวโทษ	깐 끌라우 톳	명	고소, 고발
การก่อสร้าง	깐 꺼 쌍	명	공사(건축 공사)
การกีฬา	깐 낄라	명	체육(운동)
การเก็บเกี่ยวข้าว	깐 껩 끼여우 카우	명	추수
การเก็บเงิน	깐 껩 응은ㅓ	명	저축
การขนส่ง	깐 콘쏭	명	납품
การขาดทุน	깐 캇툰	명	적자
การขาย	깐 카이	명	판매, 영업
การขายปลีก	깐 카이 쁠릭	명	소매
การขายส่ง	깐 카이 쏭	명	도매
การขึ้นผื่น	깐 큰픈	명	발진
การเข้าเรียน	깐 카오 리안	명	입학
การเขียนพู่กัน	깐 키안 푸깐	명	서예
การแข่งขัน	깐 캥칸	명	경기, 경쟁
การแข่งขันกีฬา	깐 캥칸 낄라	명	체육대회
การคลัง	깐 클랑	명	재정, 금융
การคัดแยกขยะ	깐 캇액 카야	명	쓰레기 분리
	กรุณาคัดแยกขยะก่อนทิ้งขยะ 까루나 캇 액 카야 꺼 팅 카야 쓰레기 버리기 전에 쓰레기를 분리하세요.		
การค้า	깐 카	명	상업
การค้าขาย	깐 카 카이	명	거래, 교역, 상업

ㄱ

การค้าระหว่างประเทศ	깐카 라왕 쁘라텟	명	국제 무역
การคำนวณ	깐 캄누언	명	계산
การคืน	깐 큰	명	반환
การคืนเงิน	깐 큰 응은ㅓ	명	환불
การเคลื่อนไหว	깐 클르언 와이	명	활동, 움직임
การงาน	깐 응안	명	일, 업무, 사무
การเงิน	깐 응은ㅓ	명	금융, 재무
การจดทะเบียนสมรส	깐 쫏 타비얀 쏨롯	명	혼인 신고
การจราจร	깐 짜라쩐	명	교통
การจราจรติดขัด	깐 짜라쩐 띳캇	명	교통 체증
การจัดฟัน	깐 짯 퐌	명	치아 교정
การจ้าง	깐 짱	명	고용
การจ่าย	깐 짜이	명	지출
การแจ้งความ	깐 쨍쾀	명	고발
การชัก	깐 착	명	경련
การชำระ	깐 참라	명	지불
การชุมนุม	깐 춤눔	명	집회
การซักผ้า	깐 싹파	명	빨래
การซื้อขาย	깐 쓰 카이	명	매매
การฉีดวัคซีนป้องกัน	깐 칫 왁씬 뻥깐	명	예방주사, 예방접종

การเชียร์	깐 치야	명	응원
การดำรงชีวิต	깐 담롱 치윗	명	살림, 생활, 삶
การเดิน	깐 든ㅓ	명	걷기
การเดินขบวน	깐 든ㅓ 카부언	명	시위, 데모
การเดินทาง	깐 든ㅓ탕	명	이동, 여행, 출장

พรุ่งนี้จะต้องเดินทางธุรกิจ
프룽니 짜떵 든ㅓ탕 투라낏
내일 출장을 가야 한다.

การตกแต่ง	깐 똑땡	명	장식, 장식품
การตกแต่งภายใน	깐 똑땡 파이 나이	명	실내 장식, 인테리어 장식
การตกแต่งเล็บ	깐 똑땡 렙	명	네일
การตลาด	깐 딸랏	명	마케팅
การต่อรอง	깐 떠렁	명	흥정
การต่ออายุ	깐 떠 아유	명	연장, 갱신
การตอบสนอง	깐 떱 싸넝	명	대답, 반응, 응답
การตัดสิน	깐 땃씬	명	결단
การตัดสินใจ	깐 땃씬 짜이	명	결심
การต้านการอักเสบ	깐 딴 깐 악쎕	명	항염증
การเต้นฟรีสไตล์	깐 뗀 프리 싸따이	명	막춤
การแต่งเนื้อเพลง	깐 땡 느어 플렝	명	작사
การแต่งเพลง	깐 땡 플렝	명	작곡

การถอนเงิน	깐 턴 응은ㅓ	명	인출
การทดลองงาน	깐 톳렁 응안	명	실습, 수습
การทวง	깐 투엉	명	독촉, 요구, 요청
การท่องเที่ยวเชิงนิเวศ	깐 텅 티여우 츠ㅓ 니웻	명	생태관광
การท่องเที่ยวเชิงสุขภาพ	깐 텅 티여우 츠ㅓ 쑥카팝	명	의료관광
การท่องเที่ยวต่างประเทศ	깐 텅 티여우 땅 쁘라텟	명	해외여행
การท่องเที่ยวในประเทศ	깐 텅 티여우 나이 쁘라텟	명	국내여행
การทักทาย	깐 탁타이	명	인사말
การทำงานล่วงเวลา	깐 탐 응안 루엉 웰라	명	초과 근무
	สำหรับผู้หญิงตั้งครรภ์ เราห้ามทำงานล่วงเวลา 쌈랍 푸잉 땅칸 라오 함 탐응안 루엉 웰라 임신 기간 중에는 초과근무가 금지되어 있습니다.		
การทำแท้ง	깐 탐탱	명	유산, 낙태, 임신중절
การทำนา	깐 탐나	명	농사
การทำสัญญาอีกครั้ง	깐 탐 싼야 익 크랑	명	재계약
การเที่ยวแบบแบ็กแพ็ค	깐 티여우 뱁 백팩	명	배낭여행
การทูต	깐 툿	명	외교

การโทรฟรี	깐 토 프리	명	**무료 통화**
การโทรวีดีโอ	깐 토 위디오	명	**영상 통화**
การนวด	깐 누엇	명	**마사지, 안마**
การนอนหลับ	깐 넌 랍	명	**잠**
การนัดหมาย	깐 낫마이	명	**약속**
การนับ	깐 납	명	**셈**
การนำกลับมาใช้	깐 남 끌랍 마 차이	명	**재활용**
การแนะนำ	깐 내남	명	**소개**
การบริโภค	깐 버리폭	명	**소비, 소모**
การบ้าน	깐 반	명	**숙제**
การบินขึ้น	깐 빈 큰	명	**이륙**
การบินลง	깐 빈 롱	명	**착륙**
การปลอบใจ	깐 쁠럽짜이	명	**위로**
การประชุม	깐 쁘라춤	명	**회의**

การประชุมในวันพรุ่งนี้จะเริ่มกี่โมง
깐 쁘라춤 나이 완 프룽니 짜 름ㅓ 끼 몽
내일 회의는 몇 시에 시작해요?

การประปา	깐 쁘라빠	명	**상수도**
การประมง	깐 쁘라몽	명	**어업**
การประเมิน	깐 쁘라믄ㅓ	명	**평가**
การประเมินผลงาน	깐 쁘라믄ㅓ 폰 응안	명	**실적 평가**

การปรุงอาหาร	깐 쁘룽 아한	명 요리
การเป็นผื่นบนผิวหนัง	깐뻰 픈 본 피우낭	명 피부 발진
การเปลี่ยนสายเดินรถ	깐 쁠리얀 싸이 든ㅓ롯	명 환승
การผลิต	깐 팔릿	명 생산
การผ่าตัด	깐 파땃	명 수술
การผ่าตัดทำหมัน	깐 파땃 탐만	명 불임수술
การผายลม	깐 파이 롬	명 방귀
การฝังเข็ม	깐 퐝 켐	명 침술
การฝึก	깐 픅	명 훈련
การฝึกงาน	깐 픅 응안	명 (실무) 수습
การพูด	깐 풋	명 말하기
การแพทย์	깐 팻	명 의학
การแพทย์แผนจีน	깐팻 팬 찐	명 한의학(중의학)
การไฟฟ้า	깐 퐈이 퐈	명 전력공사
การเมือง	깐 므엉	명 정치
การไม่จำกัด	깐 마이 짬깟	명 무궁무진, 무제한
การไม่มีสิ้นสุด	깐 마이 미 씬쑷	명 무궁무진
การยกเลิก	깐 욕륵ㅓ	명 취소
การยิงธนู	깐 잉 타누	명 양궁
การเย็บผ้า	깐 옙파	명 바느질

การร่วมมือ	깐 루엄 므	명	협력
การรักษาแบบตะวันตก	깐 락싸 뱁 따완똑	명	양방 진료
การรักษาสภาพร่างกายและจิตใจ	깐락싸 싸팝 랑까이 래 찟짜이	명	힐링
การรับรอง	깐 랍렁	명	승인
การรับรู้การทรงตัว	깐랍루 깐쏭뚜어	명	균형감
การรายงาน	깐 라이 응안	명	발표, 보고
การริบ	깐 립	명	몰수
การเรียน	깐 리안	명	학습, 공부
การเรียนต่อที่ต่างประเทศระดับประถม	깐 리안 떠 티 땅 쁘라텟 라답 쁘라톰	명	조기 유학
การลงทะเบียนเรียน	깐 롱 타비얀 리안	명	수강 신청
การลงทุน	깐 롱툰	명	투자
การละเล่น	깐 라렌	명	놀이
การลาพัก	깐 라 팍	명	휴가
การเลียนแบบเสียง	깐 리안 뱁 씨양	명	성대모사
การเลือกตั้ง	깐 르억 땅	명	선거
การเลื่อนชั้น	깐 르언 찬	명	진급, 승진
การว่างงาน	깐 왕 응안	명	실업

การวิ่ง	깐 윙	명	달리기
การวิเคราะห์	깐 위크러	명	분석
การวินิจฉัย	깐 위닛차이	명	진단
การไหว้บรรพชน	깐 와이 반파촌	명	성묘
การไหว้บรรพบุรุษ	깐 와이 반파부룻	명	제사
การศึกษา	깐 쓱싸	명	연구
การศึกษาในระบบ	깐 쓱싸 나이 라봅	명	정규 교육
การศึกษาภาคบังคับ	깐 쓱싸 팍 방캅	명	의무 교육
การศึกษาเอกชน	깐 쓱싸 엑까촌	명	사교육
การส่ง	깐 쏭	명	배송
การส่งของ	깐 쏭컹	명	배송
การส่งมอบ	깐 쏭멉	명	배송
การส่งสินค้า	깐 쏭 씬카	명	배송
การส่งออก	깐 쏭억	명	수출
การสอบเข้ามหาวิทยาลัยของเกาหลี	깐 썹 카오 마하윗타야라이 컹 까올리	명	수능 (대학수학능력시험)
การสอบคัดเลือก	깐 썹 캇 르억	명	선발 시험
การสอบเลื่อนขั้น	깐 썹 르언 칸	명	승진 시험
การสอบเลื่อนตำแหน่ง	깐 썹 르언 땀냉	명	승진 시험

ก

การสอบวัดระดับความสามารถทางด้านภาษาเกาหลี	깐 썹 왓 라답 콤 싸맛 탕단 파싸 까올리	명	한국어능력시험
การสั่งยา	깐 쌍야	명	처방
การสั่งสินค้า	깐 쌍 씬카	명	상품 수주
การสำรวจประชามติ	깐 쌈루엇 쁘라차 마띠	명	여론조사
การสื่อสารแบบสองทาง	깐 쓰싼 뱁 썽 탕	명	쌍방향 소통
การสูด	깐 쑷	명	흡입
การเสนอ	깐 싸너	명	제안
การเสนอความคิดเห็น	깐 싸너 콤킷헨	명	주장
การแสดง	깐 싸댕	명	표현, 표시, 연기
การหมั้น	깐 만	명	약혼
การหยุดหายใจไปชั่วขณะ	깐 윳 하이 짜이 빠이 추어 카나	명	무호흡
การห่อบรรจุภัณฑ์แบบสุญญากาศ	깐 허 반쭈판 뱁 쑨야깟	명	진공 포장
การหายใจ	깐 하이 짜이	명	호흡
การอธิบาย	깐 아티바이	명	설명
การอนุญาต	깐 아누얏	명	허가

การอนุญาตให้กลับเข้าประเทศได้อีกครั้ง	깐 아누얏 하이 끌랍 카오 쁘라텟 다이 익 크랑	명	재입국허가
การอภิปราย	깐 아피 쁘라이	명	토론
การออกกำลังกาย	깐 억 깜랑 까이	명	운동
	มีสวนสาธารณะดีต่อการออกกำลังกาย 미 쑤언 싸타라나 디 떠 깐 억 깜랑 까이 공원이 있어서 운동하기 좋아요.		
การออกเสียง	깐 억 씨양	명	발음
การ์ด	깟	명	카드
การ์ตูน	까뚠	명	만화
กาว	까우	명	풀
ก้าว	까우	명 동	걸음, 걸음걸이, 보폭 전진하다, 앞으로 나가다, 발을 내딛다
ก้าวก่าย	까우 까이	동	참견하다
ก้าวร้าว	까우 라우	형	난폭하다
ก้าวหน้า	까우 나	동	전진하다, 진보하다
ก๊าส	깟	명	가스
กำ	깜	명	줌, 움큼
	ดอกไม้ 2 กำ 덕 마이 썽 깜 꽃 두 움큼		
กำกับ	깜깝	동	감독하다, 지휘하다

กำจัด 깜짯 [동] **근절하다, 제거하다**

กำจัดไวรัสได้ไหม
깜짯 와이랏 다이 마이
바이러스를 치료할 수 있어요?

กำนัน 깜난 [명] **동장, 면장**

กำเนิด 깜늣 [명] **기원, 근원** [동] **태어나다, 낳다, 비롯되다**

กำปั้น 깜빤 [명] **주먹**

กำพร้า 깜 프라 [동] **고아가 되다**

กำแพง 깜팽 [명] **담, 벽**

กำไร 깜 라이 [명] **이윤, 이익**

กำลัง 깜랑 [명] **힘, 에너지/ ~하는 중이다**

ดิฉันกำลังไปพบเพื่อน
디찬 깜랑 빠이 폽 프언
저는 친구를 만나러 가는 중입니다.

กำลังกาย 깜랑 까이 [명] **체력**

กำลังคน 깜랑 콘 [명] **인력**

กำลังใจ 깜랑 짜이 [명] **의지, 용기, 사기**

กำลังซื้อ 깜랑 쓰 [명] **구매력**

กำลังทหาร 깜랑 타한 [명] **군사력**

กำลังผลิต 깜랑 팔릿 [명] **생산성**

กำลังพล 깜랑 폰 [명] **병력**

กำลังไฟฟ้า 깜랑 파이 퐈 [명] **전력**

กำลังจะ	깜랑 짜		~하려는 참이다
	กำลังจะกินข้าว 깜랑 짜 낀 카우 식사하려던 참입니다.		
กำลังฉายอยู่	깜랑 차이 유		상영 중
กำลังดี	깜랑 디	형	딱 좋은, 딱 알맞다
กำไล	깜 라이	명	팔찌
กำหนด	깜놋	동	규정하다, 명시하다, 결정하다
		명	일정
กำหนดการ	깜놋 깐	명	일정
กำหนดการเดินทาง	깜놋 깐 든ㅓ 탕	명	여행 일정
กำหมัด	깜맛	동	주먹을 쥐다
		명	주먹
กิ่ง	낑	명	작은 가지, 잔가지
กิ่งก้อย	낑 꺼이	형	작은, 소량의
		명	새끼손가락
กิ่งไม้	낑 마이	명	나뭇가지
กิจกรรม	낏짜깜	명	활동, 행사
กิจกรรมกีฬา	낏짜깜 낄라	명	운동회
กิจกรรมจิตอาสา	낏짜깜 찟 아싸	명	봉사 활동
กิจกรรมนักเรียน	낏짜깜 낙리안	명	학예회
กิจการ	낏짜깐	명	일, 사업
กิน	낀	동	먹다, 마시다

ฉันไม่กินน้ำอัดลม
찬 마이 낀 남 앗롬
나는 탄산음료를 안 먹어요.

กินนอน	낀 넌	[명] [형]	숙식, 기숙 거주하다, 기숙하다
กินฟรี	낀 프리	[동]	무료로 먹다
กินมือ	낀 므	[동]	손으로 먹다
กินไม่ลง	낀 마이 롱	[동]	음식을 먹을 수 없었다

วันนี้ฉันกินไม่ลงจริงๆ
완니 찬 낀 마이 롱 찡찡
오늘은 정말 음식을 먹을 수 없었다.

กินเวลา	낀 웰라	[동]	시간이 걸리다
กิ๊บ	낍	[명]	머리핀
กิริยา	끼리야	[명]	예의, 예절, 행동, 품행
กิริยามารยาท	끼리야 마라얏	[명]	예의, 예의 바름
กิโล	낄로	[명]	킬로
กิโลกรัม	낄로끄람	[명]	킬로그램
กิโลเมตร	낄로멧	[명]	킬로미터
กี่	끼		몇(의문사)

ตอนนี้กี่โมง
떤니 끼 몽
지금 몇 시입니까?

กี่โมง	끼 몽		몇 시(의문사)
กีด	낏	[동]	방해하다, (진행을) 지연시키다
กีตาร์	끼따	[명]	기타

ก ข ค ฆ ง จ ฉ ช ซ ญ ฐ ด

กีฬา 운동, 스포츠

ฟุตบอล 풋́ 번̄ 축구
เบสบอล 벳̀ 번̄ 야구
บาสเกตบอล 밧̂ 껫̀ 번̄ 농구
ปิงปอง 삥̄ 뻥̄ 탁구
วอลเล่ย์บอล 원̄ 레̂ 번̄ 배구
โบว์ลิ่ง 볼̄ 링̂ 볼링
เทนนิส 텐̄ 닛́ 테니스
กอล์ฟ 껍́ 골프
แบดมินตัน 뱃̀ 민̄ 딴̄ 배드민턴
มวย 무̄어이 권투
ว่ายน้ำ 와̂이 남́ 수영
ปีนเขา 삔̄ 카́오 등산
มวยปล้ำ 무̄어이 쁠람̂ 레슬링
การยกน้ำหนัก 깐̄ 욕́ 남́ 낙̀ 역도
การยิงธนู 깐̄ 잉̄ 타́ 누̄ 양궁
การยิงปืน 깐̄ 잉̄ 쁜̄ 사격
ยิมนาสติก 임̄ 나̄ 싸̀ 띡̀ 체조
ฮอกกี้ 헉́ 끼̂ 하키
ฟันดาบ 퐌̄ 답̀ 펜싱
การขี่ม้า 깐̄ 키̀ 마́ 승마

กีตาร์ไฟฟ้า	끼따 퐈이퐈	명	전자 기타
กีวี่	끼위	명	키위
กีฬา	낄라	명	운동, 스포츠
กีฬาโต้คลื่น	낄라 또 클른	명	서핑
กึ่ง	끙	형	중간의
กุ้ง	꿍	명	새우
กุ้งมังกร	꿍 망껀	명	바닷가재
กุญแจ	꾼째	명	열쇠
กุมภาพันธ์	꿈파판	명	2월
กุมารแพทย์	꾸만 퍁	명	소아과 의사
กุยช่าย	꾸이차이	명	부추
กุหลาบ	꿀랍	명	장미
กู้	꾸	동	빌리다, 꾸다, 되찾다, 만회하다, 구하다
กู้เงิน	꾸 응은ㅓ	동	돈을 빌리다
กู้ยืม	꾸 이음	동	대출하다
เก๊กฮวย	껙 후어이	명	국화
เก่ง	껭	동	잘하다, 노련하다, 능숙하다/ 잘, 훌륭하게, 능숙하게
เก็บ	껩	동	모으다, 보관하다, 지키다
เก็บเกี่ยว	껩 끼여우	동	수확하다
เก็บเงิน	껩 응은ㅓ	동	돈을 모으다

เก็บตก	껩 똑	동	줍다, 습득하다, 모으다

กระเป๋าใบนี้ดิฉันเก็บตกได้บนรถไฟฟ้า
끄라빠오 바이 니 디찬 껩똑 다이 본 롯 퐈이퐈
이 가방을 전철에서 습득했어요.

เก็บภาษี	껩 파씨	동	세금을 거두다
เก็บรักษา	껩 락싸	동	보관하다
เก็บไว้	껩 와이	동	보관하다, 지키다, 간직하다
เก็บหา	껩 하	동	수집하다, 모으다
เกม	껨	명	게임
เกรง	끄렝	동	두려워하다, 경외하다
เกรงใจ	끄렝 짜이	동	부담스럽다
เกร็ง	끄렝	동	힘주다

อย่าเกร็ง
야 끄렝
힘주지 말아요.

เกรด	끄렛	명	급, 등급
เกลียด	끌리얏	동	미워하다, 몹시 싫어하다
เกลียดชัง	끌리얏 창	동	미워하다, 증오하다
เกลือ	끌르어	명	소금
เกลือบริสุทธิ์	끌르어 버리쑷	명	정제염
เกษตร	까쎗	명	농지
เกษตรกร	까쎗뜨라 껀	명	농부

เกษตรกรรม	까쎗뜨라 깜	명	농업
เกษตรศาสตร์	까쎗뜨라 쌋	명	농업, 농업 과학
เกษียณ	까씨얀	동	다하다, 끝나다, 완결되다
เกะกะ	께까	형	혼란스러운/난잡하게, 무질서하게, 어수선하게, 단정치 못하게, 마구 뒤섞여, 뒤죽박죽이 되어 ห้องเกะกะมากเลย 헝 께까 막 르ㅓ이 방이 많이 어질러져 있어요.
เก่า	까오	동	낡다, 오래 되다
เก้า	까오	명	아홉, 9
เก้าสิบ	까오 씹	명	아흔, 90
เกาลัด	까올 랏	명	밤(과일)
เกาหลี	까올리	명	한국
เกาหลีใต้	까올리 따이	명	대한민국
เกาหลีเหนือ	까올리 느어	명	북한
เก้าอี้	까오이	명	의자
เก้าอี้วีลแชร์	까오이 윌채	명	휠체어
เกาะ	꺼	명	섬
เกิด	끗ㅓ	동	태어나다, 일어나다, 발생하다
เกิดบาดแผล	끗ㅓ 밧 플래	동	상처가 나다
เกิดเหตุ	끗ㅓ 헷	동	사건이 발생하다

เกิน	끈ㅓ	동	넘다, 초과하다, 지나치다
เกินดุล	끈ㅓ 둔	동	흑자
เกินไป	끈ㅓ 빠이		너무, 지나치게
เกียจคร้าน	끼얏 크란	동	게으름 피우다
เกียร์	끼야	명	기어
เกียรติ	끼얏	명	명예, 영예
เกี่ยว	끼여우	동	관계가 있다
เกี่ยวกับ	끼여우 깝		~에 관한
เกี่ยวข้อง	끼여우 컹	동	관련되다
เกี๊ยว	끼여우	명	중국식 만두
เกือบ	끄업		거의
แกะสลัก	깨 쌀락	동	조각하다
แก	깨		너(2인칭 대명사)
แก่	깨	동	늙다, 나이 많다/ ~에게
แก้	깨	동	해결하다, 풀다, 고치다
แก้ไข	깨 카이	동	개선하다, 고치다, 수정하다
แก้แค้น	깨 캔	동	원수를 갚다, 복수하다
แก้ตัว	깨 뚜어	동	변명하다
แก้ผ้า	깨 파	동	발가벗다
แก้เผ็ด	깨 펫	동	보복하다, 복수하다

ฉันจะแก้เผ็ดเธอให้ได้
찬 짜 깨펫 트ㅓ 하이 다이
너에게 꼭 복수할 거야.

แกง	깽	명	수프, 국, 탕, 찌개
แกงกิมจิ	깽 낌찌	명	김치찌개
แกงซี่โครง	깽 씨크롱	명	갈비탕
แกงเผ็ด	깽 펫	명	매운탕
แก้ม	깸	명	볼, 뺨
แกล้ง	끌랭	동	놀리다, 남을 괴롭히다
แก้ว	깨우	명	유리, 컵, 잔

ขอน้ำส้มสามแก้ว
커 남쏨 쌈 깨우
오렌지 주스 세 잔 주세요

แก้วกระดาษ	깨우 끄라닷	명	종이컵
แก้วน้ำ	깨우 남	명	물컵
แกว่ง	꽹	동	흔들다, 흔들리다
แก๊ส	깻	명	기체, 가스
แก๊สคาร์บอนไดออกไซด์	깻 카번 다이억싸이	명	이산화탄소
แกะ	깨	명 동	양 새기다, 조각하다
แกะรอย	깨 러이	동	추적하다
แกะสลัก	깨 쌀락	동	새기다, 조각하다
โกดัง	꼬당	명	창고

โกนหนวด	꼰 누엇	동	면도하다
โกรธ	끄롯	동	화나다
โกหก	꼬혹	동	거짓말하다
ใกล้	끌라이	동	가깝다
	บ้านของฉันอยู่ใกล้โรงเรียน 반 컹 찬 유 끌라이 롱 리안 저의 집은 학교에서 가까워요.		
ใกล้ ๆ	끌라이 끌라이		가까이, 인근에
ใกล้ชิด	끌라이 칫	형	가까운, 친밀한
ไก่	까이	명	닭
ไก่ตุ๋นโสม	까이 뚠 쏨	명	삼계탕
ไก่ย่าง	까이 양	명	닭고기 구이
ไกด์	까이	명	가이드, 안내인
ไกด์ท่องเที่ยว	까이 텅 티여우	명	관광 가이드
ไกล	끌라이	동	멀다
	สนามบินไกลจากที่นี่ไหม 싸남 빈 끌라이 짝 티니 마이 공항이 여기서 멀어요?		

| 태국어 필수 단어 |

ข

ขจัด	카짯	동	쫓아내다, 제거하다
ขณะ	카나	명	잠깐, 잠시
ขน	콘	동 명	수송하다, 나르다, 옮기다 털
ขนตา	콘 따	명	속눈썹
ขนลุก	콘 룩	동	소름 끼치다, 털이 곤두서다
ขนส่ง	콘 쏭	동	수송하다, 나르다
ขนส่งมวลชน	콘쏭 무언촌	명	대중교통
ขนม	카놈	명	과자
ขนมเค้ก	카놈 켁	명	케이크
ขนมต็อก	카놈 떡	명	떡
ขนมปัง	카놈 빵	명	빵
ขนมปังกรอบ	카놈 빵 끄럽	명	비스킷
ขนมจีน	카놈 찐	명	쌀로 만든 소면
ขนาด	카낫	명	크기, 정도
	ไม่ถึงขนาดต้องนอนโรงพยาบาล 마이 틍 카낫 떵 넌 롱파야반 입원해야 할 정도는 아니에요.		
ขนาดนั้น	카낫 난		그만큼, 그런 정도
ขนุน	카눈	명	잭 후르츠

ขบวน 카부언 [명] 행진, 행렬

ขม 콤 [동] (맛이) 쓰다

ยาขมก็ยังกินได้
야콤 꺼 양 낀 다이
쓴 약도 먹을 수 있어.

ขโมย 카모이 [동] 도둑질하다, 훔치다
[명] 도둑

ขโมย!
카모이
도둑이야!

ขยะ 카야 [명] 쓰레기

ขยัน 카얀 [동] 부지런하다, 열심히 하다

ขยับ 카얍 [동] 움직이다, 옮기다, 이동하다

ขยับคอไม่ได้
카얍 커 마이 다이
목을 움직일 수 없어요.

ขยาย 카야이 [동] 확대하다, 확장하다

ขยายตัว 카야이 뚜어 [동] 확대되다, 확장되다

ขลุ่ย 클루이 [명] 플루트, 피리

ขวด 쿠엇 [명] 병(瓶)

ขวบ 쿠업 [명] 살(12세 이하의 아이에게 사용)

ขวักไขว่ 콱 콰이 오락가락, 왔다 갔다, 앞뒤로

ขวา 콰 [형] 오른쪽의, 우측의

ขวามือ 콰므 [명] 오른편

ขวาง	콰ˇㅇ	동	방해하다, 막다
ขว้าง	콰^ㅇ	동	던지다, 내던지다
ขวาน	콴ˇ	명	도끼
ขอ	커ˇ	동	요구하다, 부탁하다, ~주세요, ~해 주세요
	ขอที่นั่งริมหน้าต่าง 커 티^ 낭^ 림 나^ 땅 창가 좌석을 주세요.		
ขอคืน	커ˇ 큰	동	반환을 청구하다
ขอทาง	커ˇ 탕	동	길 좀 비켜달라고 요구하다
ขอทาน	커ˇ 탄	동 명	구걸하다 거지
ขอโทษ	커ˇ 톳^	동	사과하다
ขอยืม	커ˇ 이음	동	빌리다
ขอร้อง	커ˇ 렁´	동	부탁하다, 요청하다, 요구하다
ขอให้	커ˇ 하^이	동	요청하다, 요구하다, ~하기 바라다
	ขอให้สุขภาพแข็งแรง 커 하^이 쑥 카 팝 캥 랭 건강하시기 바랍니다.		
ขออภัย	커ˇ 아`파이	동	사과하다
ข้อ	커^	명	항목, 조항, 관절
ข้อกล่าวหา	커^ 끌라`우 하ˇ	명	혐의
ข้อขา	커^ 카ˇ	명	무릎
ข้อแขน	커^ 캔ˇ	명	팔꿈치

ข้อควรระวัง	커 쿠언 라왕	명	주의사항, 유의사항
ข้อความ	커쾀	명	내용, 메시지, 글, 맥락
ข้อความเตือน	커쾀 뜨언	명	경고문
ข้อความเสียง	커쾀 씨양	명	음성 메시지
ข้อคิดเห็น	커 킷헨	명	의견, 견해, 관점
ข้อดี	커 디	명	장점, 이점
ข้อดีข้อเสีย	커 디 커 씨아	명	장단점
ข้อได้เปรียบ	커 다이 쁘리얍	명	이점
ข้อตกลง	커 똑롱	명	협약, 합의
ข้อต่อ	커 떠	명	관절, 연결 부위, 마디, 접속
ข้อเท็จจริง	커 텟찡	명	사실, 진실
ข้อเท้า	커 타오	명	발목
ข้อบกพร่อง	커 복프렁	명	하자, 결점, 흠
	สินค้าไม่มีข้อบกพร่อง 씬카 마이 미 커 복프렁 제품은 하자가 없어요.		
ข้อบังคับ	커 방캅	명	규정, 규제, 규칙, 원칙
ข้อผิดพลาด	커 핏 플랏	명	오류, 실수
ข้อมือ	커 므	명	손목
ข้อมูล	커문	명	자료, 정보
ข้อมูลดิบ	커문 딥	명	기초 데이터, 원 데이터, 미가공 데이터

ข้อมูลประชาสัมพันธ์	커문 쁘라차쌈판	명	홍보 자료
ข้อยกเว้น	커 욕웬	명	예외
ข้อศอก	커 썩	명	팔꿈치
ข้อสอบ	커 썹	명	시험, 시험 문제
ข้อสอบเขียน	커 썹 키얀	명	필기시험
ข้อสัญญา	커 싼야	명	계약 조항
ข้อสำคัญ	커 쌈칸	명	요점
ข้อเสนอ	커 싸너	명	안건, 건의
ข้อเสีย	커 씨야	명	단점, 약점, 결점
ข้อเสียเปรียบ	커 씨야 쁘리얍	명	결점
ข้ออักเสบ	커 악쎕	명	퇴행성 관절염
ของ	컹	명	물건/~의

อาหารของคุณแม่อร่อยมาก
아한 컹 쿤매 아러이 막
어머니의 음식은 아주 맛있어요.

ของกิน	컹 낀	명	식품, 먹을거리
ของกินเล่น	컹 낀렌	명	스낵
ของเก่า	컹 까오	명	골동품
ของขวัญ	컹콴	명	선물
ของค้าง	컹 캉	명	남은 음식, 잔재
ของคาว	컹 카우	명	반찬, 고기
ของจริง	컹 찡	명	진품, 진본

ของใช้ส่วนตัว	컹 차이 쑤언 뚜어	명	개인용품, 소지품
ของดี	컹 디	명	좋은 물건, 영험한 물건(부적)
ของเด็กเล่น	컹 덱 렌	명	장난감
ของเถื่อน	컹 트언	명	밀수품
ของแถม	컹 탬	명	증정품, 사은품
ของเทียม	컹 티얌	명	모조품
ของแท้	컹 태	명	진품
ของนอก	컹 넉	명	수입품, 외국 제품
ของบริโภค	컹 버리폭	명	식료품
ของปลอม	컹 쁠럼	명	위조품, 모조품
ของฝาก	컹 퐉	명	선물, 기념품
ของภายใน	컹 파이 나이	명	내용물
ของมีค่า	컹 미 카	명	귀중품
ของรางวัล	컹 랑완	명	상, 상품
ของเล่น	컹 렌	명	장난감, 노리개
ของส่วนตัว	컹 쑤언 뚜어	명	개인 소지품
ของหวาน	컹 완	명	디저트, 후식, 단것
ของแห้ง	컹 행	명	건조식품
ของใหม่	컹 마이	명	새것, 새로운 물건
ขอบเขต	컵 켓	명	국경, 경계, 한계
ขอบคุณ	컵 쿤	동	고맙다, 감사하다

ขอบใจ	컵 짜이	동	고맙다, 감사하다 (손아랫사람에게 사용)
ขอบตา	컵 따	명	눈시울
ขอบพระคุณ	컵 프라쿤	동	감사 드리다
ขอบฟ้า	컵 파	명	수평선, 지평선
ขัง	캉	동	감금하다, 가두다
ขัด	캇	동	반대하다, 저항하다
ขัดขวาง	캇 쾅	동	막다, 방해하다
ขัดแย้ง	캇 얭	동	반대하다, 부정하다, 모순되다
ขั้น	칸	명	단계, 등급
ขั้นตอน	칸떤	명	절차, 단계
ขับ	캅	동	타다, 운전하다
ขับขี่ปลอดภัย	캅 키 쁠럿 파이	동	안전 운전하다
ขับรถ	캅 롯	동	운전하다
ขับรถย้อนศร	캅 롯 연썬	동	역주행하다
ขั้วโลกเหนือ	쿠어 록 느어	명	북극
ขั้วเหนือ	쿠어 느어	명	북극
ขา	카	명	(사람, 동물의) 다리
ขาไก่	카 까이	명	닭다리
ขาเข้า	카 카오	명	입국, 수입
ขาหมู	카 무	명	족발
ข้าราชการ	카랏차깐	명	공무원

ข้าง ๆ	캉̂ 캉̂		옆쪽에
ข้างขวา	캉̂ 콰̌	명	오른쪽
ข้างขวามือ	캉̂ 콰̌므̄		오른쪽에
ข้างซ้าย	캉̂ 싸́이	명	왼쪽
ข้างซ้ายมือ	캉̂ 싸́이 므̄		왼쪽에
ข้างบน	캉̂ 본̄	명	위쪽
ข้างนอก	캉̂ 넉̂	명	바깥쪽
ข้างใน	캉̂ 나̄이	명	안쪽
ข้างในบ้าน	캉̂ 나̄이 반̂	명	집안
ข้างล่าง	캉̂ 랑̂	명	아래쪽
ข้างหน้า	캉̂ 나̂	명	앞쪽
ข้างหลัง	캉̂ 랑̌	명	뒤쪽
ขาดทุน	캇̀ 툰̄	동	적자이다, 손해보다
ขาดเรียน	캇̀ 리̄안	동	결석하다
ข้าม	캄̂	동	건너다, 넘다, 못 보고 넘어가다
ข้ามถนน	캄̂ 타̀논̌	동	길을 건너다
ข้ามไป	캄̂ 빠̄이	동	넘어가다
ข้ามมา	캄̂ 마̄	동	넘어오다
ข้ามสะพาน	캄̂ 싸̀판̄	동	다리를 건너다
ขาย	카̌이	동	팔다

	ขายไม่ดี 카̌이 마̂이 디̄ 장사가 안 돼요.		
ขายปลีก	카̌이 쁠̀릭	동	소매하다
ขายส่ง	카̌이 쏭̀	동	도매하다
ขายหน้า	카̌이 나̂	동	창피하다
ขายหู	카̌이 후̌	동	듣기에 민망하다
	รู้สึกขายหูเหลือเกิน 루́쓱̀ 카̌이 후̌ 르̌어끈̄ 듣기에 너무 민망했어요.		
ขาว	카̌우	형	희다, 하얗다
ข่าว	카̀우	명	소식
ข่าวโคมลอย	카̀우 콤̄ 러̄이	명	소문, 헛소문, 유언비어
ข่าวลือ	카̀우 르̄	명	소문, 풍문, 루머
ข่าวสาร	카̀우싼̌	명	정보
ข้าว	카̂우	명	밥, 쌀
ข้าวต้ม	카̂우 똠̂	명	죽
ข้าวต้มขาว	카̂우 똠̂ 카̌우	명	흰죽
ข้าวบาร์เลย์	카̂우 바̄레̌	명	보리
ข้าวเปล่า	카̂우 쁠라̀오	명	맨밥
ข้าวเปลือก	카̂우 쁠르̀억	명	벼
ข้าวผสมธัญพืช 5 ชนิด	카̂우 파̀쏨̂ 탄̄야́픗̂ 하̂ 차́닛́	명	오곡밥
ข้าวผัด	카̂우 팟̀	명	볶음밥

ข้าวโพด	카우폿	명	옥수수
ข้าวโพดคั่ว	카우폿쿠어	명	팝콘
ข้าวสวย	카우 쑤어이	명	밥
ข้าวสาร	카우 싼	명	쌀
ข้าวสาลี	카우 쌀리	명	밀
ข้าวห่อสาหร่าย	카우 허 싸라이	명	김밥
ข้าวเหนียว	카우 니여우	명	찹쌀밥
ขิง	킹	명	생강
ขี่	키	동	(자전거, 오토바이를) 타다
ขี่ม้า	키마	동	말을 타다
ขี้	키	명	똥
ขี้เกียจ	키 끼얏	동	게으르다, 귀찮다
ขี้โกง	키 꽁	동	교활하다, 잔꾀를 부리다
ขี้ไคล	키 클라이	명	때
ขี้ลืม	키 름	동	잘 잊어버리다
ขี้เหนียว	키 니여우	동	인색하다, 구두쇠이다
ขี้เหร่	키 레	동	못생기다
ขี้อาย	키 아이	동	수줍음을 많이 타다
ขีด	킷	동	긋다, 표시하다, 긁다
ขึ้น	큰	동	오르다, 타다

ไข้ขึ้น
카̂이 큰̂
열이 오르다.

ขึ้นกระเช้า	큰̂ 끄̀라차́오	동	케이블을 타다
ขึ้นคาน	큰̂ 칸̄	동	노처녀이다, 독신녀이다
ขึ้นเครื่อง	큰̂ 크르̂엉	동	탑승하다
ขึ้นรถเมล์	큰̂ 롯́메̄	동	버스를 타다
ขุด	쿳̀	동	파다, 캐다
ขูด	쿳̀	동	긁다, 긁어내다
เขต	켓̀	명	구(행정 구역)
เขตแซง	켓̀ 쌩̄	명	추월 구간
เขตหวงห้าม	켓̀ 후̌엉 함̂	명	금지 구역
เขตห้ามจอด	켓̀ 함̂ 쩟̀	명	주차금지 구역
เข็ม	켐̌	명	바늘
เข็มขัด	켐̌ 캇̀	명	벨트, 허리띠
เข็มขัดนิรภัย	켐̌ 캇̀ 니́라́파̄이	명	안전벨트

ต้องคาดเข็มขัดนิรภัย
떵̂ 캇̂ 켐̌ 캇̀ 니́라́파̄이
안전벨트를 매야 해요.

เข็มหมุด	켐̌ 뭇̀	명	핀
เข้มข้น	켐̂ 콘̂	동	짙다
เขมร	카̀멘̌	명	캄보디아
เขย	크ㅓ̌이	명	사위

เขย่า	카야오	동	흔들다, 흔들리다
เขา	카오		그(3인칭)
เข่า	카오	명	무릎
เข้า	카오	동	들어가다
เข้ากันได้	카오 깐 다이	동	조화를 이루다
เข้ากันได้ดี	카오 깐 다이 디	동	잘 어울리다, 호흡이 맞다
เข้าคิว	카오 키우	동	줄 서다

เวลาซื้ออาหารต้องยืนเข้าคิว
웰라 쓰 아한 떵 이은 카오 키우
음식을 살 때는 줄을 서야 해요.

เข้าใจ	카오 짜이	동	이해하다
เข้าใจผิด	카오 짜이 핏	동	오해하다
เข้าชม	카오 촘	동	관람하다
เข้าประเทศ	카오 쁘라텟	동	입국하다
เข้าเฝือก	카오 프억	동	깁스하다
เข้าฟรี	카오 프리	동	무료입장
เข้ามา	카오 마	동	들어오다
เข้าร่วม	카오 루엄	동	참가하다, 참여하다, 참석하다
เข้าหน้า	카오 나	동	대하다, 마주하다

ฉันเข้าหน้านายจ้างไม่ติดเลย
찬 카오나 나이짱 마이 띳 르ㅓ이
고용주 얼굴을 대하기가 힘이 들어요.

เข้าอยู่	카오 유	동	입주하다

เข้าออกงาน	카오 억 응안	[동]	출퇴근하다
เขินอาย	큰ㅓ 아이	[동]	수줍어하다, 부끄러워하다
เขียง	키양	[명]	도마
เขียน	키안	[동]	쓰다, 적다
เขียว	키여우	[동]	푸르다
เขื่อน	크언	[명]	댐
แขก	캑	[명]	손님
แข็ง	캥	[동]	단단하다, 굳다, 얼다
แข็งตัว	캥 뚜어	[동]	굳다, 굳어지다, 경직되다
แข็งแรง	캥 랭	[동]	튼튼하다, 강하다, 건강하다
	ร่างกายแข็งแรง 랑까이 캥랭 몸이 튼튼하다.		
แข่งขัน	캥칸	[동]	경쟁하다
แขน	캔	[명]	팔
แขนขวา	캔 콰	[명]	오른팔
แขนซ้าย	캔 싸이	[명]	왼팔
แขนเสื้อ	캔 쓰어	[명]	소매
แขวง	쾡	[명]	동(지역)
แขวน	쾐	[동]	걸다, 매달다

พนักงานแขวนป้ายชื่อตัวเองไว้ที่คอ
파낙응안 캔 빠이 츠 뚜어 엥 와이 티 커
직원은 명찰을 목에 걸어야 해요.

ไขควง	카이 쿠엉	명	드라이버, 스쿠루드라이버
ไขมัน	카이 만	명	지방, 기름
ไขมันอิ่มตัว	카이 만 임 뚜어	명	포화 지방
ไข่	카이	명	알
ไข่ไก่	카이 까이	명	달걀
ไข่เจียว	카이 찌여우	명	달걀부침
ไข่ดาว	카이 다우	명	계란 프라이
ไข่ต้ม	카이 똠	명	삶은 달걀
ไข่ตุ๋น	카이 뚠	명	계란찜
ไข้	카이	명	열(熱)

มีไข้
미 카이
열이 있다.

ไข้สูง	카이 쑹	명	고열
ไข้หวัด	카이 왓	명	감기
ไข้หวัดนก	카이 왓 녹	명	조류 독감
ไข้หวัดใหญ่	카이 왓 야이	명	독감, 인플루엔자
ไขว่ห้าง	콰이 항	동	다리를 꼬다, 책상다리를 하다

อย่านั่งไขว่ห้าง
야 낭 콰이 항
다리를 꼬고 앉지 마세요.

| 태국어 필수 단어 |

ค

คง	콩		~일지도 모른다, 아마 ~할 것이다
คณบดี	카나버디	명	학장
คณะ	카나	명	단체
คณะกรรมการ	카나 깜마깐	명	위원회
คดี	카디	명	사건, 소송
คน	콘	명	사람/ 명(사람을 세는 수량사)
คนกลาง	콘 끌랑	명	중개인, 대리인
คนเกาหลี	콘 까올리	명	한국 사람
คนขอทาน	콘 커 탄	명	거지
คนขับรถ	콘 캅 롯	명	운전 기사
คนขี้เหนียว	콘 키 니여우	명	깍쟁이, 구두쇠
คนไข้	콘 카이	명	환자
คนงาน	콘 응안	명	노동자
คนโง่	콘 응오	명	바보
คนจีน	콘 찐	명	중국인
คนชรา	콘 차라	명	노인
คนเดียว	콘 디여우		혼자
คนต่างชาติ	콘 땅 찻	명	외국인

คนต่างดาว	콘 땅 다우	명	외국인
คนเต้นแข็ง	콘 뗀 캥	명	몸치
คนเต้นไม่เป็น	콘 뗀 마이 뻰	명	몸치
คนเดินถนน	콘 드ㅓ 타논	명	보행자
คนไทย	콘 타이	명	태국 사람
คนบ้า	콘 바	명	미친 사람
คนแปลกหน้า	콘 쁠랙 나	명	타인, 남
คนพเนจร	콘 파네쩐	명	나그네, 부랑자
คนพิการ	콘 피깐	명	장애자
คนรวย	콘 루어이	명	부자(富者)

เขาเป็นคนรวยที่สุดในประเทศไทย
카오 뻰 콘 루어이 티쑷 나이 쁘라텟 타이
그는 태국에서 제일 가는 부자다.

คนสวน	콘 쑤언	명	정원사
คนเหมาะสมที่สุด	콘 머쏨 티쑷	명	적임자
คนเห็นแก่ตัว	콘 헨 깨 뚜어	명	얌체, 이기적인 사람
คนให้เช่า	콘 하이 차오	명	임대인
ค้น	콘	동	찾다, 탐색하다
ค้นหา	콘 하	동	찾다, 탐색하다
คบ	콥	동	데이트를 하다, ~와 교제하다, 사귀다
คบหา	콥 하	동	사귀다, 교제하다
คม	콤	동	날카롭다, 예리하다

คมนาคม	카마나콤	명	통신
ครก	크록	명	절구, 분쇄기
ครบรอบ	크롭 럽	동	완전하다, 완벽하다
ครวญคราง	크루언 크랑	동	신음소리를 내다, 애통하다
ครอบครัว	크럽 크루어	명	가족, 가정
ครอบครัวขนาดเล็ก ๆ	크럽 크루어 카낫 렉렉	명	핵가족
ครั้ง	크랑	명	~번, ~회
ครั้งแรก	크랑 랙		처음
ครั้งสุดท้าย	크랑 쏫 타이	명	최종
ครับ	크랍		문장의 끝에 사용하는 공손어(남성용)
คราบ	크랍	명	자국, 흔적
คราบกาแฟ	크랍 까패	명	커피 자국
คราบหินปูน	크랍 힌 뿐	명	치석
คราบอาหาร	크랍 아한	명	음식물 자국
คราวหน้า	크라우 나	명	다음 번
ครึ่ง	크릉	명	반(절반)
ครึ่งปีหลัง	크릉 삐 랑	명	하반기
ครึ่งหนึ่ง	크릉 능	명	반(절반)
ครีม	크림	명	크림
ครีมนวด	크림 누엇	명	마사지 크림

ครอบครัว 가족

ปู่ 뿌 할아버지
ตา 따 외할아버지
ย่า 야 할머니
ยาย 야이 외할머니
พ่อ 퍼 아버지
แม่ 매 어머니
ลุง 룽 아저씨
ป้า 빠 아주머니
พี่ชาย 피 차이 형, 오빠
พี่สาว 피 싸우 누나, 언니
ลูกชาย 룩 차이 아들
ลูกสาว 룩 싸우 딸
น้องชาย 넝 차이 남동생
น้องสาว 넝 싸우 여동생
พ่อตา 퍼 따 장인
แม่ยาย 매 야이 장모

ครีมนวดผม	크̄림 누̂엇 폼̌	명	린스
ครีมบำรุง	크̄림 밤̄룽̄	명	영양 크림
ครีมสด	크̄림 쏫̀	명	생크림
ครู	크̄루	명	선생님, 교사
ครูที่ปรึกษา	크̄루 티̂ 쁘̀륵싸̌	명	상담 교사
ครูประจำชั้น	크̄루 쁘̀라짬̄ 찬́	명	담임교사
ครูสอนพิเศษ	크̄루 썬̌ 피́쎗̀	명	강사
ครูใหญ่	크̄루 야̀이	명	교장
เครือ	크̄르어	명	넝쿨, 덩굴
คลอด	클럿̂	동	낳다, 출산하다
คลัทช์	클랏́	명	클러치
คลาน	클란̄	동	기다, 기어가다
คล้าย	클라́이	동	비슷하다, 닮다, 유사하다
คล้ายคลึง	클라́이 클릉̄	동	비슷하다, 유사하다, 흡사하다
คลินิก	클리́닉̀	명	클리닉, 의원
คลิป	클립́	명	클립
คลิปหนีบกระดาษ	클립́ 닙̀ 끄̀라닷̀	명	클립
คลื่น	클른̂	명	파도
คลื่นไส้	클른̂ 싸̂이	동	구역질 나다, 메스껍다
คลุก	클룩́	동	섞다, 혼합하다
คลุมถุงชน	클룸̄통̌촌̄	동	중매 결혼하다

ควบคุม	쿠업 쿰	동	관할하다, 통제하다, 관리하다, 감독하다
ควร	쿠언		~해야 하다, ~하는 것이 좋다
ควัน	콴	명	연기, 증기
ความ	쾀	명	의미, 본질, 요지, 중요성
ความกตัญญู	쾀 까딴유	명	효(孝)
ความกล้าหาญ	쾀 끌라한	명	용기
ความกลัว	쾀 끌루어	명	공포, 두려움
ความกว้าง	쾀 꽝	명	넓이, 폭, 너비
ความกังวล	쾀 깡원	명	근심, 걱정
ความขลาด	쾀 클랏	명	겁(소심)
ความขัดแย้ง	쾀 캇얭	명	갈등
ความคิด	쾀 킷	명	생각
ความคิดเห็น	쾀 킷헨	명	의견, 견해
ความงาม	쾀 응암	명	미(美), 아름다움, 뷰티
ความเงา	쾀 응아오	명	그림자, 광(光)
ความจงรักภักดี	쾀 쫑락 팍디	명	충성
ความจริง	쾀 찡	명	사실, 진실
ความจริงใจ	쾀 찡 짜이	명	진심, 정직, 솔직
ความจำเสื่อม	쾀 짬 쓰엄	명	치매
ความจุ	쾀 쭈	명	용량
ความฉลาด	쾀 찰랏	명	지능, 지적 능력

ความช่วยเหลือ	쾀 추̂어이 르̌어	명	도움
ความชื้น	쾀 츤́	명	습도, 습기
ความชั่ว	쾀 추̂어	명	악(惡)
ความเชื่อมั่น	쾀 츠̂어 만̂	명	신념
ความโชคดี	쾀 촉̂디	명	행운
ความถนัด	쾀 타̀낫̀	명	적성
ความดันโลหิต	쾀 단 로힛̀	명	혈압
ความดันโลหิตต่ำ	쾀 단 로힛̀ 땀̀	명	저혈압
ความดันโลหิตสูง	쾀 단 로힛̀ 쑹̌	명	고혈압
ความดี	쾀 디	명	선(善), 선함, 선행, 착함, 덕(德)
ความเด็ดเดี่ยว	쾀 뎃̀ 디여̀우	명	결단
ความตั้งใจ	쾀 땅̂ 짜이	명	결심
ความตาย	쾀 따이	명	죽음
ความทรงจำ	쾀 쏭 짬	명	추억
ความน่าเชื่อถือ	쾀 나̂ 츠̂어 트	명	신뢰, 신뢰성, 신뢰도
ความนิยม	쾀 니́욤	명	인기
ความประทับใจ	쾀 쁘̀라탑́ 짜이	명	감명
ความปรารถนา	쾀 쁘랏̀타̀나̌	명	소원(所願)
ความเป็นจริง	쾀 뻰 찡	명	사실, 현실, 진실
ความเป็นไปได้	쾀 뻰 빠이 다̂이	명	가능성
ความเป็นไทย	쾀 뻰 타이	명	태국적인 것

ความเป็นอยู่	콤 뻰 유	명	생활, 삶
ความผิด	콤 핏	명	실수, 잘못, 오류
ความฝัน	콤 퐌	명	꿈
ความพยายาม	콤 파야얌	명	노력
ความพึงพอใจส่วนตัว	콤 픙 퍼 짜이 쑤언 뚜어	명	자기만족
ความไม่ระวัง	콤 마이 라왕	명	부주의
ความไม่สบาย	콤 마이 싸바이	명	질환
ความไม่เสียแรงเปล่า	콤 마이 씨아 랭 쁠라오	명	보람
ความยาว	콤 야우	명	길이
ความยินดี	콤 인디	명	기쁨, 축하
ความร้อน	콤 런	명	더위, 열
ความรัก	콤 락	명	사랑
ความรับ	콤 랍	명	비밀
ความรับผิดชอบ	콤 랍핏첩	명	책임
ความรำคาญ	콤 람칸	명	짜증
ความรู้	콤 루	명	지식
ความรู้สึก	콤 루쓱	명	느낌, 감각

ขาข้างขวาไม่มีความรู้สึก
카 캉콰 마이 미 콤 루쓱
오른쪽 다리에 감각이 없어요.

ความรู้สึกเชื่อมโยง	콤 루쓱 츠엄 용	명	유대감

ความรู้สึกทางใจ	쾀 루쓱 탕 짜이	명	**정서(情緖)**
ความเร็ว	쾀 레우	명	**속도**

ช่วยลดความเร็วลงหน่อย
추어이 롯 쾀 레우 롱 너이
속도를 좀 줄여 주세요.

ความเร็วสูงสุด	쾀 레우 쑹쑷	명	**최고 속도**
ความเร็วอินเทอร์เน็ต	쾀 레우 인터넷	명	**인터넷 속도**
ความโลภ	쾀 롭	명	**욕심, 탐욕**
ความสนใจ	쾀 쏜 짜이	명	**관심**
ความสนุกสนาน	쾀 싸눅 싸난	명	**재미**
ความสัมพันธ์	쾀 쌈판	명	**관계**
ความสามารถ	쾀 싸맛	명	**능력, 두각**
ความสามารถในการร้องเพลง	쾀 싸맛 나이 깐 렁 플렝	명	**가창력**
ความสำเร็จ	쾀 쌈렛	명	**성공, 달성, 완수**
ความสุข	쾀 쑥	명	**행복**

ขอให้มีความสุขเสมอ
커 하이 미 쾀쑥 싸머
항상 행복하기 바랍니다.

ความสุขุม	쾀 쑤쿰	명	**이성, 신중**
ความสูง	쾀 쑹	명	**키, 높이**
ความเสี่ยง	쾀 씨앙	명	**위험성**
ความหนา	쾀 나	명	**두께**

ความหนาว	콤 나̌우	명	추위
ความหมาย	콤 마̌이	명	의미
ความหวัง	콤 왕̌	명	희망
ความเห็น	콤 헨̌	명	의견, 견해, 관점
ความแห้งแล้ง	콤 행̂랭́	명	가뭄
ความอบอุ่น	콤 옵̀운̀	명	온기, 따뜻함
ควาย	콰̄이	명	물소, 버팔로
คอ	커̄	명	목
คอหอย	커̄ 허̌이	명	인두, 인후
คออักเสบ	커̄ 악̀쎕̀	명	인후염
ค้อน	컨́	명	망치
คอนกรีต	컨̄끄릿̀	명	콘크리트
ค่อนข้าง	컨̂ 캉̂		비교적
คอนโด	컨̄도̄	명	콘도
คอนโดมิเนียม	컨̄도̄미́니̄얌	명	콘도미니엄, 아파트
คอนแทคเลนส์	컨̄택̂렌	명	콘택트렌즈
	มาตัดคอนแทคเลนส์ 마̄ 땃̀ 컨̄택̂렌 콘택트렌즈를 맞추러 왔어요.		
คอนเสิร์ต	컨̄썻̀	명	콘서트
คอมพิวเตอร์	컴̄피̄우̄떠	명	컴퓨터
คอมเม้นท์	컴̄멘́	명	댓글

คอย	커̄이	동	기다리다
ค่อย	커̂이		서서히, 드물게, 거의~
ค่อย ๆ	커̂이 커̂이		점진적으로
คะ	카́		문장의 끝에 사용하는 여성의 경어 조사(의문문이나 권유를 나타낼 때 사용)
ค่ะ	카̂		문장의 끝에 사용하는 여성의 경어 조사(평서문에 사용)
คะแนน	카́낸̄	명	점수, 득점, 포인트
คัด	캇́	동	베끼다, 뽑다, 막히다

คัดจมูก
캇́ 짜̀묵́
코가 막혔어.

คัดค้าน	캇́ 칸́	동	반대하다
คัน	칸̄	동	가렵다, 근지럽다/(차) 대

รถสองคัน
롯́ 썽̆ 칸̄
차 2대

คันนา	칸̄ 나̄	명	논두렁
คันปาก	칸̄ 빡̀	동	입이 근질근질하다
คั้น	칸́	동	짜내다, 압착하다
คับ	캅́	동	타이트하다
ค่าเข้าชม	카̂ 카̂오 촘̄	명	입장료
ค่าครองชีพ	카̂ 크렁̄ 칩̂	명	생활비, 물가

ค่าจอดรถ	카̂ 쩟̀ 롯́	명	주차 요금
	ค่าจอดรถคิดยังไง 카̂쩟̀롯́ 킷́ 양 응아이 주차 요금은 어떻게 계산해요?		
ค่าจ้าง	카̂ 짱̂	명	임금
ค่าจ้างรายชั่วโมง	카̂ 짱̂ 라̄이 추̂어몽̄	명	시급
ค่าเช่าเดือนละ	카̂ 차̂오 드̄언 라́	명	월세
ค่าใช้จ่าย	카̂ 차́이 짜̀이	명	경비, 비용
ค่าใช้จ่ายเบ็ดเตล็ด	카̂ 차́이 짜̀이 벳̀딸̀렛̀	명	잡비
ค่าซ่อม	카̂ 썸̂	명	수리비
ค่าซัก	카̂ 싹́	명	세탁비
ค่าโดยสาร	카̂ 도̄이싼̌	명	차비, 교통비
ค่าตอบแทน	카̂ 떱̀탠̄	명	보수, 사례
ค่าทางด่วน	카̂ 탕̄ 두̀언	명	고속도로 통행료
ค่าที่พักในโรงแรม	카̂티̂팍́ 나̄이 롱̄램̄	명	호텔 숙박비
ค่าธรรมเนียม	카̂ 탐̄니̄얌	명	수수료
ค่าธรรมเนียมส่งเงิน	카̂ 탐̄니̄얌 쏭̀ 응̄은ㅓ	명	송금 수수료
ค่าน้ำ	카̂ 남́	명	수도료
ค่าน้ำมัน	카̂ 남́만̄	명	기름값
ค่าบริการ	카̂ 버̄리́깐̄	명	서비스 요금
ค่าประกันสุขภาพ	카̂ 쁘̀라깐̄ 쑥̀카̀팝̂	명	의료보험료

ค่าปรับ	카 쁘랍	명	벌금
ค่าปลอบขวัญ	카 쁠럽 콴	명	위자료
ค่าไฟ	카 퐈이	명	전기료, 전기세
ค่าไฟฟ้า	카 퐈이 퐈	명	전기세, 전기료
ค่ารายปี	카 라이 삐	명	연회비
ค่าแรงงาน	카 랭 응안	명	임금, 노임
ค่าเสียหาย	카 씨야 하이	명	손해액
ค่าหน่วยกิต	카 누어이낏	명	학비, 수업료, 등록금
คาง	캉	명	턱
ค้าง	캉	동	남아 있다, 완료되지 않다
คาด	캇	동	예상하다, 기대하다, 예측하다, (허리띠, 벨트) 매다, 묶다
คาดหวัง	캇 왕	동	기대하다
ค่ายทหาร	카이 타한	명	군 캠프, 군영, 군주둔지, 병영
คาว	카우	동	비린내 나다
คำ	캄	명	낱말
คำกล่าวทักทาย	캄 끌라우 탁타이	명	인사말
คำขอโทษ	캄 커톳	명	변명, 사과 말
คำตอบ	캄 떱	명	대답
คำตัดสิน	캄 땃씬	명	판결

คำถาม	캄 탐	명	질문
คำปรึกษา	캄 쁘륵싸	명	카운셀링, 조언
คำพังเพย	캄 팡프ㅓ이	명	격언
คำพิพากษา	캄 피팍싸	명	판결
คำศัพท์	캄 쌉	명	단어
ค่ำ	캄	명	저녁, 밤, 야간
ค้ำประกัน	캄 쁘라깐	명	담보
คิด	킷	동	생각하다, 계산하다
คิดดู	킷 두	동	생각해 보다
คิดถึง	킷틍	동	보고 싶다, 그립다
	ฉันคิดถึงบ้านมาก 찬 킷틍 반 막 집 생각이 많이 나요.		
คิวบา	키우 바	명	쿠바
คิ้ว	키우	명	눈썹
คีม	킴	명	펜치, 집게
คืน	큰	명 동	밤 반환하다, 돌려주다
	อยากจะคืนตั๋ว 약 짜 큰 뚜어 티켓을 환불하고 싶어요.		
คืนเงิน	큰 응은ㅓ	동	환불하다
คืนนี้	큰 니		오늘 밤
คืนรถ	큰 롯	동	차를 반납하다

คืนสินค้า	큰 씬카	[동]	반품하다
คือ	크	[동]	~이다, 즉 ~이다
คุกเข่า	쿡 카오	[동]	무릎을 꿇다
คุณ	쿤		당신, ~씨
คุณตา	쿤 따	[명]	외할아버지
คุณปู่	쿤 뿌	[명]	할아버지
คุณพ่อ	쿤 퍼	[명]	아버지
คุณพ่อคุณแม่	쿤 퍼 쿤 매	[명]	부모
คุณภาพ	쿤나팝	[명]	품질, 성능 สินค้านี้คุณภาพดี 씬카 니 쿤나팝 디 이 제품은 성능이 좋아요.
คุณแม่	쿤 매	[명]	어머니
คุณย่า	쿤 야	[명]	할머니
คุณยาย	쿤 야이	[명]	외할머니
คุณสมบัติ	쿤나쏨밧	[명]	자격
คุณหมอ	쿤 머	[명]	의사 선생님
คุ้น	쿤	[동]	익숙하다, 친숙하다
คุ้นเคย	쿤 크ㅓ이	[동]	친밀하다, 친숙하다, 익숙하다
คู่	쿠		짝, 쌍, 켤레
คุย	쿠이	[동]	이야기하다
คูปอง	쿠뻥	[명]	쿠폰

คู่	쿠	명	결레, 쌍(사람이나 물건의 짝)
คู่แข่ง	쿠 캥	명	경쟁자
	คู่แข่งเยอะเหรอ 쿠캥 여 르ㅓ 경쟁자가 많았어?		
คู่ครอง	쿠 크렁	명	배우자
คู่มือ	쿠 므	명	설명서
คู่สามีภรรยาที่ทำงานแค่คนเดียว	쿠 싸미 판라야 티 탐 응안 캐 콘 디여우	명	외벌이부부
เค็ม	켐	동	(맛이)짜다
เคมี	케미	명	화학
เคย	크ㅓ이		~한 적이 있다(경험을 나타내는 조동사)
เคยชิน	크ㅓ이 친	동	익숙하다
เคสโทรศัพท์	켓 토라쌉	명	전화 케이스
เครียด	크리얏	동	긴장하다, 스트레스 받다, 불안하다
เครือข่าย	크르어 카이	명	네트워크, 망
เครื่อง	크르엉		(기계) 대
	ทีวี สองเครื่อง 티위 썽 크르엉 TV 2대		
เครื่องจักร	크르엉 짝	명	기계
เครื่องชั่ง	크르엉 창	명	저울

เครื่องซักผ้า	크르엉 싹파	명	세탁기
เครื่องดนตรี	크르엉 돈뜨리	명	악기
เครื่องดื่ม	크르엉 듬	명	음료수
เครื่องดื่มชูกำลัง	크르엉 듬 추 깜랑	명	에너지 드링크
เครื่องดูดฝุ่น	크르엉 둣푼	명	진공청소기
เครื่องถ่ายเอกสาร	크르엉 타이 엑까싼	명	복사기
เครื่องไถนา	크르엉 타이나	명	쟁기
เครื่องทำน้ำอุ่น	크르엉 탐 남 운	명	온수기
เครื่องโทรศัพท์	크르엉 토라쌉	명	전화기
เครื่องนวดข้าว	크르엉 누엇 카우	명	탈곡기
เครื่องบิน	크르엉 빈	명	비행기
เครื่องปรับอากาศ	크르엉 쁘랍 아깟	명	에어컨
เครื่องปรับอากาศทำงาน	크르엉 쁘랍 아깟 탐 응안	명	냉방 중
เครื่องปรุงรส	크르엉 쁘룽 롯	명	양념
เครื่องพ่น	크르엉 폰	명	분무기
เครื่องพิมพ์	크르엉 핌	명	프린터
เครื่องพิมพ์อเนกประสงค์	크르엉 핌 아넥 쁘라쏭	명	복합기
เครื่องไฟฟ้า	크르엉 파이 퐈	명	전기용품
เครื่องภายในประเทศ	크르엉 파이 나이 쁘라텟	명	국내선

เครื่องมือ	크르엉 므	[명]	기구, 공구, 도구, 장치
เครื่องมือในการผลิต	크르엉 므 나이 깐 팔릿	[명]	생산 설비
เครื่องยนต์	크르엉 욘	[명]	엔진, 모터
เครื่องเย็บกระดาษ	크르엉 옙 끄라닷	[명]	스테이플러
เครื่องเล่น	크르엉 렌	[명]	놀이기구
เครื่องสำอาง	크르엉 쌈앙	[명]	화장품
เครื่องหมาย	크르엉 마이	[명]	표시
เครื่องเหลาดินสอ	크르엉 라오 딘써	[명]	연필깎이
เครื่องเอทีเอ็ม	크르엉 에티엠	[명]	현금 인출기
เคลื่อนไหว	클르언 와이	[동]	이동하다, 움직이다

รถเคลื่อนไหวออกไปทีละเล็กทีละน้อย
롯 클르언 와이 억 빠이 티라 렉 티라 너이
차들이 조금씩 움직여요.

เคาน์เตอร์ต่อเครื่อง	카오뜨ㅓ 떠 크르엉	[명]	환승 카운터
เคารพ	카오 롭	[동]	존경하다
เคาะ	커	[동]	두드리다, 노크하다
เคียว	키여우	[명]	낫
เคี้ยว	키여우	[동]	씹다
แคะ	캐	[동]	후비다, 파다
แคะขี้มูก	캐 키묵	[동]	코를 파다

แค่ 캐 — 단지, 뿐

ใช้แค่วันเดียว
차이 캐 완 디여우
하루만 사용하세요.

แคตตาล็อก 캣딸럭 [명] 카탈로그

แคตตาล็อกสินค้า 캣딸럭 씬카 [명] 상품 카탈로그

แคนาดา 캐나다 [명] 캐나다

แคบ 캡 [형] 좁다, 협소하다

ห้องแคบอยู่ลำบาก
헝 캡 유 람박
좁은 방에서는 지내기 어려워요.

แครอท 캐럿 [명] 당근

โค้ง 콩 [동] 굽다, 구부리다

ขับรถทางโค้งยาก
캅 롯 탕 콩 약
굽은 길을 운전하는 것은 어려워요.

โคมไฟฟ้า 콤 파이퐈 [명] 전등

โครงการ 크롱 깐 [명] 계획, 기획, 프로젝트

โคลน 클론 [명] 진흙

ใคร 크라이 — 누구

ฆ

ฆ้องเล็ก	컹́ 렉́	명	꽹과리
ฆ้องใหญ่	컹́ 야̀이	명	징
ฆ่า	카̂	동	죽이다
โฆษก	코̄쏙̀	명	대변인
โฆษณา	콧̂싸̀나̄	명	광고

ง

งง	응옹	동	당혹스러워하다, 혼란스러워하다 .
งดงาม	응옷 응암	동	아름답다
งบประมาณ	응옵 쁘라만	명	예산
ง่วง	응우엉	동	졸리다
ง่วงนอน	응우엉 넌	동	졸리다, 졸음이 오다
งอก	응억	동	발아하다, 싹이 나다
งอกเงย	응억 응으ㅓ이	동	증가하다, 늘다
งัด	응앗	동	비집어 열다, 억지로 열다
	มีร่องรอยงัดประตู 미 렁러이 응앗 쁘라뚜 문을 비집어 연 흔적이 있어요.		
งั้น	응안		그러면
งา	응아	명	깨
งาน	응안	명	일, 축제, 의식, 행사
งานแจกลายเซ็น	응안 짹 라이쎈	명	팬 사인회
งานฉลอง	응안 찰렁	명	잔치
งานแต่งงาน	응안 땡응안	명	결혼식
งานเบ็ดเตล็ด	응안 벳딸렛	명	잡무
งานประจำเดือน	응안 쁘라짬 드언	명	생리

งานวันเกิด	응안 완끗ㅓ	명	생일 파티
งานศพ	응안 쏩	명	장례
งานอดิเรก	응안 아디렉	명	취미
งาม	응암	형	아름답다
	ดอกไม้บานสวยงาม 덕 마이 반 쑤어이 응암 꽃이 아름답게 피었다.		
ง่าย	응아이	동	쉽다, 간단하다, 단순하다
งีบหลับ	응입 랍	동	선잠 자다, 잠깐 졸다, 눈 붙이다
งี่เง่า	응이 응아오	동	어리석다
งู	응우	명	뱀
เงา	응아오	명	그림자, 음지, 그늘
เงาะ	응어	명	람부탄(과일)
เงิน	응은ㅓ	명	돈, 금전, 은
เงินเกาหลี	응은ㅓ 까올리	명	한국 돈(한화)
เงินชดเชย	응은ㅓ 촛츠ㅓ이	명	보상금
เงินดอลล่าร์	응은ㅓ 던라	명	달러
เงินเดือน	응은ㅓ 드언	명	월급, 급여
เงินบำนาญ	응은ㅓ 밤난	명	연금
เงินบำเหน็จ	응은ㅓ 밤넷	명	퇴직금
เงินฝาก	응은ㅓ 퐉	명	예금
เงินฝากประจำ	응은ㅓ 퐉 쁘라짬	명	정기예금

ง

เงินฝากออมทรัพย์	응은ㅓ 퐉 엄쌉	명	저축
เงินเฟ้อ	응은ㅓ 풔	명	인플레이션
เงินมัดจำ	응은ㅓ 맛짬	명	보증금, 계약금
เงินล่วงเวลา	응은ㅓ 루엉 웰라	명	초과 근무 수당
เงินวอน	응은ㅓ 원	명	원화
เงินสด	응은ㅓ 솟	명	현금
เงียบ	응이얍	동	고요하다, 조용하다, 침묵을 지키다
เงียบสงบ	응이얍 싸응옵	형	조용하다, 평화롭다, 잔잔하다, 한적하다
เงื่อนไข	응으언 카이	명	조건
โง่	응오	동	어리석다
ไง	응아이		어떻게

จ

태국어	발음	품사	뜻
จด	쫏	동	기재하다, 적다, 필기하다
จดจำ	쫏 짬	동	기억하다
จดจ่อ	쫏 쩌	동	집중하다, 전념하다, 몰두하다 เราต้องจดจ่อกับงานที่ทำ 라오 떵 쫏쩌 깝 응안 티 탐 우리는 하는 일에 집중해야 해요.
จดหมาย	쫏 마이	명	편지
จน	쫀	동	가난하다, 빈곤하다/~까지 เราดูทีวีจนดึก 라오 두 티위 쫀 득 우리는 밤늦게까지 TV를 봤다.
จนกว่า	쫀 꽈		까지, ~하는 한
จนได้	쫀 다이		마침내, 결국
จนถึง	쫀 틍		~까지
จบ	쫍	동	완료하다, 끝마치다, 종결되다
จมูก	짜묵	명	코
จราจร	짜라쩐	명	교통
จระเข้	짜라케	명	악어
จริง	찡	형	진짜의/진짜로
จริงๆ	찡찡		진짜로, 정말로

จวน	쭈̄언		거의
จอภาพ	쩌̄ 팝̂	명	스크린
จอภาพผลึกเหลว	쩌̄ 팝̂ 팔̀륵̀ 레̌우	명	LCD
จอง	쩡̄	동	예약하다
	จะจองตั๋วเครื่องบิน 짜 쩡 뚜̌어 크̂르엉 빈̄ 비행기 표를 예약하려고요.		
จ้อง	쩡̂	동	빤히 쳐다보다, 응시하다, 바라보다
จอด	쩟̀	동	주차하다
	จอดฟรี 쩟 프̄리 주차 요금은 무료예요.		
จะ	짜̀		~일 것이다
จะงอยปาก	짜̀응̄어이 빡̀	명	부리
จักจั่น	짝̀까̀짠̀	명	매미
จั๊กจี้	짝́까̀찌̂	동	간지럼을 태우다, 간질이다, 간지럽다
จักรยาน	짝̀끄̀라̄얀	명	자전거
จักษุแพทย์	짝̀쑤̀ 팻̂	명	안과 의사
จัง	짱̄		아주, 정말(구어체)
จังหวะ	짱̄와̀	명	박자
จังหวัด	짱̄왓̀	명	도(행정구역)
จัด	짯̀	동	마련하다, 정리하다, 꾸미다, (맛이) 강하다/극도로, 매우, 지극히

อากาศหนาวจัด
아깟 나우 짯
날씨가 너무 춥다.

จัดการ	짯 깐	[동]	처리하다
จัดตั้ง	짯 땅	[동]	설치하다, 설립하다, 건립하다, 조성하다

ครูได้จัดตั้งกองทุนสำหรับเด็กพิการ
크루 다이 짯땅 껑툰 쌈랍 덱 피깐
선생님은 장애 어린이를 위한 기금을 조성했다.

จัดส่งให้	짯 쏭 하이	[동]	배송하다
จัดแสดง	짯 싸댕	[동]	전시하다
จับ	짭	[동]	잡다, 만지다
จับความ	짭 쾀	[동]	대의를 파악하다, 이해하다
จับปลา	짭 쁠라	[동]	낚시하다
จับผิด	짭 핏	[동]	트집 잡다

ทำไมเธอต้องมาจับผิดฉันอยู่
탐 마이 트ㅓ 떵 마 짭핏 찬 유
너는 왜 나한테 트집이니?

จับมือ	짭 므	[동]	손을 맞잡다, 손을 쥐다
จาก	짝		~로부터
จ้าง	짱	[동]	고용하다
จาน	짠	[명]	접시
จานเดียว	짠 디여우	[명]	한 접시 음식
จาม	짬	[동]	재채기하다

ก ข ค ฆ ง จ ฉ ช ซ ญ ฐ ด

จ่าย	짜이	동	지불하다, 돈 내다
	อย่าจ่ายเงินให้ฟุ่มเฟือย 야 짜이 응언 하이 훔 프어이 돈을 헤프게 쓰지 마라.		
จ่ายตลาด	짜이 딸랏	동	시장에 가다, 장을 보러 가다
	คุณแม่ไปจ่ายตลาด 쿤매 빠이 짜이 딸랏 어머니는 시장에 갔어요.		
จ่ายหนี้	짜이 니	동	빚을 갚다
จำ	짬	동	기억하다
จำนวน	짬누언	명	수(數)
จำนวนผู้เข้าชม	짬누언 푸 카오 촘	명	조회수
จำนอง	짬넝	동	저당하다, 저당잡히다
จำเป็น	짬 뻰	동	필요하다
จำเป็นต้อง	짬 뻰 떵	동	필수적이다
จำเลย	짬 르ㅓ이	명	피고
จำหน่าย	짬나이	동	팔다
จิตใจ	찟 짜이	명	마음, 정신
จิตใจเมตตากรุณา	찟 짜이 멧따 까루나	명	동정심
จิตแพทย์	찟따팻	명	정신과 의사
จิตรกร	찟뜨라껀	명	화가
จิตรกรรม	찟뜨라깜	명	미술
จิ้ม	찜	동	살짝 담그다, 적시다

จีน	찐	명	중국
จึง	쯩		그래서
	เพื่อนไม่มาจึงไปคนเดียว 프언 마이 마 쯩 빠이 콘 디여우 친구가 오지 않아서 혼자 갔어요.		
จืด	쯧	동	싱겁다, 심심하다
จุด	쭛	명	점(點)
จุดแข็ง	쭛 캥	명	장점, 이점
จุดถ่ายรูป	쭛 타이 룹	명	사진을 찍는 곳
จุดที่เราเห็นตรงกันละกัน	쭛 티 라오 헨 뜨롱 깐 라 깐	명	타협점
จุดบอด	쭛 벗	명	맹점, 약점
จุดพักรถ	쭛 팍 롯	명	휴게소
จุดไฟ	쭛 퐈이	동	불을 붙이다
จุดหมายปลายทาง	쭛 마이 쁠라이 탕	명	목적지
จุดอ่อน	쭛 언	명	약점
จุลินทรีย์ในนม	쭐린씨 나이 놈	명	유산균
จู่ ๆ	쭈쭈		갑자기
	จู่ ๆ ลูกป่วย 쭈쭈 룩 뿌어이 갑자기 아이가 아파요.		
จูบ	쭙	동	키스하다
เจ๊ง	쩽	동	파산하다
เจ็ด	쩻	명	일곱, 7

จ

เจ็ดสิบ	쩻 씹	명	일흔, 70
เจดีย์	쩨디	명	탑
เจตนาร้าย	쩻따나 라이	동	악의, 고의
เจ็บ	쩹	동	아프다
	เจ็บคอ 쩹 커 목이 아파요.		
เจ็บท้องคลอด	쩹 텅 클럿	동	출산 통증을 느끼다
เจ็บป่วย	쩹 뿌어이	동	아프다
เจรจา	쩬라짜	동	협상하다, 합의하다
เจริญ	짜른ㅓ	동	발전하다, 발달하다, 성장하다
เจอ	쯔ㅓ	동	만나다, (우연히) 찾다
	ฉันไม่อยากเจอกับคนนั้น 찬 마이 약 쯔ㅓ 깝 콘 난 나는 그 사람을 만나고 싶지 않다.		
เจ้าของ	짜오 컹	명	주인
เจ้าของกิจการแฟรนไชส์	짜오 컹 낏짜깐 프랜차이	명	가맹점주
เจ้าของบ้าน	짜오 컹 반	명	집주인
เจ้าของร้านแฟรนไชส์	짜오 컹 란 프랜차이	명	가맹점주
เจ้าชู้	짜오 추	동	외도를 하다, 바람을 피다, 추파를 던지다
เจ้าบ่าว	짜오 바우	명	신랑

เจ้าภาพ	짜̂오 팝̂	명	주최자
เจ้าสาว	짜̂오 싸̌우	명	신부
เจ้าหน้าที่	짜̂오 나̂티̂	명	직원, 담당자
เจ้าหน้าที่ที่รับผิดชอบ	짜̂오 나̂티̂ 티̂ 랍́핏̀첩̂	명	책임자, 담당자
เจาะ	쩌̀	동	뚫다, 채취하다
	ต้องเจาะเลือดตรวจก่อน 떵̂ 쩌̀ 르̂엇 뜨̀루엇 꺼̀ㄴ 우선 혈액검사를 해야 해요.		
แจก	쨱̀	동	나누어 주다, 배부하다
แจกจ่าย	쨱̀ 짜̀이	동	나누다, 분배하다
แจ็กเก็ตยีนส์	쨱껫̀ 인̄	명	청재킷
แจ้ง	쨍̂	동	통보하다, 신고하다
แจ้งความ	쨍̂ 쾀̄	동	알리다, 신고하다, 보도하다
แจ่มใส	쨈̀ 싸̌이	동	맑다
	ท้องฟ้าแจ่มใส 텅́ 퐈́ 쨈̀ 싸̌이 하늘이 맑다.		
ใจ	짜̄이	명	마음
ใจกว้าง	짜̄이 꽝̂	동	마음이 넓다
ใจง่าย	짜̄이 응아̂이	동	마음이 헤프다
ใจดำ	짜̄이 담̄	동	잔인하다, 인정 없다, 매정하다

ใจดี	짜̄이 디̄	동	**착하다, 친절하다**
			เขาเป็นคนใจดีกับเด็ก ๆ 카̌오 뻰 콘 짜̄이 디̄ 깝 덱̀덱̀ 그는 아이들에게 친절한 사람이다.
ใจเต้น	짜̄이 뗀̂	동	**가슴이 설레다, 흥분하다, 들뜨다**
ใจเต้นแรง	짜̄이 뗀̂ 랭̄	동	**가슴이 방망이질하다**

ฉ

ฉก	촉	동	강탈하다, 빼내다
ฉบับ	차밥	명	판본, 호(발행/발행 문서, 편지, 신문을 셀 때 쓰는 수량사)
ฉลอง	찰렁	동	기념하다, 경축하다
ฉลาด	찰랏	동	영리하다, 똑똑하다
ฉะนั้น	차난		그러므로
ฉัน	찬		나(1인칭, 남녀 모두 사용)
ฉาย	차이	동 / 명	비추다, 투사하다/ 그림자, 음영
ฉีก	칙	동	찢다
	ฉีกซองไปแล้ว 칙 썽 빠이 래우 이미 봉투를 뜯었어요.		
ฉีด	칫	동	분사하다
ฉีดยา	칫 야	동	주사를 맞다
ฉีดสเปรย์	칫 싸쁘레	동	스프레이 뿌리다
ฉุกเฉิน	축츤ㅓ	형	비상의, 위급한, 급박한
เฉพาะ	차퍼		특히, 특별히
เฉลี่ย	찰리야	동	평균이다

ก ข ค ฆ ง จ ฉ ช ซ ญ ฐ ด

เฉี่ยว

치여우 동 **(차가) 스쳐 지나가다**

มันเป็นอุบัติเหตุแค่เฉี่ยว

만 뻰 우밧띠헷 캐 치여우

접촉 사고예요.

ช

ชก	촉	동	치다
ชดเชย	촛 츠ㅓ이	동	보상하다
ชน	촌	동	충돌하다, 부딪치다
	รถชนกันอย่างรุนแรง 롯 촌 깐 양 룬랭 자동차가 서로 세게 충돌했어요.		
ชนชั้นรายได้ต่ำ	촌 찬 라이 다이 땀	명	저소득층
ชนชั้น	촌 찬	명	계급, 계층
ชนบท	촌나봇	명	시골
ชนะ	차나	동	이기다, 승리하다
ชนะคะแนนรวม	차나 카낸 루엄	명	종합 우승
ชนิด	차닛	명	종류
ชม	촘	동	칭찬하다, 구경하다, 관람하다
	เรากำลังชมนิทรรศการ 라오 깜랑 촘 니탓싸깐 우리는 전시회를 관람하고 있어요.		
ชมเชย	촘 츠ㅓ이	동	칭찬하다
ชมพู่	촘푸	명	로즈 애플
ชมพู	촘푸	명	분홍
ชมรม	촘롬	명	동아리, 계, 집단, 공동체

ชรา	차라	동	나이가 많다
ช่วง	추엉	명	기간, 시기
ช่วงเช้า	추엉 차오	명	오전
ช่วงบ่าย	추엉 바이		오후 시간대
ช่วงนอกฤดูท่องเที่ยว	추엉 넉 르두 텅 티여우	명	비수기
ช่วงนี้	추엉 니		요즘, 최근 ช่วงนี้มีเรียนเยอะ 추엉 니 미 리안 여 요즘 수업이 많아요.
ช่วงระยะเวลาเพิ่มถอนรายวิชา	추엉 라야 웰라 픔ㅓ 턴 라이 위차	명	수강 변경 기간
ช่วงเวลาผีตากผ้าอ้อม	추엉 웰라 피딱 파엄	명	노을
ช่วงเวลาสั้น ๆ	추엉 웰라 싼싼	명	단기간
ชวน	추언	동	설득하다, 권유하다
ช่วย	추어이	동	돕다/ ~해 주세요 ช่วยด้วย 추어이 두어이 도와주세요.
ช่วยเหลือ	추어이 르어	동	돕다, 지원하다
ช็อก	척	명	충격, 쇼크
ช็อกโกแลต	척꼬랫	명	초콜릿
ช่อง	청	명	창구, 채널, 구멍

ช่องฟรีซ	청 퐈릿	명	냉동실
ช่องว่าง	청 왕	명	사이, 틈, 공백, 격차
ช้อน	천	명	스푼
ชอบ	첩	동	좋아하다, 즐겨 하다
ชัก	착	동	잡아 당기다
ชักโครก	착 크록	명	변기
ชักชวน	착 추언	동	권유하다
ชั่ง	창	동	무게를 달다
ชัด	찻	동	정확하다, 뚜렷하다, 분명하다
ชัดเจน	찻 쩬	동	확실하다, 분명하다
ชั้น	찬	명	층(건물의 층, 기차나 비행기 좌석의 등급)

สำนักงานอยู่ชั้นไหน
쌈낙 응안 유 찬 나이
사무실은 몇 층에 있어요?

ชั้นใต้ดิน	찬 따이 딘	명	지하
ชั้นเรียน	찬 리안	명	반(학급)
ชั่ว	추어	동	나쁘다, 형편없다
ชั่วโมง	추어 몽	명	시간
ชา	차	명 동	차(음료) 저리다, 무감각하다, 마비되다

ขาชา
카 차
다리가 저려요.

ช

ชาเขียว	차̄ 키여̌우	명	녹차
ชาเย็น	차̄ 옌̄	명	차옌(밀크티)
ชาร์จ	찻̂	동	충전하다
ช้า	차́	동	느리다, 늦다/ 천천히
ช้า ๆ	차́차́		천천히

ช่วยพูดช้า ๆ หน่อย
추어̂이 풋̂ 차́차́ 너̀이
천천히 말씀하세요.

ช่าง	창̂	명	기술자
ช่างก่อสร้าง	창̂ 꺼̀쌍̂	명	건설 노동자
ช่างก่ออิฐ	창̂ 꺼̀ 잇̀	명	벽돌공
ช่างซ่อม	창̂ 썸̂	명	수리공, 정비공
ช่างซ่อมบำรุง	창̂ 썸̂밤̄룽̄	명	정비사
ช่างซ่อมรถ	창̂ 썸̂ 롯́	명	자동차 정비공
ช่างแต่งหน้า	창̂ 땡̀나̂	명	메이크업 아티스트
ช่างทาสี	창̂ 타̄ 씨̌	명	페인트공
ช่างทำผม	창̂ 탐̄폼̌	명	미용사
ช่างเทคนิค	창̂ 텍̂닉́	명	기술자
ช่างบัดกรี	창̂ 밧̀끄리̄	명	용접공
ช่างประปา	창̂ 쁘라̀빠̄	명	배관공
ช่างภาพ	창̂ 팝̂	명	사진 작가, 사진사

ช่างไม้	창 마이	명	목수
ช่างเสริมสวย	창 쓰ㅓ 쑤어이	명	미용사
ช้าง	창	명	코끼리
ชาติ	찻	명	국가
ชาม	참	명	그릇, 대접
ชาย	차이	명	남자
ชายทะเล	차이 탈레	명	바닷가
ชายหาด	차이 핫	명	해변
ชาว	차우	명	사람
ชาวต่างประเทศ	차우 땅 쁘라텟	명	외국인
ชาวนา	차우 나	명	농부, 농민
ชาวเน็ต	차우 넷	명	네티즌, 누리꾼
ชาวประมง	차우 쁘라몽	명	어민, 어부
ชาวไร่	차우 라이	명	농부
ชำระ	참라	동	지불하다
ชิงช้า	칭차	명	그네
ชิงช้าสวรรค์	칭차 싸완	명	관람차
ชิดขวา	칫 콰	동	우측통행 (우측으로 가다)
ชิดซ้าย	칫 싸이	동	좌측통행 (좌측으로 가다)

ชิ้น	친	명	조각/ ~개(빵, 고기, 쿠키의 일부분을 셀 때)
	ขนมเค้กชิ้นนี้อร่อยมาก 카놈 켁 친 니 아러이 막 이 케이크는 정말 맛있어.		
ชิม	침	동	맛보다
ชิลี	칠리	명	칠레
ชี้	치	동	가리키다, 손가락질하다
	อย่ามาชี้หน้าฉันนะ 야 마 치 나 찬 나 제 얼굴을 가리키지 마세요.		
ชีพจร	칩파쩐	명	맥박
ชีวิต	치윗	명	삶, 인생, 목숨
ชีวิตประจำวัน	치윗 쁘라짬 완	명	일상생활
ชีส	칫	명	치즈
ชีสเค้ก	칫 켁	명	치즈 케이크
ชื่อ	츠	명 동	이름 이름이 ~이다
ชื่อจริง	츠 찡	명	본명
ชื่อเล่น	츠 렌	명	닉네임, 별명, 애칭
ชุด	춧	명	세트, ~벌(물건이나 옷 세트를 셀 때)
	สูท 3 ชุด 숫 쌈 춧 양복 세 벌		

ชุดนักเรียน	춧 낙리안	명	교복
ชุดนักศึกษา	춧 낙쓱싸	명	대학생 교복
ชุดประจำชาติเกาหลี	춧 쁘라짬찻 까올리	명	한복
ชุดสากล	춧 싸꼰	명	양복
ชุมนุม	춤눔	동	모이다

มีคนชุมนุมกันเป็นจำนวนมากที่หน้าสภา
미 콘 춤 눔 깐 뻰 짬누언 막 티 나 싸파
의회 앞에 많은 사람이 모였다.

ชุมนุมชน	춤눔 촌	명	커뮤니티, 공공시설
ชุ่ม	춤	동	물에 젖다, 적시다
เช็ค	첵	동 명	확인하다 수표
เช็คเดินทาง	첵 든ㅓ탕	명	여행자수표
เช็ด	쳇	동	닦다

ต้องเช็ดโต๊ะด้วยไหม
떵 쳇 또 두어이 마이
테이블을 닦아야 하나요?

เช่น	첸		예를 들면
เช่นกัน	첸 깐		마찬가지, 또한, 역시
เช่า	차오	동	빌리다, 임차하다
เช่ารถ	차오 롯	동	차를 빌리다
เช้า	차오	명	아침

เช้านี้	차́오 니́		오늘 아침
เช้ามืด	차́오 믓̂	명	새벽
เชิญ	츠̄ㅓ	동	초대하다, 모시다/ ~하세요
เชียร์	치̄야	동	응원하다
เชื่อ	츠̂어	동	믿다, 신뢰하다
	ฉันจะไม่เชื่อเธอ 찬̌ 짜̀ 마̂이 츠̂어 트̄ㅓ 나는 너를 믿지 않을 거야.		
เชื่อถือ	츠̂어 트̌	동	믿다
เชื่อฟัง	츠̂어 팡̄	동	순종하다, 말을 듣다
เชื่อมั่น	츠̂어 만̂	동	확신하다
เชื้อชาติ	츠́어 찻̂	명	민족
เชื้อรา	츠́어 라̄	명	곰팡이균
เชือก	츠̂억	명	띠
เชื่อม	츠̂엄	동	연결하다, 잇다, 설탕에 재다
แช่	채̂	동	담그다
แช่มือ	채̂ 므̄	동	손을 담그다
แชท	챗̂	동	채팅하다
โชค	촉̂	명	운, 운수
โชคดี	촉̂ 디̄	동	운이 좋다, 다행스럽다
	เขาโชคดีมากจริงๆ 카̌오 촉̂ 디̄ 막̂ 찡찡 그는 정말 운이 좋아.		

โชคไม่ดี	촉 마이 디	동	불운하다, 불행하다
โชคร้าย	촉 라이	형	불운하다, 불행하다
ใช่	차이		네, 응
ใช่ไหม	차이 마이		~지요? (의문사)
	นี่หมวกของคุณใช่ไหม 니 무억 컹 쿤 차이 마이 이거 당신 모자 맞지요?		
ใช้	차이	동	사용하다, 이용하다
ใช้การได้	차이 깐 다이	동	쓸모 있다, 쓸 만하다
ใช้การไม่ได้	차이 깐 마이 다이	동	쓸모 없다
ใช้ได้	차이 다이	동	쓸 만하다, 웬만하다, 괜찮다
ใช้เวลา	차이 웰라	동	시간이 걸리다, 소요되다
	ถ้าเดินไปใช้เวลา 20 นาที 타 든 빠이 차이 웰라 이씹 나티 걸어가면 20분 걸려요.		
ไชโย	차이 요		만세, 건배

ซ

| 태국어 필수 단어 |

ซ

ซน	쏜	동	장난이 심하다, 짓궂다
ซอง	썽	명	봉투, 케이스, 통, 갑
ซองจดหมาย	썽 쫏마이	명	편지봉투
ซ่อน	썬	동	숨기다, 숨다 ซ่อนมือถือไว้ที่ไหน 썬 므트 와이 티 나이 휴대폰을 어디에 숨겼어?
ซ่อนหา	썬 하	명	숨바꼭질
ซ่อม	썸	동	수리하다, 고치다, 수선하다
ซ่อมแซม	썸 쌤	동	고치다, 수리하다
ซ่อมถนน	썸 타논	동	도로를 보수하다
ซ้อม	썸	동	리허설하다, 예행연습하다, 훈련하다, 연습하다
ซอย	써이	명	골목
ซอสพริก	썻 프릭	명	고추장
ซอสรสเผ็ด	썻 롯펫	명	매운 소스
ซัก	싹	동	세탁하다
ซักน้ำ	싹 남	동	물세탁하다
ซักผ้า	싹 파	동	빨래하다

ซักแห้ง 싹 행 동 드라이 클리닝하다

ช่วยซักแห้งหน่อย
추어이 싹 행 너이
드라이클리닝 해 주세요.

ซับซ้อน 쌉 썬 동 복잡하다

ซ้าย 싸이 명 왼쪽

ซ้ายมือ 싸이 므 명 왼쪽

ซาลาเปา 싸라빠오 명 찐빵

ซ้ำ 쌈 동 반복하다

ซี่โครง 씨 크롱 명 늑골

ซี่โครงวัว 씨 크롱 우어 명 소갈비

ซี่โครงหมู 씨 크롱 무 명 돼지갈비

ซี่โครงหมูย่าง 씨 크롱 무 양 명 돼지갈비 구이

ซีด 씻 동 창백하다

ซึม 씀 동 스미다, 배다, 스며들다, 멍하다, 둔하다

น้ำมันซึมเข้าเสื้อผ้า
남만 씀 카오 쓰어 파
기름이 옷에 스며들었어요.

ซื่อ 쓰 형 정직한, 솔직한

ซื่อตรง 쓰 뜨롱 동 정직하다

เราต้องมีความซื่อตรง
라오 떵 미 쾀 쓰 뜨롱
우리는 정직해야 한다.

ซื่อสัตย์ 쓰 쌋 동 정직하다

ซื้อ	쓰	동	사다, 구입하다
ซื้อของ	쓰 컹	동	쇼핑하다
ซื้อขาย	쓰 카이	동	매매하다
ซุกินี	쑤끼니	명	애호박
ซุมชิม	쑴침	명	시식 코너
ซุป	쑵	명	수프
ซุปเปอร์มาร์เก็ต	쑵뻐마껫	명	슈퍼마켓
ซูชิ	쑤치	명	초밥
เซ็น	쎈	동	서명하다
เซ็นชื่อ	쎈 츠	동	서명하다
เซลล์ผิวที่ตายแล้ว	쎈 피우 티 따이 래우	명	각질
เซเว่น	쎄웬	명	세븐 일레븐
แซง	쌩	동	추월하다, 끼어들다
เซ็ทผม	쎗 폼	동	머리 세트 하다

ช่วยเซ็ทผมให้ด้วย
추어이 쎗 폼 하이 두어이
머리 세트 해 주세요.

ญ

ญาติ	^야̂	명	친척
ญี่ปุ่น	이̂뿐̀	명	일본

| 태국어 필수 단어 |

ฐ

ฐาน	타̌ㄴ	명	기지, 기초
ฐานะ	타̌나́	명	신분, 지위, 자격, 상태, 상황
ฐานะทางครอบครัว	타̌나́ 탕̄ 크̂럽 크̄루어	명	가정 형편

ด

ดนตรี	돈뜨리	명	음악
ดนตรีเกาหลีแบบโบราณ	돈뜨리 까올리 뱁 보란	명	국악
ดนตรีพื้นบ้านของชาวนา	돈뜨리 픈 반 컹 차우 나	명	농악
ดมกลิ่น	돔 끌린	동	냄새를 맡다
ดลใจ	돈 짜이	동	영감을 주다
ดวง	두엉	명	둥근 물체, 운명
ดวงจันทร์	두엉 짠	명	달
ดวงดาว	두엉 다우	명	별
ดวงอาทิตย์	두엉 아팃	명	태양, 해
ด่วน	두언	동	긴급하다, 시급하다
ด้วย	두어이 จ่ายด้วยบัตรก็ได้ 짜이 두어이 밧 꺼 다이 카드로 지불해도 돼요.		또한, ~도
ด้วยกัน	두어이 깐		같이, 함께
ด้วยตัวเอง	두어이 뚜어 엥		스스로
ด้วยเหตุนี้	두어이 헷 니		그래서, 그러므로, 이러한 이유로
ดอก	덕	명	(꽃)송이

ดอกบัว	덕 부어	명	연꽃
ดอกเบี้ย	덕 비야	명	이자
ดอกเบี้ยเงินกู้	덕 비야 응은ㅓ 꾸	명	대출 이자
ดอกไม้	덕 마이	명	꽃
ดอกไม้ตูม	덕 마이 뚬	명	봉오리
ดอกไม้ประจำชาติ	덕 마이 쁘라짬 찻	명	국화(國花) (나라를 상징하는 꽃)
ดอกลิลลี่	덕 릴리	명	백합
ดัง	당	동	유명하다, 소리가 크다, 시끄럽다
ดังกล่าว	당 끌라우	형	앞서 언급한
ดังนั้น	당 난		그러므로, 그러니까

ภาษาไทยยาก ดังนั้นต้องตั้งใจเรียน
파싸 타이 약 당난 떵 땅 짜이 리안
태국어는 어려워요. 그러니까 열심히 공부해야 해요.

ดังนี้	당 니		다음과 같이
ดัดแปลง	닷 쁠랭	동	수정하다, 바꾸다, 맞추다, 각색하다
ดัดผม	닷 폼	동	파마하다
ดับ	답	동	꺼지다, 끄다

ลองดับเครื่องหน่อย
렁 답 크르엉 너이
엔진을 꺼 보세요.

ด่า	다	동	욕하다

อย่าด่านะ
야 다 나
욕하지 마.

ด่านตรวจ	단 뜨루엇	명	검문소
ด่านตรวจคนเข้าเมือง	단 뜨루엇 콘 카오 므엉	명	출입국관리사무소
ด้าน	단	명	분야(연구, 학문 등), 쪽(측), 쪽(편), 면
ด้านขวา	단 콰	명	오른쪽
ด้านข้าง	단 캉	명	측면, 옆
ด้านซ้าย	단 싸이	명	왼쪽
ด้านนอก	단 넉	명	외부, 겉
ด้านบน	단 본	명	꼭대기, 위, 상부
ดาย	다이	동	(풀을) 베다, (잔디를) 깎다, (잡초를) 뽑다

พรุ่งนี้จะดายหญ้า
프룽 니 짜 다이 야
내일은 풀을 베어야겠어.

ดารา	다라	명	배우, 스타
ดาว	다우	명	별
ดาวเทียม	다우 티얌	명	위성
ดาวพฤหัสบดี	다우 파르핫싸버디	명	목성
ดาวพุธ	다우 풋	명	수성
ดาวศุกร์	다우 쑥	명	금성

ก ข ค ฆ ง จ ฉ ช ซ ญ ฐ ด

ด

ดาวเสาร์	다우 싸오	명	토성
ดาวอังคาร	다우 앙칸	명	화성
ดำ	담	형	검다
ดำนา	담 나	동	모내기하다
ดำน้ำ	담 남	동	잠수하다, 다이빙하다
ดำน้ำตื้น	담 남 뜬	동	스노클링하다
ดำน้ำลึก	담 남 륵	동	스쿠버다이빙하다
ดำเนินการ	담는ㅓ깐	동	이행하다
ดำรง	담롱	동	유지하다, 지속시키다
ดิฉัน	디찬		저(여성 1인칭)
ดิน	딘	명	흙
ดินสอ	딘써	명	연필
ดินสอสี	딘써 씨	명	색연필
ดิบ	딥	동	덜 익다
ดี	디	동	좋다, 조심해서 ~하다, 매우 ~하다 เดิน ดี ๆ 드ㅓ 디디 조심해서 걸으세요.
ดีใจ	디 짜이	동	기쁘다, 반갑다
ดึก	득	명	늦은 밤, 심야
ดึง	등	동	당기다

ดึงดูด 등 둣 동 마음을 끌다, 관심을 끌다, 매력적이다

ดึงออก 등 억 동 당기다, 빼다

ช่วยดึงกระดาษใบนี้ออกมาให้หน่อย
추어이 등 끄라닷 바이 니 억 마 하이 너이
이 종이 좀 빼내 주세요.

ดื่ม 듬 동 마시다

ดื่มฉลอง 듬 찰렁 동 건배하다

ดุ 두 동 꾸짖다, 야단치다, 사납다, 험상궂다,

ดู 두 동 보다

ดูเด็ก 두 덱 동 어려 보이다

ดูถูก 두 툭 동 경멸하다, 업신여기다

ดูแล 둘래 동 돌보다, 담당하다

เรื่องนี้ฉันจะดูแลเอง
르엉 니 찬 짜 둘래 엥
이 일은 제가 직접 담당할게요.

ดูสด 두 쏫 동 생방송/실황을 보다

ดูหมิ่น 두 민 동 업신여기다, 얕보다, 경시하다, 모욕하다

ดูด 둣 동 빨아먹다, 흡수하다

เด็ก 덱 명 아이 형 어린애 같은, 유치한

เด็กผู้ชาย 덱 푸차이 명 소년, 남자 아이

เด็กผู้หญิง 덱 푸잉 명 소녀, 여자 아이

เด็ดขาด	뎃 캇		절대로
เด่น	덴	동	훌륭하다, 탁월하다, 두드러지다, 뛰어나다
เดนมาร์ก	덴막	명	덴마크
เดิน	든ㅓ	동	걷다
เดินทาง	든ㅓ 탕	동	여행하다
เดินทางไปทำงาน	든ㅓ 탕 빠이 탐 응안	동	출장 가다
เดินไป	든ㅓ 빠이	동	걸어가다
เดินเล่น	든ㅓ 렌	동	산책하다
เดิม	듬ㅓ	명	원래, 기존
เดียว	디여우	형	유일한, 단 하나의
เดียวกัน	디여우 깐	형	똑같은
เดี่ยว	디여우		홀로, 단독으로
เดี๋ยว	디여우		잠시 후에, 잠시
เดี๋ยวนี้	디여우 니		지금
เดือด	드엇	동	끓다, 복받치다
เดือดเนื้อร้อนใจ	드엇 느어 런 짜이	동	애태우다, 조바심 내다
เดือดร้อน	드엇 런	동	고통스럽다, 난경에 처하다, 마음이 괴롭다, 속을 태우다
	ยังไม่เดือดร้อนกัน 양 마이 드엇 런 깐 아직 고통스럽지는 않아요.		
เดือน	드언	명	달, 월

เดือนที่แล้ว	드언 티 래우		지난달
เดือนนี้	드언 니		이번 달
เดือนหน้า	드언 나		다음 달
แดง	댕	동	빨갛다, 붉다
แดด	댓	명	햇볕
โดด	돗	동	뛰다, 점프하다
โดดเรียน	돗 리안	동	땡땡이 치다
โดน	돈	동	부딪치다/ 당하다(피동)
โดนไล่ออก	돈 라이 억	동	해고당하다
โดย	도이		~로, ~으로, ~에 의하여
โดยเฉพาะ	도이 차퍼		특히
โดยเด็ดขาด	도이 뎃캇		절대로
โดยตรง	도이 뜨롱		직접
โดยทั่วไป	도이 투어 빠이		일반적으로
โดยบังเอิญ	도이 방은ㅓ		우연히
โดยไม่มีเรี่ยวแรง	도이 마이 미 리여우 랭		힘 없이, 기운 없이
โดยอัตโนมัติ	도이 앗따노맛		자동적으로
ได้	다이	동	받다, 얻다/ ~하게 되다, ~할 수 있다

ยินดีที่ได้รู้จัก
인디 티 다이 루짝
만나서 반갑습니다.

ได้แก่	다̂이 깨̀		즉, 고로
ได้ข่าว	다̂이 카̀우	동	소식을 듣다
ได้งานทำ	다̂이 응̄안 탐̄	동	취직하다
ได้ประกาศนียบัตร	다̂이 쁘라깟̀싸̀니̄야́밧̀	동	자격증을 따다
ได้เปรียบ	다̂이 쁘리̀얍	동	유리하다
ได้มา	다̂이 마̄	동	획득하다, 얻어 오다
ได้ยิน	다̂이 인̄	동	듣다, 들리다
ได้รับ	다̂이 랍́	동	받다, 당하다, 겪다
	เขาได้รับอุบัติเหตุ 카̌오 다̂이 랍́ 우밧̀띠̀헷̀ 그는 사고를 당했다.		
ได้รับการยอมรับ	다̂이 랍́ 깐̄ 염̄랍́	동	인정받다
ได้รับความเสียหาย	다̂이 랍́ 쾀̄ 씨̌아 하̌이	동	피해를 입다
ได้รับบาดเจ็บ	다̂이 랍́ 밧̀쩹̀	동	다치다, 부상하다
ได้สติ	다̂이 싸̀띠̀	동	제정신이 들다
ได้หน้าได้ตา	다̂이 나̂ 다̂이 따̄	동	명성을 얻다
ได้หน้าลืมหลัง	다̂이 나̂ 름̄ 랑̌	동	잘 잊어버리다
ไดร์เป่าผม	다̄이 빠̀오 폼̌	명	헤어 드라이기
ไดร์ผม	다̄이 폼̌	동	드라이하다

ต

ตก	똑	동	떨어지다
ตกเครื่องบิน	똑 크르엉 빈	동	비행기를 놓치다
ตกงาน	똑 응안	동	실직하다
ตกใจ	똑 짜이	동	놀라다
ตกแต่ง	똑 땡	동	꾸미다, 치장하다, 장식하다
	เขากำลังตกแต่งผมให้ดูดี 카오 깜랑 똑땡 폼 하이 두 디 그는 머리를 보기 좋게 다듬고 있다.		
ตกน้ำ	똑 남	동	물에 빠지다
ตกปลา	똑 쁠라	동	낚시질하다, 고기를 잡다
ตกรถ	똑 롯	동	차를 놓치다
ตกลง	똑롱	동	동의하다, 승낙하다
ตกเลือด	똑 르엇	동	출혈하다
ตกหลุมรัก	똑 룸 락	동	사랑에 빠지다, 반하다
ตกหลุมรักตั้งแต่แรกเห็น	똑 룸 락 땅때 랙 헨	동	첫눈에 반하다
ตด	똣	명 동	방귀 방귀를 뀌다
ตน	똔	명	자기 자신, 직접

ต้น	똔	명	초(초기), 시작/ 나무 줄기/ (나무나 기둥을 셀 때) 그루
ต้นกล้า	똔 끌라	명	모, 벼의 싹
ต้นขา	똔 카	명	허벅지
ต้นเงิน	똔 응은ㅓ	명	원금
ต้นเดือน	똔 드언	명	초순
ต้นปี	똔 삐	명	연초(年初)
ต้นไผ่	똔 파이	명	대나무
ต้นเมเปิล	똔 메쁜	명	단풍
ต้นไม้	똔 마이	명	나무
ต้นสน	똔 쏜	명	소나무
ต้นสังกัด	똔 쌍깟	명	소속사
ต้นสัปดาห์	똔 쌉다	명	주초
ต้นหอม	똔 험	명	파
ตบ	똡	동	때리다
ตบมือ	똡 므	동	박수를 치다, 갈채를 보내다
ตม.	떠머	명	출입국관리사무소
ต้ม	똠	동	끓이다, 삶다
ต้มยำ	똠얌	명	똠얌, 태국식 수프
ตรง	뜨롱	형 동	바로, 똑바로, 곧장/ 곧다, 반듯하다 정각이다, 맞다, 옳다, 같다

ตอนนี้เวลาบ่ายสองโมงตรง
떤니 웰라 바이 썽 몽 뜨롱
지금은 오후 2시 정각이다.

ตรงกลาง	뜨롱 끌랑		~가운데에, ~중간에
ตรงข้าม	뜨롱 캄		반대편에
ตรงนี้	뜨롱 니		여기, 이곳
ตรงไป	뜨롱 빠이		곧장, 직진
ตรงเวลา	뜨롱 웰라		정시에, 제시간에
ตรวจ	뜨루엇	동	검사하다, 검진하다, 조사하다

แม่ตรวจการบ้านลูก
매 뜨루엇 깐반 룩
어머니는 아이의 숙제를 검사한다.

ตรวจสอบ	뜨루엇 썹	동	검사하다, 조사하다
ตรา	뜨라	동	도장
ตรายาง	뜨라 양	동	고무 도장
ตลก	딸록	동	우습다, 웃기다, 재미있다
ตลอด	딸럿		내내, 계속
ตลอดคืน	딸럿 큰		밤새
ตลอดปี	딸럿 삐		일년 내내
ตลาด	딸랏	명	시장
ตลาดมืด	딸랏 믓	명	암시장
ตลาดโลก	딸랏 록	명	세계 시장
ต่อ	떠	동	연결하다, 잇다, 연장하다

ต่อวีซ่า
떠 위싸
비자를 연장하다.

ต่อคิว	떠 키우	동	줄을 서다
ต่อไป	떠 빠이		다음, 나중에
ต่อรถ	떠 롯	동	갈아타다
ต่อรอง	떠렁	동	흥정하다
ต่อราคา	떠 라카	동	값을 흥정하다
ต่อสู้	떠 쑤	동	맞서 싸우다, 전투하다
ต่ออินเทอร์เน็ต	떠 인터넷	동	인터넷에 접속하다

ต่ออินเทอร์เน็ตไม่ได้
떠 인터넷 마이 다이
인터넷 접속이 안 돼요.

ตอก	떡	동	박다, 치다, 때리다
ตอกหน้า	떡 나	동	반박하다, 응수하다, 되받아치다
ต้อง	떵		~해야 한다, 꼭 ~해야 하다
ต้องการ	떵깐		원하다

ต้องการที่นั่งตรงทางเดิน
떵깐 티낭 뜨롱 탕든ㅓ
통로 쪽 좌석을 원해요.

ตอน	떤	명	(시간의) 때, 나절
ตอนกลาง	떤 끌랑	명	중간
ตอนกลางคืน	떤 끌랑 큰		밤에
ตอนนี้	떤 니		지금

ต้อนรับ	떤랍	동	환영하다
ต้อนรับแขก	떤랍 캑	동	손님을 맞이하다
ตอนแรก	떤 랙		처음에
ตอนสุดท้าย	떤 숫타이	명	마지막
ตอบ	떱	동	대답하다
ต่อมคอ	떰 커	명	편도선
ต่อมทอนซิล	떰 턴씬	명	편도선
ต่อย	떠이	동	치다
ตะกั่ว	따꾸어	명	납
ตะเกียบ	따끼얍	명	젓가락
ตะโกน	따꼰	동	외치다
ตะปู	따뿌	명	못
ตะโพก	따폭	명	엉덩이
ตะวันตก	따완 똑	명	서쪽, 서양
ตะวันออก	따완 억	명	동쪽, 동양
ตักเตือน	딱 뜨언	동	경고하다
ตั๊กแตน	딱까땐	명	메뚜기
ตั้ง	땅	동	놓다, 세우다, 설립하다
ตั้งครรภ์	땅 칸	동	임신을 하다
ตั้งแคมป์	땅 캠	동	야영하다
ตั้งใจ	땅 짜이	동	결심하다

ต

ตั้งฉาก	땅̂착̀	동	수직이다
ตั้งแต่	땅̂때̀		~부터 ฉันไปห้างตั้งแต่ห้างยังไม่เปิด 찬̌ 빠̄이 항̂ 땅̂때̀ 항̂ 양 마̂이 쁘̀ㅓ 나는 백화점 문을 열지 않았을 때부터 백화점에 갔다.
ตัด	땃̀	동	(머리, 손톱을) 깎다, 자르다, 재단하다
ตัดใจ	땃̀ 짜̄이	동	단념하다
ตัดผม	땃̀ 폼̌	동	이발하다
ตัดไม้	땃̀ 마́이	동	벌목하다
ตัดเล็บ	땃̀ 렙́	동	손톱을 깎다
ตัดสิน	땃̀씬̌	동	판정하다
ตัดสินใจ	땃̀씬̌ 짜̄이	동	결정하다, 결심하다
ตัน	딴̄	동 명	(통로, 공간 등을) 막다, 빠져 나가지 못하다, (숨이) 막히다 톤(중량 단위) อ่างอาบน้ำตัน 앙̀ 압̀남́ 딴 욕조가 막혀 있어요.
ตับ	땁̀	명	간(肝)
ตัว	뚜̄어	명	모습, 신체/ 마리, 개(동물, 옷, 테이블, 의자, 글자를 셀 때) เสื้อเชิ้ต 3 ตัว 쓰̂어 츳́ㅓ 쌈 뚜̄어 셔츠 3개

ตัวต่อ	뚜어 떠	명	블록
ตัวแทน	뚜어 탠	명	대리인
ตัวเมือง	뚜어 므엉	명	시내
ตัวร้อน	뚜어 런	동	열이 나다
ตัวอักษร	뚜어 악썬	명	글자
ตัวอักษรจีน	뚜어 악썬 찐	명	한자(漢字)
ตัวเอง	뚜어 엥		자기 자신, 직접, 스스로
ตั๋ว	뚜어	명	표, 티켓
ตั๋วเครื่องบิน	뚜어 크르엉 빈	명	비행기표
ตั๋วเปิด	뚜어 쁫ㅓ	명	오픈 티켓
ตั๋วไปกลับ	뚜어 빠이 끌랍	명	왕복표
ตั๋วรถทัวร์	뚜어 롯 투어	명	버스표
ตั๋วรถไฟ	뚜어 롯 파이	명	기차표
ตั๋วหนัง	뚜어 낭	명	영화표
ตา	따	명	눈, 외할아버지
ตาข่าย	따 카이	명	그물
ตาทวด	따 투엇	명	외증조부
ตารางงาน	따랑 응안	명	스케쥴
ตาก	딱	동	쬐다, 쐬다, 널어 말리다
ต่าง	땅	동	다르다/ 각각, 각자
ต่างจังหวัด	땅 짱왓	명	지방, 시골

ต

ต่างหู 땅 후 명 귀걸이

ตาม 땀 동 따라오다, 불러오다/ ~따라, ~대로

ขับไปตามที่เนวิเกเตอร์บอกก็ได้
캅 빠이 땀 티 네위께떠 벅 꺼 다이
네비가 말하는대로 운전하면 돼요.

ตามปกติ 땀 뽁까띠 보통, 평소와 같이

ตามปกติเขากินสองมื้อ
땀 뽁까띠 카오 낀 썽 므
그는 보통 두 끼를 먹어요.

ตาย 따이 동 죽다

ตายใจ 따이 짜이 동 전적으로 신뢰하다, 굳게 믿다

ต่ำ 땀 형 낮다

ต่ำสุด 땀 쑷 형 최저

ตำบล 땀본 명 면(행정구역)

ตำรวจ 땀루엇 명 경찰

ตำรวจจราจร 땀루엇 짜라쩐 명 교통경찰

ตำรา 땀라 명 교과서, 참고서, 설명서

ตำหนิ 땀니 동 꾸중하다, 나무라다 명 흠, 하자

ลูกโดนพ่อตำหนิ
룩 돈 퍼 땀니
아이는 아버지에게 꾸중을 들었다.

ตำแหน่ง 땀냉 명 직위

ตำแหน่งสูง 땀냉 쑹 명 상위, 고위직

ติง	띵	동	꾸짖다, 책망하다, 훈계하다, 항의하다
ติด	띳	동	붙다, 붙이다, 달라붙다

รถติด
롯 띳
차가 막히다. / 차가 밀리다.

ติดเชื้อ	띳 츠어	동	감염시키다
ติดต่อ	띳 떠	동	연락하다

เขายังไม่ได้ติดต่อมา
카오 양 마이 다이 띳떠 마
그는 아직까지 연락이 없어요.

ติดอกติดใจ	띳 옥 띳 짜이	동	매력을 느끼다, 끌리다
ติดแอร์	띳 애	동	에어컨을 달다
ตี	띠	동	때리다, 치다
ตีพิมพ์	띠 핌	동	출판하다, 게재하다, 인쇄하다, 발행하다
ตีราคา	띠 라카	동	가격을 매기다
ตีสองหน้า	띠 썽나	동	이중으로 행동하다
ตึก	뜩	명	건물
ตื่น	뜬	동	깨다, 일어나다

ตื่น 6 โมงเช้าทุกวัน
뜬 혹 몽 차오 툭 완
매일 아침 6시에 일어난다.

ตื่นตัว	뜬 뚜어	동	눈이 뜨이다, 사정에 밝다, 깨다
ตื่นเต้น	뜬 뗀	동	흥분하다, 설레다, 신나다, 마음을 졸이다

ตื่นนอน	뜬 넌	동	잠에서 깨다, 일어나다
ตื้น	뜬	동	얕다
ตุ๊กตา	뚝까따	명	인형
ตุ๋น	뚠	동	고다, 뭉근히 끓이다
ตุรกี	뚜라끼	명	터키
ตุลาคม	뚤라콤	명	10월
ตุ้มหู	뚬 후	명	귀걸이
ตู้เก็บเอกสาร	뚜 껩 엑까싼	명	서류함
ตู้จำหน่ายสินค้าอัตโนมัติ	뚜 짬나이 씬카 앗따노맛	명	자판기
ตู้เซฟ	뚜 쎕	명	금고
ตู้เย็น	뚜 옌	명	냉장고
ตู้เสื้อผ้า	뚜 쓰어 파	명	옷장
เต้น	뗀	동	고동치다, 울리다, 진동하다
เต้นรำ	뗀 람	동	춤추다
เต็นท์	뗀	명	텐트
เต็ม	뗌	동	가득하다, 차다
เต็มที่	뗌 티 พยายามเต็มที่นะ 파야얌 뗌티 나 최대한 노력해.		최대한, 힘껏, 마음껏
เต็มไปด้วย	뗌 빠이 두어이	동	~로 가득하다

เตรียม	뜨리얌	동	준비하다
เตะ	떼	동	(발로) 차다
แตร	뜨래	명	나팔, 호른
เตา	따오	명	화로, 난로
เตารีด	따오 릿	명	다리미
เต่า	따오	명	거북이
	ช้าเป็นเต่า 차 뻰 따오 거북이처럼 느려요.		
เต้าเจี้ยว	따오 찌여우	명	된장
เต้าหู้	따오후	명	두부
เต้าหู้อ่อน	따오후 언	명	연두부
เติบโต	뜹ㅓ 또	동	자라다, 크다, 성장하다
เติม	뜸ㅓ	동	채우다
เติมแก๊ส	뜸ㅓ 깻	동	가스를 넣다
เติมน้ำมัน	뜸ㅓ 남만	동	기름을 채우다
เตี้ย	띠야	동	키가 작다, 짧다
เตียง	띠양	명	침대
เตียงดับเบิ้ล	띠양 답븐	명	더블 침대
เตียงเสริม	띠양 씀ㅓ	명	보조 침대
เตือน	뜨언	동	상기시키다, 경고하다, 주의를 주다

แต่ 때̀ 그러나, 하지만/단지, ~만, ~뿐

รักกัน แต่ไม่ได้แต่งงาน
락́ 깐 때̀ 마̂이 다̂이 땡̀ 응̄안
사랑했지만 결혼하지 않았어요.

แต่เช้า 때̀ 차́오 아침 일찍

พรุ่งนี้มาแต่เช้านะ
프̂룽 니́ 마̄ 때̀ 차́오 나́
내일 아침 일찍 와.

แต่ว่า 때̀와̂ 그러나, 그렇지만

แตก 땍̀ 동 갈라지다

แตกต่าง 땍̀ 땅̀ 동 다르다

แตงกวา 땡̄ 꽈̄ 명 오이

แตงเกาหลี 땡̄ 까̄올리̌ 명 참외

แตงโม 땡̄모̄ 명 수박

แต่งงาน 땡̀ 응̄안 동 결혼하다

แต่งตั้งให้ประจำ 땡̀땅̂ 하̂이 쁘̀라짬 동 파견하다

แต่งตัว 땡̀ 뚜̄어 동 옷을 차려입다, 치장하다

แต่งหน้า 땡̀ 나̂ 동 화장하다

แตะ 때̀ 동 접촉하다, 닿다, 만지다

อย่าแตะ
야̀ 때̀
손대지 마!

โต 또̄ 동 자라다, 성장하다, 크다, 다 크다, 장성하다

โต้ตอบ	또 떱	동	응답하다, 반응하다, 반대하다
โต้รุ่ง	또룽		밤새도록, 새벽까지, 아침까지
โต๊ะ	또	명	상, 테이블
โต๊ะกินข้าว	또 낀 카우	명	식탁
โต๊ะหนังสือ	또 낭쓰	명	책상
โต๊ะอาหาร	또 아한	명	식탁
ใต้	따이	명	밑에, 아래에/남(쪽)

กรุณาเก็บกระเป๋าไว้ใต้เก้าอี้
까루나 껩 끄라빠오 와이 따이 까오이
가방을 의자 밑에 놓으세요.

ใต้คาง	따이 캉	명	턱밑
ไต	따이	명	신장(腎臟), 콩팥
ไต่	따이	동	오르다, 기어오르다
ไต้ฝุ่น	따이 푼	명	태풍
ไตรรงค์	뜨라이 롱	명	삼색, 삼색기
ไต้หวัน	따이완	명	대만

ต
ถ
ท
ธ
น
บ
ป
ผ
ฝ
พ
ภ
ม

ถ

ถนน	타̀논̌	명	거리
ถนนเดินรถทางเดียว	타̀논̌ 든̄ㅓ 롯́ 탕̄ 디̄여우	명	일방통행 도로

ทางนี้เป็นถนนเดินรถทางเดียว
탕 니́ 뻰 타̀논̌ 든̄ㅓ 롯́ 탕 디̄여우
이 길은 일방통행 도로예요.

ถนนหลวง	타̀논̌ 루̌엉	명	국도
ถนอม	타̀놈̌	동	아끼다, 보존하다
ถ้วย	투̂어이	명	공기, 그릇, 종지
ถอด	텃̀	동	벗다
ถอน	턴̌	동	뽑다, 인출하다

ต้องถอนฟัน
떵̂ 턴̌ 퐌
이를 뽑아야 해요.

ถอนเงิน	턴̌ 응̄은ㅓ	동	돈을 인출하다
ถอย	터̌이	동	뒤로 물러나다, 감퇴하다

ถอยไปจากตรงนั้น
터̌이 빠̄이 짝̀ 뜨̄롱 난́
거기서 물러나세요.

ถัง	탕̌	명	통, 탱크, 들통
ถังขยะ	탕̌ 카̀야̀	명	쓰레기통
ถังน้ำ	탕̌남́	명	물통

ต ถ ท ธ น บ ป ผ ฝ พ ภ ม

ถังอ่างล้างชาม 탕 앙랑 참 명 개수통

ถั่ว 투어 명 콩

ถั่วแดง 투어 댕 명 팥

ถั่วลันเตา 투어 란따오 명 완두콩

ถั่วลิสง 투어리쏭 명 땅콩

ถ้า 타 만약 ~면

ถ้างั้น 타 응안 그렇다면

ถ้าอย่างนั้น 타 양난 그러면, 그렇다면

ไปตลาดหรือ ถ้าอย่างนั้น ช่วยซื้อผลไม้ให้หน่อย
빠이 딸랏 르 타 양난 추어이 쓰 폰라마이 하이 너이
시장에 가세요? 그러면 과일을 좀 사다 주세요.

ถาด 탓 명 쟁반/접시 (접시를 셀 때)

พิซซ่า 2 ถาด
핏싸 썽 탓
피자 두 판

ถ่าน 탄 명 석탄

ถาม 탐 동 묻다

ถ่าย 타이 동 복사하다, 찍다

ถ่ายทอด 타이 텃 동 전하다, 중계하다

ถ่ายรูป 타이 룹 동 사진 찍다

ช่วยถ่ายรูปให้หน่อย
추어이 타이 룹 하이 너이
사진을 좀 찍어 주시겠어요?

ถ้ำ	탐̂	명	동굴, 굴
ถิ่นที่อยู่	틴̀ 티̂ 유̀	명	거주지, 주소
ถึง	틍̌	동	도착하다, 걸리다/ ~까지, ~에 관하여/ 비록 ~일지라도
	จะถึงกี่โมง 짜̀ 틍̌ 끼̀ 몽 몇 시에 도착해요?		
ถึงช้า	틍̌ 차́	동	연착하다
	จะถึงช้าแค่ไหน 짜̀ 틍̌ 차́ 캐̂ 나̌이 얼마나 연착해요?		
ถึงแม้ว่า	틍̌매́와̂		비록 ~일지라도
ถือ	트̌	동	(손에) 들다
ถุง	퉁̌	명	봉지, 자루
ถุงขยะ	퉁̌ 카̀야́	명	쓰레기 봉투
ถุงเท้า	퉁̌ 타́오	명	양말
ถุงน่อง	퉁̌ 넝̂	명	스타킹
ถุงน้ำดี	퉁̌ 남́ 디	명	담낭, 쓸개
ถุงมือยาง	퉁̌므 양	명	고무장갑
ถู	투̌	동	문질러 닦다
ถูก	툭̀	동	옳다, 맞다/ (값이) 싸다
ถูกข่มเหง	툭̀ 콤̀헹̌	동	괴롭힘을 당하다
ถูกขโมย	툭̀ 카̀모이	동	도난 당하다

ถูกขูด	툭 큿	동	긁히다
ถูกใจ	툭 짜이	동	마음에 들다
	เสื้อผ้าถูกใจ 쓰어 파 툭 짜이 옷은 마음에 들어요.		
ถูกต้อง	툭 떵	동	옳다, 맞다, 정확하다
ถูกปาก	툭 빡	동	입에 맞다
ถูกลวก	툭 루억	동	데다
ถูกไล่ออก	툭 라이 억	동	해고되다
เถ้า	타오	명	재
แถม	탬	동	덤을 주다
แถว	태우	명	근처, 줄
	ไปดูหนังที่โรงหนังแถวบ้าน 빠이 두 낭 티 롱 낭 태우 반 집 근처 영화관에 가서 영화를 봐요.		
แถว ๆ	태우 태우	명	근처, 인근, 주위, 지역, 구역
แถวนี้	태우 니		이 근처

|태국어 필수 단어|

ท

ทดแทน	톳 탠	동	보상하다
ทดลอง	톳 렁	동	시도하다, 테스트하다, 실험하다,
ทน	톤	동	견디다, 참다, 인내하다
ทนายความ	타나이 쾀	명	변호사
ทรง	쏭	명	스타일, 모양
ทรงผม	쏭 폼	명	머리 모양
ทรัพย์	쌉	명	재산, 소유물
ทรัพยากร	쌉파야껀	명	자원
ทราบ	쌉	동	알다
ทราย	싸이	명	모래
ท่วม	투엄	동	물에 잠기다, 범람하다
ทวารหนัก	타완 낙	명	항문
ทหาร	타한	명	군인
ทหารบก	타한 복	명	육군
ทหารเรือ	타한 르어	명	해군
ทหารอากาศ	타한 아깟	명	공군
ทอ	터	동	(천, 옷감 등을) 짜다, 짜서 만들다, (바구니 등을) 엮다

ท่อไอเสีย	터 아이 씨아	명	배기관
ท้อแท้	터 태	동	낙담하다
ทอง	텅	명	금(金)
ทองแดง	텅 댕	명	구리, 동(銅)
ท่อง	텅	동	외우다, 돌아다니다
ท่องจำ	텅 짬	동	외우다
ท่องเที่ยว	텅 티여우	동	여행하다
ท้อง	텅	명	배(복부)
ท้องผูก	넝 북	명	변비
ท้องฟ้า	텅 퐈	명	하늘
ท้องร่วง	텅 루엉	동	설사하다
ท้องว่าง	텅 왕	동	공복이다
ท้องเสีย	텅 씨아	동 명	설사하다 설사
ทอด	텃	동	튀기다, 부치다
ทอน	턴	동	자르다, 베다, 대폭 줄이다, 거슬러주다
ทอนซิล	턴씬	명	편도선
ทอนซิลอักเสบ	턴씬 악쎕	명	편도선염
ทะเบียน	타비얀	명	등기, 등록
ทะเบียนรถ	타비얀 롯	명	차량 등록
ทะเบียนสมรส	타비얀 쏨 롯	명	혼인 증명서
ทะเล	탈레	명	바다

ด ถ ท ธ น บ ป ผ ฝ พ ภ ม

ทะเลสาบ	탈레 쌉	명	호수
ทะเลาะ	탈러	동	다투다, 언쟁을 하다, 싸우다

นักเรียนทะเลาะกันอยู่
낙리안 탈러 깐 유
학생들이 다투고 있다.

ทักทาย	탁 타이	동	인사하다
ทั้งคืน	탕 큰		밤새

เมื่อคืนอ่านหนังสือทั้งคืน
므어 큰 안 낭쓰 탕 큰
어제 밤새 공부했어요.

ทั้งคู่	탕 쿠		둘 다
ทั้ง ๆ ที่	탕 탕 티		~에도 불구하고

ทั้งๆที่ฝนตกหนัก แต่ต้องเดินทางต่อไปอีก
탕탕 티 폰 똑 낙 때 떵 든 ㅓ탕 떠 빠이 익
폭우에도 불구하고 여행을 계속해야 했어요.

ทั้งนั้น	탕 난		모두
ทั้งวัน	탕 완		하루 종일, 온종일
ทั้งสิ้น	탕 씬		전부의, 모든
ทั้งหมด	탕 못		모두, 전부, 다
ทั้งหลาย	탕 라이		여러 가지의, 다양한, 모든,
ทัน	탄		시간에 맞추어서, 최신의
ทันตแพทย์	탄따 팻	명	치과 의사 / 치과

ทันที	탄 티		즉시
ทันเวลา	탄 웰라		제시간에
ทันสมัย	탄 싸마이		현대의, 유행을 따른
ทับถม	탑 톰	동	헐뜯다, 비난하다, 쌓이다, 쌓아 올리다
ทั่วตัว	투어 뚜어	명	온몸
ทั่วประเทศ	투어 쁘라텟	명	전국
ทั่วโลก	투어 록	명	전 세계, 글로벌
ทัวร์	투어	명	투어
ทัศนคติ	탓싸나 카띠	명	견해
ทัศนศึกษา	탓싸나 쓱싸	명	견학
ทัศนาจร	탓싸나 쩐	동	소풍 가다
ทา	타	동	칠하다, 바르다
ทามูส	타 뭇	동	무스를 바르다
ทาเจล	타 쩬	동	젤을 바르다
ทาสี	타 씨	동	페인트를 칠하다
ท่าทาง	타 탕	명	태도
ท่ารถ	타 롯	명	버스 터미널
ท่าเรือ	타 르어	명	항구, 부두
ทาง	탕	명	길, 쪽

ขอทางหน่อย
커 탕 너이
비키세요.

ทางกลับรถ	탕 끌랍 롯	명	유턴
ทางขวา	탕 콰	명	오른쪽
ทางข้ามรถไฟ	탕 캄 롯 파이	명	철도 건널목
ทางขึ้น	탕 큰	명	오르막길, 활주로
ทางเข้า	탕 카오	명	입구
ทางเครื่องบิน	탕 크르엉 빈	명	항공편
ทางโค้ง	탕 콩	명	커브 길, 굽은 도로
ทางด่วน	탕 두언	명	고속도로
ทางด้าน	탕 단		~쪽으로, ~방향으로
ทางตรง	탕 뜨롱	명	직접
ทางตัน	탕 딴	명	막다른 길
ทางเท้า	탕 타오	명	인도, 보도
ทางนี้	탕 니		이쪽
ทางบก	탕 복	명	육로
ทางม้าลาย	탕 말 라이	명	횡단보도
ทางยกระดับ	탕 욕 라답	명	고가도로
ทางรถไฟ	탕 롯 파이	명	철도
ทางเรือ	탕 르어	명	배편
ทางลง	탕 롱	명	내리막길, 내리막
ทางลัด	탕 랏	명	지름길
ทางลาด	탕 랏	명	가파른 길

ทางออก	탕 억	명	출구
ทางออกฉุกเฉิน	탕 억 축츤ㅓ	명	비상구
ทางอ้อม	탕 엄	명	간접
ทาน	탄	동	먹다
ทานอาหารนอกบ้าน	탄 아한 늑 반	동	외식하다
ท่าน	탄		귀하(2인칭), 그분(3인칭)
ทารก	타록	명	유아, 아기
ทารกในครรภ์	타록 나이 칸	명	태아
ทำ	탐	동	하다, 만들다
ทำความสะอาด	탐 쾀 싸앗	동	청소하다
ทำงาน	탐 응안	동	일하다
ทำงานพิเศษ	탐 응안 피쎗	동	아르바이트하다
ทำงานล่วงเวลา	탐 응안 루엉 웰라	동	야근하다
ทำตก	탐 똑	동	떨어뜨리다
ทำแตก	탐 땍	동	깨뜨리다
ทำนองเพลง	탐 넝 플렝	명	멜로디, 곡, 선율
ทำนาย	탐 나이	동	예언하다
ทำบัตรเครดิต	탐 밧 크레딧	동	신용카드를 만들다
ทำประกันภัย	탐 쁘라깐 파이	동	보험 들다

ทำประกันภัยหรือ
탐 쁘라깐 파이 르
보험 들었어요?

ทำเป็นไม่รู้จัก	탐 뻰 마이 루짝	동 모른 척하다
ทำผม	탐 폼	동 머리하다
ทำไม	탐 마이	왜(의문사)

เขาไม่มาทำไม
카오 마이 마 탐 마이
그는 왜 안 옵니까?

ทำลาย	탐 라이	동 파괴하다
ทำเล็บมือ	탐 렙 므	동 손톱을 하다
ทำสัญญา	탐 싼야	동 계약하다
ทำเสีย	탐 씨아	동 손상시키다, 망치다
ทำหาย	탐 하이	동 잃어버리다, 분실하다
ทำให้	탐 하이	동 야기하다, 만들다
ทำให้ต่ำลง	탐 하이 땀 롱	동 감소시키다
ทำให้เพิ่มขึ้น	탐 하이 픔ㅓ큰	동 증가시키다
ทำให้เล็กลง	탐 하이 렉 롱	동 최소화하다
ทำอาหาร	탐 아한	동 음식을 만들다, 요리하다
ทิ้ง	팅	동 버리다

ขยะต้องแยกประเภททิ้ง
카야 떵 액 쁘라펫 팅
쓰레기는 분리 수거해야 해요.

ทิ่ม	팀	동 찌르다, 꽂다, 박다, 뚫다

ทิ่มแทง	팀 탱	동	(칼 등 뾰족한 것으로) 찌르다, 따끔거리게 하다
ทิวทัศน์	티우 탓	명	경치, 풍경
ทิวทัศน์อันน่ามหัศจรรย์	티우 탓 안 나 마핫싸짠	명	진풍경
ทิศ	팃	명	방향, 쪽
ทิศตะวันตก	팃 따완 똑	명	서쪽
ทิศตะวันตกเฉียงใต้	팃 따완 똑 치양 따이	명	남서쪽
ทิศตะวันตกเฉียงเหนือ	팃 따완 똑 치양 느어	명	북서쪽
ทิศตะวันออก	팃 따완 억	명	동쪽
ทิศตะวันออกเฉียงใต้	팃 따완 억 치양 따이	명	동남쪽
ทิศตะวันออกเฉียงเหนือ	팃 따완 억 치양 느어	명	동북쪽
ทิศใต้	팃 따이	명	남쪽
ทิศเหนือ	팃 느어	명	북쪽
ทิศทาง	팃 탕	명	방향, 쪽
ทีเดียว	티 디여우		아주, 매우, 정말
ทีแรก	티 랙		처음에는, 처음부터
ทีละคน	티라 콘		한 사람씩
ที่	티		~해서(관계대명사)/ ~에서

ท

ขอโทษที่มาสาย
커홋 티 마 싸이
늦어서 죄송합니다.

ที่กรองข้าวสาร	티 끄렁 카우싼	명	조리(쌀을 이는 기구)
ที่กรองน้ำ	티 끄렁 남	명	정수기
ที่เก้า	티 까오	명	아홉째
ที่ขายตั๋ว	티 카이 뚜어	명	매표소
ที่จอดรถ	티 쩟 롯	명	주차장
ที่จอดรถชั้นใต้ดิน	티 쩟 롯 찬 따이 딘	명	지하 주차장
ที่จำหน่ายตั๋ว	티 짬나이 뚜어	명	매표소
ที่เจ็ด	티 쩻	명	일곱째
ที่ดิน	티 딘	명	토지, 땅
ที่ทำงาน	티 탐 응안	명	직장
ที่นั่ง	티 낭	명	좌석
ที่นั่งตรงทางเดิน	티 낭 뜨롱 탕 든ㅓ	명	통로 쪽 좌석
ที่นั่งริมหน้าต่าง	티 낭 림 나땅	명	창가 좌석
ที่นั่งสำหรับคนชรา	티 낭 쌈랍 콘 차라	명	노약자석
ที่นั่น	티 난		거기, 그곳
ที่นี่	티 니		여기, 이곳

เธออยู่ที่นี่ก็แล้วกัน
트ㅓ 유 티니 꺼 래우 깐
너는 여기에 있어라.

152 | 필수 단어

ที่โน่น	티̂ 논̂		저기, 저곳
ที่ปรึกษา	티̂ 쁘̀륵싸̌	명	자문위원, 컨설턴트
ที่แปด	티̂ 뺏̀	명	여덟째
ที่พักแบบวิลล่า	티̂ 팍́ 뱁̀ 윌̄라̂	명	빌라
ที่เย็บกระดาษ	티̂ 옙́ 끄̀라닷̀	명	스테이플러
ที่รัก	티̂ 락́	명	여보, 자기야
ที่ว่าง	티̂ 왕̂	명	빈 좌석 ไม่มีที่ว่างแล้ว 마̂이 미̄ 티̂ 왕̂ 래́우 빈 좌석이 없어요.
ที่สอง	티̂ 썽̌	명	둘째
ที่สาม	티̂ 쌈̌	명	셋째
ที่สิบ	티̂ 씹̀	명	열째
ที่สี่	티̂ 씨̀	명	넷째
ที่สุด	티̂ 쑷̀		가장, 최고, 최대
ที่หก	티̂ 혹̀	명	여섯째
ที่หนึ่ง	티̂ 능̀	명	첫째
ที่โหล่	티̂ 로̀	명	꼴등
ที่ไหน	티̂ 나̌이		어디에, 아무데나(부정 대명사) / 어디에서, 어느 곳(의문사)
ที่ห้า	티̂ 하̂	명	다섯째
ที่อยู่	티̂ 유̀	명	주소

ช่วยไปส่งตามที่อยู่นี้ด้วย
추̂어이 빠̄이 쏭̀ 땀̄ 티̂유̄ 니́ 두̂어이
이 주소로 데려다 주세요.

ที่อาบน้ำ	티̂ 압̀남́	명	욕실
ทีม	팀̄	명	팀
ทีมนักกีฬา	팀̄ 낙́ 낃̄라̄	명	선수단
ทีวี	티̄ 위̄	명	텔레비전
ทื่อ	트̂	동	무디다
ทุก	툭́		모든, 매~
ทุกๆ	툭́툭́		모든
ทุกครั้ง	툭́ 크랑́		매번
ทุกปี	툭́ 삐̄		매년
ทุกวัน	툭́ 완̄		매일
ทุกๆ วันธรรมดา	툭́툭́ 완̄ 탐̄마́다̄		주중
ทุกอย่าง	툭́ 양̀		모든 것, 모든 종류
ทุกข์	툭́	동	고통 받다, 시달리다
ทุ่งนา	퉁̂ 나̄	명	논, 전원, 들판
ทุ่งเลี้ยงสัตว์	퉁̂ 리́양 쌋̀	명	목장
ทุ่งหญ้า	퉁̂ 야̂	명	초원, 초지
ทุจริต	툿́짜̀릿	동	부정행위를 하다, 속이다, 속임수를 쓰다, 비도덕적이다
ทุน	툰̄	명	자본

ทุนการศึกษา	툰 깐 쓱싸	명	장학금
ทุนวิจัย	툰 위짜이	명	펠로십, 연구 장려금
ทุ่ม	툼	명	밤 7시~밤 11시
ทุ่มน้ำหนัก	툼 남 낙	명	투포환
ทุเรียน	투리안	명	두리안
เท่	테	동	멋있다
เทคนิค	텍닉	명	기술
เท็จ	텟	형	틀린, 인조의, 위조된, 부정확한, 가짜의
เทนนิส	텐닛	명	테니스
เทวดา	테와다	명	신, 여신, 천사
เทศกาล	텟싸깐	명	명절
เทศบาล	텟싸반	명	시(지방자치제)
เทศมนตรี	텟싸몬뜨리	명	시의원
เทอม	틈ㅓ	명	학기
เทอมที่แล้ว	틈ㅓ 티 래우	명	지난 학기
เท่า	타오	명	~만큼, ~와 같은/ 곱, ~배
เท่ากัน	타오 깐	동	같다, 동등하다
เท่าตัว	타오 뚜어		~와 마찬가지로, ~정도, 무려 ~나 되는
เท่าที่	타오 티		하는 한

เท่าที่จะทำได้
타오 티 짜 탐 다이
할 수 있는 한

เท่านั้น	타오 난		오직, ~만, 단지
เท่าไร	타오 라이		얼마
	เสื้อตัวนี้เท่าไร 쓰어 뚜어 니 타오 라이 이 옷은 얼마입니까?		
เท้า	타오	명	발
เที่ยง	티양	명	정오
เที่ยงคืน	티양 큰	명	자정
เทียน	티얀	명	양초
เที่ยว	티여우	명	놀다, 구경하다, 여행하다
เที่ยวเดียว	티여우 디여우	명	편도
เที่ยวบิน	티여우 빈	명	비행
เที่ยวบินตรง	티여우 빈 뜨롱	명	직항
แท็กซี่	택씨	명	택시
แท่งไฟที่ใช้สำหรับเชียร์	탱 퐈이 티 차이 쌈랍 치야	명	야광 봉
แท้ง	탱	동	유산하다
แท้งลูก	탱 룩	동	유산하다
แทน	탠		~대신에
แทบ	탭		거의
แทรก	쌕	동	끼우다, 삽입하다
โท	토	명	둘, 2

โทร	토	동	전화하다
โทรทัศน์	토라탓	명	텔레비전
โทรทางไกล	토 탕 끌라이	명	장거리 전화
โทรนัด	토 낫	명	전화로 약속하다 เมื่อวานซืนโทรนัดแล้ว 므어 완쓴 토 낫 래우 그저께 전화로 약속했어요.
โทรผิด	토 핏	동	전화 잘못 걸다
โทรเลข	토라렉	명	전보
โทรศัพท์	토라쌉	명	전화
โทรศัพท์มือถือ	토라쌉 므트	명	휴대폰
โทรศัพท์เรียกเก็บเงินปลายทาง	토라쌉 리약 껩 응은ㅓ 쁠라이탕	명	콜렉트 콜(수신자 요금 지불 통화)
โทษ	톳	명	벌, 형벌, 해, 병폐
ไทย	타이	명	태국

| 태국어 필수 단어 |

ธ

ธง	통	명	깃발
ธงชาติ	통 찻	명	국기
ธนบัตร	타나밧	명	지폐
ธนาคาร	타나칸	명	은행(銀行)
ธรรม	탐	명	공정, 정의, 진리
ธรรมชาติ	탐마찻	명	자연
ธรรมดา	탐마다		보통, 대개는
ธันวาคม	탄와콤	명	12월
ธุระ	투라	명	용건, 용무
ธุรกรรมทางอินเทอร์เน็ต	투라깜 탕 인터넷	명	인터넷뱅킹
ธุรกิจ	투라낏	명	사업
ธูป	툽	명	향
เธอ	트ㅓ		그녀

น

นก	녹	명	새[조류]
นกกระเรียน	녹 끄라리안	명	학
นกนางนวล	녹 낭누언	명	갈매기
นกนางแอ่น	녹 낭 앤	명	제비
นกพิราบ	녹 피랍	명	비둘기
นม	놈	명	우유, 유방, 젖
นมพร่องมันเนย	놈 프렁 만 느ㅓ이	명	탈지분유
นมสด	놈 솟	명	신선한 우유
นโยบาย	나요바이	명	정책
นรก	나록	명	지옥
นวด	누엇	동	안마하다, 마사지하다 อย่านวดแรง 야 누엇 랭 안마를 세게 하지 마세요.
นวดข้าว	누엇 카우	동	도정하다, 방아 찧다
นวดเท้า	누엇 타오	동	발 마사지하다
นวดแป้ง	누엇 뺑	동	가루를 반죽하다
นวดแผนโบราณ	누엇 팬 보란	동	전통 마사지하다
นวนิยาย	나와 니야이	명	소설

ต ถ ท ธ น บ ป ผ ฝ พ ภ ม

น

นอก	넉̂		밖에
นอกจากนั้น	넉̂ 짝̀ 난́		더구나, 게다가, 그 밖에
น่อง	넝̂	명	종아리
น้อง	넝́	명	동생
น้องชาย	넝́ 차̄이	명	남동생
น้องสาว	넝́ 싸̌우	명	여동생
นอน	넌̄	동	눕다, 자다 นอนไม่หลับ 넌̄ 마̂이 랍̀ 잠이 안 와요.
นอนดึก	넌̄ 득̀	동	늦게 자다
นอนพักผ่อน	넌̄ 팍́펀̀	동	누워서 쉬다
นอนโรงพยาบาล	넌̄ 롱̄ 파́야̄반̄	동	입원하다
นอนหลับ	넌̄ 랍̀	동	자다, 취침하다
นอนหลับสนิท	넌̄ 랍̀ 싸닛̀	동	숙면을 취하다
นอนไม่หลับ	넌̄ 마̂이 랍̀	동	잠을 잘 수 없다, 잠을 못 이루다 เสียงดังมากจนนอนไม่หลับ 씨̌양 당̄ 막̂ 쫀̄ 넌̄ 마̂이 랍̀ 너무 시끄러워서 잠을 잘 수가 없어요.
น้อย	너́이	동	적다(少)
น้อยกว่า	너́이 꽈̀	형	~보다 적은
น้อยใจ	너́이 짜̄이	동	서운해하다, 섭섭해하다

น้อยหน้า	너́이 나̂	동	열등감을 느끼다
นอร์เวย์	너̄웨̄	명	노르웨이
นะ	나́		문장 끝에서 애원, 명령을 나타내는 어조사
นัก	낙́		아주, 매우, 대단히
นักกวี	낙́ 까̀위̄	명	시인
นักการทูต	낙́ 깐̄툿̂	명	외교관
นักการเมือง	낙́ 깐̄ 므̄엉	명	정치인
นักกีฬา	낙́ 낄̄라̄	명	운동선수
นักกีฬาทีมชาติ	낙́ 낄̄라̄ 팀̄ 찻̂	명	국가 대표 선수
นักกีฬายิมนาสติก	낙́ 낄̄라̄ 임̄나̄싸̀띡̀	명	체조 선수
นักข่าว	낙́ 카̀우	명	기자
นักเขียน	낙́ 키̌얀	명	작가
นักเขียนการ์ตูน	낙́ 키̌얀 까̄뚠̄	명	만화가
นักโฆษณา	낙́ 콧̂싸̀나̄	명	광고인
นักจัดดอกไม้	낙́ 짯̀ 덕̀마́이	명	플로리스트
นักจัดสวน	낙́ 짯̀ 쑤̌언	명	정원사, 원예사
นักดนตรี	낙́ 돈̄뜨̄리	명	음악가
นักดับเพลิง	낙́ 답̀ 플르̄ㅇ	명	소방관
นักแต่งเพลง	낙́ 땡̀ 플̄렝	명	작곡가
นักท่องเที่ยว	낙́ 텅̂ 티̂여우	명	관광객, 여행객
นักธุรกิจ	낙́ 투́라́낏̀	명	사업가

นักบวช	낙 부엇	명	성직자
นักบัญชี	낙 반치	명	회계사
นักบิน	낙 빈	명	조종사, 파일럿
นักโบราณคดี	낙 보란카디	명	고고학자
นักประพันธ์	낙 쁘라판	명	작가
นักประพันธ์เพลง	낙 쁘라판 플렝	명	작곡가
นักปราชญ์	낙 쁘랏	명	학자
นักแปล	낙 쁠래	명	번역가
นักพากย์	낙 팍	명	성우
นักร้อง	낙 렁	명	가수
นักเรียน	낙 리안	명	학생
นักเรียนทุน	낙 리안 툰	명	장학생
นักเรียนนอก	낙 리안 넉	명	유학생
นักเรียนประถม	낙 리안 쁘라톰	명	초등학생
นักเรียนมัธยมต้น	낙 리안 맛타욤 똔	명	중학생
นักเรียนมัธยมปลาย	낙 리안 맛타욤 쁠라이	명	고등학생
นักวาดการ์ตูน	낙 왓 까뚠	명	만화가
นักวิจัย	낙 위짜이	명	연구원, 연구자
นักวิจารณ์	낙 위짠	명	비평가
นักวิทยาศาสตร์	낙 윗타야쌋	명	과학자

นักศิลปะ	낙 씬라빠	명	예술가
นักศึกษา	낙 쓱싸	명	대학생
นักศึกษาบัณฑิตวิทยาลัย	낙 쓱싸 반딧 윗타야라이	명	대학원생
นักสังคมวิทยา	낙 쌍콤 윗타야	명	사회학자
นักสำรวจ	낙 쌈루엇	명	탐험가
นักสืบ	낙 씁	명	형사, 수사관
นักแสดง	낙 싸댕	명	배우, 연기자
นักแสดงตลก	낙 싸댕 딸록	명	코미디언
นักแสดงภาพยนตร์	낙 싸댕 팝파욘	명	영화배우
นั่ง	낭	동	앉다, 타다 ต้องนั่งแท็กซี่ไป 떵 낭 택씨 빠이 택시를 타고 가야 해요.
นั่งกินนอนกิน	낭 낀 넌 낀	동	잘 살다, 놀고 먹다
นั่งรถไฟฟ้า	낭 롯 퐈이 퐈	동	지상철을 타다
นั่งรถเมล์	낭 롯메	동	버스를 타다
นั่งเรือ	낭 르어	동	배를 타다
นัด	낫	동	약속하다
นั่น	난		그것
นั้น	난		그, 저

ต ถ ท ธ น บ ป ผ ฝ พ ภ ม

นับ	납́	동	여기다, 간주하다, 세다, 계산하다
	ฉันนับเขาเป็นเพื่อนคนหนึ่ง 찬̌ 납́ 카̌오 뻰 프̂언 콘 능̀ 나는 그를 친구처럼 여기고 있다.		
นับถือ	납́ 트̌	동	존경하다
นา	나̄	명	논
น่า	나̂		~할 만한(동사나 형용사 앞에 붙는 접두사)
น่าเกลียด	나̂ 끌리̀얏	동	못생기다
น่าขายหน้า	나̂ 카̌이 나̂	동	창피하다
น่าจะ	나̂ 짜̀		~일 것이다, 좋을 것이다
น่าชื่นชม	나̂ 츤̂ 촘̄	동	존경스럽다
น่าเที่ยว	나̂ 티여̂우	동	여행할 만하다, 놀기 좋다
น่านับถือ	나̂ 납́트̌	동	존경할 만하다
น่ายกย่อง	나̂ 욕́영̂	동	존경스럽다
น่ารัก	나̂ 락́	동	귀엽다, 사랑스럽다
น่ารังเกียจ	나̂ 랑̄ 끼̀얏	동	혐오스럽다, 징그럽다
น่ารำคาญ	나̂ 람̄칸̄	동	짜증나다, 귀찮다
น่าละอาย	나̂ 라́아̄이	동	부끄럽다
น่าสงสาร	나̂ 쏭̌싼̌	동	가엾다, 불쌍하다
น่าสนใจ	나̂ 쏜̌ 짜̄이	동	재미있다
น่าสนุก	나̂ 싸̀눅	동	재미있다

น่าอับอาย	나̂ 압̀ 아̄이	동	부끄럽다
น่าเอ็นดู	나̂ 엔̄두̄	동	사랑스럽다, 매력적이다, 멋지다
น้า	나́	명	어머니의 손아래(외삼촌, 이모)
นาง	낭̄	명	여성(접두사)
นางงาม	낭̄ 응암̄	명	미인, 미인대회 수상자
นางแบบ	낭̄ 뱁̀	명	모델
นางพยาบาล	낭̄ 파́야̄반̄	명	간호사
นาที	나̄티̄	명	분(시간의)
นาน	난̄		오랜, 긴, 오랫동안
นาม	남̄	명	이름

จองในนามใคร
쩡 나̄이 남̄ 크라̄이
누구 이름으로 예약했어요?

นามบัตร	남̄ 밧̀	명	명함
นามสกุล	남̄ 싸̀꾼̄	명	성(姓), 성씨
นายจ้าง	나̄이 짱̂	명	고용주
นายพราน	나̄이 프란̄	명	사냥꾼
นายแพทย์	나̄이 팻̂	명	의사
นายหน้า	나̄이 나̂	명	중개인
นายหน้าซื้อขายหุ้น	나̄이 나̂ 쓰́ 카̌이 훈̂	명	증권 중개인
นายกรัฐมนตรี	나̄욕 랏́타̄몬̄뜨̄리	명	수상, 총리

นาฬิกา	나리까	명	시계
นาฬิกาข้อมือ	나리까 커므	명	손목 시계
นำเที่ยว	남 티여우	동	관광 안내하다
นำไป	남 빠이	동	가져가다
นำไปใช้	남 빠이 차이	동	응용하다
นำมา	남 마	동	가져오다, 데려오다
นำเสนอ	남 싸너	동	발표하다
น้ำ	남	명	물
น้ำแกง	남 깽	명	수프, 국물
น้ำข้าว	남 카우	명	숭늉
น้ำแข็ง	남 캥	명	얼음
น้ำคร่ำ	남 크람	명	양수(羊水)
น้ำค้าง	남 캉	명	이슬
น้ำใจ	남 짜이	명	인정, 온정, 심성, 마음
น้ำชา	남 차	명	차(음료)
น้ำซุป	남 쑵	명	수프, 국물
น้ำตก	남 똑	명	폭포
น้ำตา	남 따	명	눈물
น้ำตาล	남 딴	명	설탕
น้ำท่วม	남 투엄	명	홍수
น้ำประปา	남 쁘라빠	명	수돗물

น้ำปลา	นั้ม 쁠라	명	어간장, 액젓
น้ำเปล่า	นั้ม 쁠라오	명	맹물, 생수
น้ำผลไม้	นั้ม 폰라마이	명	과일 주스
น้ำผึ้ง	นั้ม 픙	명	꿀
น้ำพุ	นั้ม 푸	명	분수(噴水)
น้ำมัน	นั้ม 만	명	기름, 석유
น้ำมันเครื่อง	นั้ม 만 크르엉	명	엔진오일
น้ำมันนวด	นั้ม 만 누엇	명	마사지 향유
น้ำมูก	นั้ม 묵	명	콧물
น้ำยาลบคำผิด	นั้ม 야 룹 캄핏	명	수정액(화이트)
น้ำร้อน	นั้ม 런	명	뜨거운 물
น้ำแร่	นั้ม 래	명	광천수
น้ำลาย	นั้ม 라이	명	침
น้ำส้ม	นั้ม 쏨	명	오렌지 주스, 식초
น้ำหนัก	นั้ม 낙	명	무게, 중량
น้ำหอม	นั้ม 험	명	향수
น้ำอัดลม	นั้ม 앗롬	명	청량음료
น้ำอุ่น	นั้ม 운	명	따뜻한 물
นิ่ง	닝	형	차분하다, 고요하다, 평온하다
นิดเดียว	닛 디여우	형	조금, 소규모로/ 작은, 약간의
นิดหน่อย	닛 너이		조금

นิตยสาร	닛따야싼	명	잡지
นิติศาสตร์	니띠쌋	명	법학
นิทรรศการ	니탓싸깐	명	전시회
นิทรรศการการรับสมัครงาน	니탓싸깐 깐 랍 싸막 응안	명	채용박람회
นิทรรศการการสรรหางาน	니탓싸깐 깐 싼하 응안	명	채용박람회
นิทานเด็ก	니탄 덱	명	동화(童話)
นินทา	닌타	동	험담하다
นิ่ม	님	동	부드럽다
นิยม	니욤	동	애호하다, 좋아하다
นิยายรักโรแมนติก	니야이 락 로맨띡	명	애정소설
นิยายสืบสวน	니야이 씁쑤언	명	추리소설
นิสัย	니싸이	명	성격, 버릇
นิ้ว	니우	명	손가락
นิ้วก้อย	니우 꺼이	명	새끼손가락
นิ้วชี้	니우 치	명	검지
นิ้วเท้า	니우 타오	명	발가락
นิ้วนาง	니우 낭	명	약지
นิ้วโป้ง	니우 뽕	명	엄지
นิ้วโป้งเท้า	니우 뽕 타오	명	엄지발가락
นิ้วมือ	니우 므	명	손가락

นิวซีแลนด์	니우씰랜	명	뉴질랜드
นี่	니		이것
	นี่เป็นกระเป๋าของฉัน 니 뻰 끄라빠오 컹 찬 이것은 제 가방입니다.		
นี้	니		이(지시형용사)
	คนนี้เป็นใคร 콘 니 뻰 크라이 이 사람은 누구입니까?		
นึก	늑	동	생각하다, 고려하다
นุ่ง	눙	동	입다
	เวลาไปวัดก็ต้องนุ่งกระโปรงยาว 웰라 빠이 왓 꺼 떵 눙 끄라쁘롱 야우 사원에 갈 때는 긴 치마를 입어야 해요.		
นุ่ม	눔	동	연하다, 부드럽다
นุ่มนวล	눔 누언	동	부드럽다, 점잖다
เนคไท	넥타이	명	넥타이
เนเธอร์แลนด์	네터랜	명	네덜란드
เน้น	넨	동	강조하다
เน้นย้ำ	넨 얌	동	강조하다
เนย	느ㅓ이	명	버터
เนยแข็ง	느ㅓ이 캥	명	치즈
เน่า	나오	동	썩다, 부패하다
เนิน	는ㅓ	명	언덕

ต ถ ท ธ น บ ป ผ ฝ พ ภ ม

เนินเขา	는ㅓ 카오	명	언덕, 동산
เนื้อ	느어	명	고기, 살
เนื้อไก่	느어 까이	명	닭고기
เนื้อข่าว	느어 카우	명	기사(記事)
เนื้อคู่	느어 쿠	명	배필, 천생연분
เนื้อเค็มแห้ง	느어 켐 행	명	육포
เนื้องอก	느어 응억	명	종기
เนื้อตากแห้ง	느어 딱 행	명	육포
เนื้อเป็ด	느어 뻿	명	오리고기
เนื้อผ้า	느어 파	명	천의 질, 질감
เนื้อเพลง	느어 플렝	명	가사
เนื้อย่างเกาหลี	느어 양 까올리	명	불고기
เนื้อวัว	느어 우어	명	소고기
เนื้อสัตว์	느어 쌋	명	육류
เนื้อหมู	느어 무	명	돼지고기
เนื้อแห้ง	느어 행	명	말린 고기
เนื่องจาก	느엉 짝		때문에
เนื่องด้วย	느엉 두어이		때문에
แน่	내	동	확신하다
แน่ใจ	내 짜이	동	확신하다
แน่ชัด	내 찻	동	분명하다, 확실하다

แน่นอน	내넌		확실히
แน่น	낸	[동]	단단히, 확고하게/ 붐비다, 가득하다
แนบ	냅	[동]	달라붙다, 첨부하다
แนวตั้ง	내우 땅	[명]	세로
แนวนอน	내우 넌	[명]	가로
แนวโน้มตลาด	내우놈 딸랏	[명]	시장 동향
แนวราบ	내우 랍	[명]	수평
แนะนำ	내남	[동]	소개하다, 추천하다
แนะนำตัวเอง	내남 뚜어 엥	[동]	자기 소개하다
โน้ตดนตรี	놋 돈뜨리	[명]	악보
โน้ตบุ๊ค	놋 북	[명]	노트북
โน่น	논		저것
โน้น	논		저
ใน	나이		에서, ~안
ในที่สุด	나이 티쑷		마침내, 결국
ในไม่ช้า	나이 마이 차		곧, 머지않아, 조만간
ในเร็วๆนี้	나이 레우 레우 니		가까운 시일 내에

บ

บก	복	명	육지
บ่งบอก	봉 벅	동	나타내다, 가리키다, 보여주다
บทกวี	봇 까위	명	시(詩)
บทประเมิน	봇 쁘라믄ㅓ	명	평론, 비평
บทเรียน	봇 리안	명	교훈
บทลงโทษ	봇 롱 톳	명	벌칙
บทละคร	봇 라컨	명	희곡
บน	본		위에
บรรณาธิการ	반나티깐	명	편집자
บรรทุก	반툭	동	적재하다, 싣다
	รถคันนี้สามารถบรรทุกของได้มาก 롯 칸 니 싸맛 반툭 컹 다이 막 이 차는 짐을 많이 실을 수 있어.		
บรรทุกเรือ	반툭 르아	동	선적하다
บรรพบุรุษ	반파부룻	명	조상, 선조
บรรยากาศ	반야깟	명	분위기
บรรยาย	반야이	동	강의하다, 해설하다
บรรลุ	반루	동	달성하다

บราซิล	브라씰	명	브라질
บริการ	버리깐	명	서비스
บริการด้วยตนเอง	버리깐 두어이 똔 엥	명	셀프 서비스
บริการส่งถึงบ้าน	버리깐 쏭 틍 반	명	택배
บริจาค	버리짝	동	기부하다, 기증하다
บริเวณ	버리웬	명	부근, 지역
บริษัท	버리쌋	명	회사
บริษัทขนส่งสินค้า	버리쌋 콘쏭 씬카	명	물류회사
บริษัทจำกัด	버리쌋 짬깟	명	주식회사
บริษัทเช่ารถ	버리쌋 차오 롯	명	렌터카 회사
บริษัทที่สังกัด	버리쌋 티 쌍깟	명	소속사
บริษัทประกันภัย	버리쌋 쁘라깐 파이	명	보험 회사
บริษัทย้ายบ้าน	버리쌋 야이 반	명	이삿짐센터
บริษัทหนังสือพิมพ์	버리쌋 낭쓰핌	명	신문사
บริสุทธิ์	버리쑷	동	순수하다, 청결하다, 정결하다
บริหาร	버리한	동	경영하다, 관리하다, 운영하다, 처리하다
บริหารธุรกิจ	버리한 투라낏	명	사업 경영
บล็อก	블럭	명	블로그
บวก	부억	동	더하다, 끼워 넣다
บวช	부엇	동	출가하다

บ้วน	부언	동	내뱉다, 토해내다
	บ้วนปาก 부언 빡 입을 헹궈요.		
บวม	부엄	동	붓다, 부풀다
	ขาบวมมากเลย 카 부엄 막 르-ㅓ이 다리가 많이 부었네요.		
บ่อ	버	명	우물, 연못
บ่อน้ำ	버 남	명	우물
บ่อน้ำแร่ร้อน	버 남래 런	명	온천
บอก	벅	동	말하다
บอกเล่า	벅 라오	동	알려 주다
บ่อย	버이		자주
บ่อย ๆ	버이 버이		자주
บอร์ด	벗	명	게시판, 공고판, 나무판, 판
บะหมี่	바미	명	국수
บัง	방	동	차단하다, 막다
บังกะโล	방깔로	명	방갈로
บังคับ	방캅	동	강요하다, 통제하다, 통솔하다
บัญชี	반치	명	회계
บัญชีดำ	반치 담	명	블랙리스트
บัญชีธรรมดา	반치 탐마다	명	보통예금

บัญชีออมทรัพย์	반치 엄쌉	명	저축예금
บัดนี้	밧니		지금, 이제
บัตร	밧	명	카드
บัตรกำนัล	밧 깜난	명	상품권, 바우처
บัตรขาเข้า	밧 카 카오	명	입국 카드
บัตรขึ้นเครื่องบิน	밧 큰 크르엉 빈	명	탑승권
บัตรเครดิต	밧 크레딧	명	신용카드
บัตรจอดรถ	밧 쩟 롯	명	주차권
บัตรเชิญ	밧 츤ㅓ	명	초대장
บัตรเดบิต	밧 데빗	명	직불카드
บัตรโดยสาร	밧 도이싼	명	승차권, 표
บัตรโดยสารสาธารณะ	밧 도이싼 싸타라나	명	교통카드
บัตรเติมเงิน	밧 뜸ㅓ 응은ㅓ	명	충전카드
บัตรประกันสุขภาพ	밧 쁘라깐 쑥카팝	명	의료보험증
บัตรประจำตัว	밧 쁘라짬 뚜어	명	신분증
บัตรประจำตัวคนต่างดาว	밧 쁘라짬 뚜어 콘 땅 다우	명	외국인등록증
บัตรประจำตัวพนักงาน	밧 쁘라짬 뚜어 파낙응안	명	사원증
บัตรประชาชน	밧 쁘라차촌	명	주민등록증
บัตรผ่านประตู	밧 판 쁘라뚜	명	입장권

บัตรสมนาคุณ	밧 싸마나쿤	명	상품권
บัตรสะสมไมล์	밧 싸쏨 마이	명	마일리지 카드
บันได	반 다이	명	계단
บันทึก	반특	동	기록하다, 적다, 기재하다
บันเทิง	반틍ㅓ	명	오락
บ่า	바	명	어깨
บ้า	바	동	미치다, 열광하다
บาง	방	동	얇다, 가늘다, 엷다, 약하다/ 일부의, 어느 정도 ผิวบางเหลือเกิน 피우 방 르어 끈ㅓ 피부가 너무 연약하다.
บางครั้ง	방 크랑		가끔
บางที	방 티		가끔
บ้าง	방		조금, 약간의, 일부의
บาด	밧	동	베이다 บาดมือ 밧 므 손을 베이다.
บาดเจ็บ	밧쩹	동	부상하다, 상처 입다, 다치다 ได้รับบาดเจ็บ 다이 랍 밧쩹 부상을 당했어요.
บาท	밧	명	밧(태국의 화폐 단위)

บาทหลวง	밧 루엉	명	목사
บาน	반	동	(꽃이) 피다
บ้าน	반	명	집
บ้านเกิด	반 끗ㅓ	명	고향
บ้านเดี่ยว	반 디여우	명	단독주택
บ้านเมือง	반 므엉	명	나라, 국가
บาป	밥	명	죄, 죄악
บ่าย	바이	명	오후
บ่ายนี้	바이 니		오늘 오후
บาสเกตบอล	밧껫번	명	농구
บำรุง	밤룽	동	영양분을 공급하다, 보살피다, 키우다, 유지하다
บิด	빗	동	돌리다, 비틀다, 꼬다
บิดขี้เกียจ	빗 키 끼얏	동	기지개를 켜다
บิดเบือน	빗브언	동	왜곡하다, 비틀다
บิน	빈	동	날다
บินตรง	빈 뜨롱	명	직항
บีบ	빕	동	짜내다, 압착하다
บุคคล	북콘	명	개인
บุคลิกภาพ	북카릭까팝	명	인격
บุคลิกลักษณะ	북카릭 락싸나	명	개성

ต ถ ท ธ น บ ป ผ ฝ พ ภ ม

บุญ	분	명	복, 덕
บุญคุณ	분 쿤	명	은혜
บุตร	붓	명	자녀, 자식
บุบ	붑	동	찌그러지다, 으그러지다
	ประตูด้านหลังบุบ 쁘라뚜 단랑 붑 뒤쪽 문이 찌그러졌어요.		
บุรุษ	부룻	명	신사, 남자, 남성
บุรุษไปรษณีย์	부룻 쁘라이싸니	명	우체부
บุรุษพยาบาล	부룻 파야반	명	남자 간호사
บุโรทั่ง	부로탕	형	다 허물어져 가는, 금방 무너질 듯한, 황폐한
บุหรี่	부리	명	담배
เบ็ดเตล็ด	벳 땔렛	명	기타, 잡동사니, 자질구레한 것
เบรก	브렉	명	브레이크
เบสบอล	벳 번	명	야구
เบอร์	브ㅓ	명	번호
เบอร์โทรศัพท์	브ㅓ 토라쌉	명	전화번호
เบอร์แฟกซ์	브ㅓ 퐥	명	팩스 번호
เบา	바오	동	가볍다, 약해지다, (소리를) 줄이다, 낮추다/ 가볍게, 부드럽게

เบารถ	바̄오 롯́	동	감속하다
	ช่วยเบารถให้หน่อย 추̂어이 바̄오 롯́ 하̂이 너̀이 차 속도를 줄여 주세요.		
เบาหวาน	바̄오 완̌	명	당뇨
เบาะ	버̀	명	방석, 쿠션
เบิก	브̀ㅓㄱ	동	열다, 펼치다, 드러내다
เบิกเงิน	브̀ㅓㄱ 응̄은ㅓ	동	돈을 인출하다
เบียร์	비̄야	명	맥주
เบื่อ	브̀어	동	지루하다, 심심하다
เบื้องหลัง	브̂엉 랑̌	명	비하인드
แบมือ	배̄ 므̄	동	손을 내밀다
แบก	백̀	동	짊어지다, 지다
แบ่ง	뱅̀	동	분배하다, 나누다
แบงก์ดอลล่าร์	뱅̄ 던̄라̂	명	달러
แบงก์ย่อย	뱅̄ 여̂이	명	잔돈
แบงก์	뱅̄	명	은행, 지폐
แบดมินตัน	뱃̀민̄딴̄	명	배드민턴
แบตเตอรี่	뱃̀뜨̄ㅓ리̂	명	배터리
แบตสำรอง	뱃̀ 쌈̌렁̄	명	예비 배터리, 보조 배터리
แบน	밴̄	동	납작하다, 공기가 빠지다

บ

	ยางรถแบน 양롯 밴 타이어가 펑크났어요.	
แบบ	뱁	명 스타일, 모형, 양식, 형식
แบบเรียน	뱁 리안	명 교과서
โบก	복	동 흔들다, 부채질하다
โบนัส	보낫	명 보너스
โบราณ	보란	형 고대의, 구식의, 낡은
โบราณสถาน	보란 싸탄	명 유적지
โบ	보	명 리본
โบว์ลิ่ง	볼링	명 볼링
โบสถ์	봇	명 교회
โบสถ์คาทอลิค	봇 카털릭	명 성당
ใบ	바이	명 잎, 종이, 서류, 장, ~개(종이, 가방, 접시, 모자를 셀 때)
	กระเป๋า 2 ใบ 끄라빠오 썽 바이 가방 2개	
ใบขับขี่	바이 캅 키	명 운전면허증
ใบขับขี่ระหว่างประเทศ	바이 캅 키 라왕 쁘라텟	명 국제운전면허증
ใบคำร้อง	바이 캄렁	명 신청서
ใบแจ้ง	바이 쨍	명 통지서

ใบตอง	바이 떵	명	바나나 잎
ใบต่างด้าว	바이 땅 다우	명	외국인 등록증
ใบประกาศ	바이 쁘라깟	명	포스터, 전단지, 공고문
ใบประเมินการสั่งสินค้า	바이 쁘라믄ㅓ 깐 쌍 씬카	명	주문 견적서
ใบปลิว	바이 쁠리우	명	전단, 유인물
ใบไม้	바이 마이	명	잎, 나뭇잎
ใบไม้เปลี่ยนสี	바이 마이 쁠리얀 씨	명	단풍
ใบไม้ร่วง	바이 마이 루엉	명	낙엽
ใบรับกระเป๋า	바이 랍 끄라빠오	명	짐표, 수화물 영수증
ใบรับรอง	바이 랍렁	명	증명서, 증서, 추천서, 보증서
ใบรับรองแพทย์	바이 랍렁 팻	명	진단서
ใบเรือ	바이 르어	명	돛
ใบลา	바이 라	명	휴가 신청서
ใบลาออก	바이 라억	명	사표
ใบสั่งแพทย์	바이 쌍 팻	명	처방전
ใบสั่งยา	바이 쌍 야	명	처방전
ใบสัญญา	바이 싼야	명	계약서
ใบสูติบัตร	바이 쑤띠밧	명	출생증명서

ใบเสนอราคา	바이 싸너 라카 [명] **견적서**
	พรุ่งนี้จะส่งใบเสนอราคาให้คุณ 프룽니 짜 쏭 바이 싸너 라카 하이 쿤 내일 견적서를 보내 드릴게요.
ใบเสร็จ	바이 쎗 [명] **영수증**
ใบหน้า	바이 나 [명] **얼굴**
ใบอนุญาต	바이 아누얏 [명] **허가증, 허가서**
ใบอนุญาตทำงาน	바이 아누얏 탐응안 [명] **노동 허가증**

ป

ปก	뽁	[명] [동]	(책의) 표지 덮다, 보호하다
ปกครอง	뽁 크렁	[동]	통치하다, 지배하다, 관리하다
ปกคลุม	뽁 클룸	[동]	덮다, 퍼지다, 걸치다
ปกติ	뽁까띠		보통
ปฏิทิน	빠띠틴	[명]	달력
ปฏิบัติ	빠띠밧	[동]	수행하다, 실시하다
ปฏิสัมพันธ์	빠띠 쌈판	[명]	쌍방향
ปฏิเสธ	빠띠쎗	[동]	거절하다
ปฐมนิเทศ	빠톰 니텟	[명]	오리엔테이션
ปรบมือ	쁘롭 므	[동]	박수를 치다
ปรอท	쁘럿	[명]	체온계
ประกวด	쁘라꾸엇	[동]	경합하다, 경쟁하다, 겨루다
ประกอบ	쁘라껍	[동]	구성하다
ประกัน	쁘라깐	[동]	보장하다, 보험 들다
ประกันชีวิต	쁘라깐 치윗	[명]	생명보험
ประกันภัย	쁘라깐 파이	[명]	보험
ประกันสุขภาพ	쁘라깐 쑥카팝	[명]	의료 보험
ประกาศ	쁘라깟	[동]	공고하다

ประกาศรับสมัครงาน	쁘라깟 랍 싸막 응안	명	구인 광고
ประกาศนียบัตร	쁘라깟싸니야밧	명	자격증
ประคอง	쁘라컹	동	지탱하다, 유지하다, 버티다
ประจำ	쁘라짬	형	흔히 하는, 보통의, 고정된
ประจำเดือน	쁘라짬 드언	형 명	월례의 월경
ประจำปี	쁘라짬 삐	형	매년의, 연례의
ประชากร	쁘라차 껀	명	인구
ประชากรทั้งหมด	쁘라차 껀 탕못	명	총인구
ประชาชน	쁘라차 촌	명	국민
ประชาธิปไตย	쁘라차팁빠따이	명	민주주의
ประชุม	쁘라춤	동	회의하다
ประณีต	쁘라닛	동	정교하다
ประตู	쁘라뚜	명	문
ประตูขึ้นเครื่องบิน	쁘라뚜 큰 크르엉 빈	명	탑승구
ประตูฉุกเฉิน	쁘라뚜 축츤ㅓ	명	비상구
ประตูทางเข้าออก	쁘라뚜 탕 카오 억	명	출입문
ประถม	쁘라톰	형	초급의, 기초의
ประถมศึกษา	쁘라톰 쓱싸	명	초등교육
ประทับ	쁘라탑	동	찍다, 부착하다, 거주하다, 머무르다
ประทับใจ	쁘라탑 짜이	동	감명받다, 감동하다

ต ถ ท ธ น บ ป ผ ฝ พ ภ ม

ประทับตรา	쁘라탑 뜨라	동	도장 찍다
ประเทศ	쁘라텟	명	나라, 국가
ประเทศไทย	쁘라텟 타이	명	태국
ประเทศมหาอำนาจ	쁘라텟 마하 암낫	명	강대국
ประเทศสมาชิก	쁘라텟 싸마칙	명	회원국
ประธาน	쁘라탄	명	회장, 사장
ประธานกรรมการ	쁘라탄 깜마깐	명	대표이사, 사장
ประธานาธิบดี	쁘라타나티버디	명	대통령
ประปา	쁘라빠	명	상수도
ประพฤติ	쁘라프릇	동	행동하다, 이행하다, 처신하다
ประพันธ์	쁘라판	동	창작하다, 짓다
ประเพณี	쁘라페니	명	전통
ประภาคาร	쁘라파칸	명	등대
ประเภท	쁘라펫	명	종류
ประเภทกีฬา	쁘라펫 낄라	명	경기 종목
ประมวล	쁘라무언	동	편집하다, 수집하다, 엮다, 편찬하다
ประมาณ	쁘라만		대략, 약
ประมุข	쁘라묵	명	지도자, 최고위자, 국가원수
ประเมิน	쁘라믄ㅓ	동	추정하다, 가늠하다, 산정하다

ประยุกต์	쁘라육	동	응용하다, 유용하다
ประยุกต์ใช้	쁘라육 차이	동	적용하다, 맞추다
ประโยค	쁘라욕	명	문장
ประโยชน์	쁘라욧	명	혜택, 이득, 이점, 장점, 유용성
ประวัติศาสตร์	쁘라왓띠쌋	명	역사
ประสงค์	쁘라쏭	동	원하다, 바라다, 갈망하다
ประสบ	쁘라쏩	동	직면하다, 맞닥뜨리다, 접하다
ประสบการณ์	쁘라쏩 깐	명	경험
ประสบการณ์ทำงาน	쁘라쏩 깐 탐응안	명	경력
ประสบความสำเร็จ	쁘라쏩 쾀 쌈렛	동	성공하다
ประสบปัญหา	쁘라쏩 빤하	동	문제에 직면하다
ประสาท	쁘라쌋	명	신경
ประสาน	쁘라싼	동	연결하다, 잇다
ประสิทธิผล	쁘라씻티폰	명	효율
ประสิทธิภาพ	쁘라씻티팝	명	효율성
ประหยัด	쁘라얏	동	절약하다
ประหลาด	쁘라랏	동	이상하다, 흔치 않다
ประหลาดใจ	쁘라랏 짜이	동	의아해 하다, 놀라다, 생각 밖이다, 비정상이다
ปรับ	쁘랍	동	조절하다, 조정하다

ปรับตัว 쁘랍 뚜어 동 적응하다

ปรับตัวกับชีวิตในเมืองไทยง่าย
쁘랍 뚜어 깝 치윗 나이 므엉타이 응아이
태국 생활에 적응하기가 쉬워요.

ปรับปรุง 쁘랍 쁘룽 동 조절하다, 조정하다, 개선하다

ปรากฏ 쁘라꼿 동 나타나다, 드러내다, 생기다

ปรารถนา 쁘랏타나 동 바라다, 희망하다, 원하다

ปริญญา 빠린야 명 학위

ปริญญาตรี 빠린야 뜨리 명 학사 학위

ปริญญาโท 빠린야 토 명 석사 학위

ปริญญาเอก 빠린야 엑 명 박사 학위

ปริมณฑล 빠리몬톤 명 주위, 둘레, 경계

ปริมาณ 빠리만 명 양, 수량

ปริมาณที่ใช้ 빠리만 티 차이 명 사용량

ต้องจ่ายตามปริมาณที่ใช้
떵 짜이 땀 빠리만 티 차이
사용량에 따라 내야 해요.

ปริมาตร 빠리맛 명 용량, 부피

ปริศนา 쁘릿싸나 명 퍼즐, 문제, 수수께끼

ปรึกษา 쁘륵싸 동 상담하다, 의논하다, 면담하다

ปรึกษาหารือ 쁘륵싸 하르 동 상의하다

ปรุง 쁘룽 동 조리하다, 만들다

ป

ปลด	쁠롯	동 풀어 주다, 석방하다, 놓아주다, 치우다, 벗다
ปลดออกจากตำแหน่ง	쁠롯 억 짝 땀냉	동 면직하다, 파면하다, 해임하다
ปล้น	쁠론	동 털다, 강탈하다, 약탈하다
ปลอกหมอน	쁠럭 먼	명 베갯잇
ปลอด	쁠럿	동 ~을 면하다, ~이 없다
ปลอดภัย	쁠럿 파이	동 안전하다
ปลอบใจ	쁠럽 짜이	동 위로하다, 달래다
ปล่อย	쁠러이	동 풀어놓다
ปล่อยไว้	쁠러이 와이	동 내버려두다
ปลั๊ก	쁠락	명 플러그
ปลา	쁠라	명 생선
ปลาฉลาม	쁠라 찰람	명 상어
ปลาซาบะ	쁠라 싸바	명 고등어
ปลาดาบ	쁠라 답	명 갈치
ปลาดิบ	쁠라 딥	명 생선회
ปลาตะเพียน	쁠라 따피안	명 붕어
ปลาทูน่า	쁠라 투나	명 참치
ปลาน้ำจืด	쁠라 남쯧	명 민물고기
ปลาเผา	쁠라 파오	명 생선구이

ต ถ ท ธ น บ ป ผ ฝ พ ภ ม

ปลาย่าง	쁠라 양	명	구운 생선
ปลาวาฬ	쁠라 완	명	고래
ปลาหมึก	쁠라 믁	명	오징어
ปลาไหล	쁠라 라이	명	장어
ปลาย	쁠라이	명	끝
ปลายเดือน	쁠라이 드언	명	하순
ปลายทาง	쁠라이 탕	명	목적지
ปลายปี	쁠라이 삐	명	연말
ปลายผม	쁠라이 폼	명	머리끝
ปลื้มใจ	쁠름 짜이	동	기쁘다, 흐뭇하다
	ฉันปลื้มใจที่ได้แต่งงานกับเธอ 찬 쁠름 짜이 티 다이 땡응안 깝 트ㅓ 나는 너와 결혼해서 기쁘다.		
ปลุก	쁠룩	동	깨우다
	ช่วยปลุกตอน 7 โมงเช้าได้ไหม 추어이 쁠룩 떤 쩻 몽 차오 다이 마이 7시에 깨워줄 수 있어요?		
ปลุกความกล้า	쁠룩 쾀 끌라	동	용기를 내다
ปลูก	쁠룩	동	심다, 세우다
	ทุกปีปลูกต้นไม้ 툭삐 쁠룩 똔마이 매년 나무를 심어요.		
ปลูกฝี	쁠룩 퓌	명	백신 접종
ปวด	뿌엇	동	아프다

ปวดท้อง	뿌엇 텅	[동] 배가 아프다
ปวดประจำเดือน	뿌엇 쁘라짬 드언	[명] 생리통
ปวดฟัน	뿌엇 퐌	[동] 이가 아프다
ปวดเมื่อย	뿌엇 므어이	[동] 몸살이 나다, 욱신거리다
ปวดศีรษะ	뿌엇 씨싸	[동] 머리가 아프다
ปวดหัว	뿌엇 후어	[동] 머리가 아프다
ปวดหู	뿌엇 후	[동] 귀가 아프다
ป่วย	뿌어이	[동] 아프다, 앓다
ปอ	뻐	[명] 황마(黃麻), 삼베
ปอก	뻑	[동] 벗기다, 깎다
ปอกเปลือก	뻑 쁠르억	[동] 껍질을 벗기다
ป้องกัน	뻥깐	[동] 예방하다
ปอด	뻣	[명] 폐, 허파
ปอดอักเสบ	뻣 악쎕	[명] 폐렴
ปะการัง	빠까랑	[명] 산호
ปัก	빡	[동] 꽂다, 박다, 찌르다
ปัจจุบัน	빳쭈반	현재
ปัญญา	빤야	[명] 지혜
ปัญหา	빤하	[명] 문제, 분쟁
ปั่น	빤	[동] 회전하다
ปั้น	빤	[동] 빚다, 조각하다

ปั๊ม	빰	동	펌프질을 하다
ปั๊มน้ำมัน	빰 남만	명	주유소
ปัสสาวะ	빳싸와	명	소변
ป่า	빠	명	숲
ป่าไม้	빠 마이	명	삼림, 숲
ป้า	빠	명	부모의 손위 여자 (큰어머니, 아주머니)
ปาก	빡	명	입
ปากกา	빡까	명	펜, 볼펜
ปากกาสี	빡까 씨	명	컬러펜
ปากกาหมึกซึม	빡까 므 씀	명	만년필
ปากซอย	빡 써이	명	골목 어귀
ปากีสถาน	빠끼싸탄	명	파키스탄
ป้าย	빠이	명	안내판, 정거장
ป้ายจราจร	빠이 짜라쩐	명	교통 표지판
ป้ายประกาศ	빠이 쁘라깟	명	알림판, 간판
ป้ายรถเมล์	빠이 롯메	명	버스 정류장
ป้ายหน้า	빠이 나	명	다음 정거장
ปิ้ง	삥	동	굽다 เช้านี้กินขนมปังปิ้ง 차오 니 낀 카놈빵 삥 오늘 아침에 구운 식빵을 먹었어요.
ปิงปอง	삥 뻥	명	탁구

ปิด	삣	동	닫다, 끄다
ปิดกล้อง	삣 끌렁	동	(촬영을) 끝내다
ปิดเทอม	삣 틈ㅓ	명	방학
ปิดบัญชี	삣 반치	동	계좌를 해지하다
ปิดประตูให้เรียบร้อย	삣 쁘라뚜 하이 리얍 러이	동	문단속하다
ปิดปาก	삣 빡	동	입을 다물다
ปิดร้าน	삣 란	동	폐점하다
ปี	삐	명	년(해), ~살, ~세
ปีที่แล้ว	삐 티 래우	명	작년, 지난해
ปีนี้	삐 니	명	올해
ปีหน้า	삐 나		내년, 다음 해
ปีใหม่	삐 마이	명	새해
ปีก	삑	명	날개, 깃
ปีน	삔	동	올라가다, (기어)오르다
ปีนเขา	삔 카오	동	산행하다, 등산하다
ปีนลง	삔 롱	동	하산하다
ปืน	쁜	명	총, 화기, 소총
ปุ่มเหงือก	뿜 응으억	명	잇몸
ปุ๋ย	뿌이	명	비료
ปุ๋ยธรรมชาติ	뿌이 탐마찻	명	거름, 퇴비
ปู	뿌	명	게

ปู่	뿌	명	할아버지
ปู่ทวด	뿌 투엇	명	증조부
ปูนซีเมนต์	뿐 씨멘	명	시멘트
เป็ด	뻿	명	오리
เป็น	뻰	동	이다, 되다, 걸리다/ ~로/할 수 있다
	ขอเป็นเงินสด 커 뻰 응은 쏫 현금으로 주세요.		
เป็นไข้	뻰 카이	동	열이 나다
เป็นครั้งแรก	뻰 크랑 랙		처음으로
เป็นทุกข์	뻰 툭	동	괴롭다
เป็นประจำ	뻰 쁘라짬		정기적으로
เป็นไปได้	뻰 빠이 다이	동	가능성이 있다
เป็นไปไม่ได้	뻰 빠이 마이 다이	동	가능성이 없다
เป็นแผล	뻰 플래	동	상처가 나다
เป็นพิษ	뻰 핏	동	해롭다
	อาหารนี้เป็นพิษต่อคนไข้ 아han 니 뻰 핏 떠 콘 카이 이 음식은 환자에게 해롭다.		
เป็นโรค	뻰 록	동	병을 앓다, 병이 나다
เป็นลม	뻰 롬	동	기절하다
เป็นโสด	뻰 쏫	동	미혼이다, 독신이다
เป็นหนอง	뻰 넝	동	곪다

เป็นหนุ่มสาว	뻰 눔 싸우	동	크다, 성장하다, 젊다
	ลูก ๆ เป็นหนุ่มสาวกันหมดแล้ว 룩룩 뻰 눔 싸우 깐 못 래우 아이들이 다 컸어요.		
เป็นหลัก	뻰 락		주로
เป็นอย่างไร	뻰 양 라이	동	어떻다, 어때
เป็นอันขาด	뻰 안 캇		절대로
เป็นอันตรายต่อร่างกาย	뻰 안따라이 떠 랑까이	동	몸에 해롭다
เปรียบ	쁘리얍	동	비교하다
เปรียบเทียบ	쁘리얍 티얍	동	비교하다
เปรี้ยว	쁘리여우	동	(맛이)시다
เปรี้ยวหวาน	쁘리여우 완	동	새콤달콤하다
เปลี่ยน	쁠리얀	동	변하다, 변경하다, 교환하다, 바꾸다
เปลี่ยนใจ	쁠리얀 짜이	동	생각을 바꾸다, 맘을 달리 먹다
	ฉันเปลี่ยนใจ 찬 쁠리얀 짜이 나는 마음이 변했어.		
เปลี่ยนแปลง	쁠리얀 쁠랭	동	변화하다
เปลือก	쁠르억	명	껍질
เปลือกตา	쁠르억 따	명	눈꺼풀
เปลือง	쁠르엉	동	낭비하다, 소비하다
เป่า	빠오	동	불다

เป้า 빠오 명 목적, 목표, 조준

เป้าหมาย 빠오 마이 명 목표

เป๋าฮื้อ 빠오 흐 명 전복

เปิด 쁘ㅓ 동 열다, 켜다

เปิดเทอม 쁘ㅓ 틈ㅓ 동 개학하다

เปิดบัญชี 쁘ㅓ 반치 동 계좌를 개설하다

อยากจะเปิดบัญชี
약 짜 쁘ㅓ 반치
계좌를 개설하고 싶어요.

เปิดไฟ 쁘ㅓ 퐈이 동 불을 켜다

เปิดร้าน 쁘ㅓ 란 동 개점하다

เปิดโรมมิ่ง 쁘ㅓ 롬밍 동 로밍하다

เปิดแอร์ 쁘ㅓ 애 동 에어컨을 켜다

ช่วยเปิดแอร์หน่อย
추어이 쁘ㅓ 애 너이
에어컨을 켜 주세요.

เปียก 삐약 동 젖다, 적시다

เปียกน้ำ 삐약 남 동 적시다, 축이다, 축축하다

เปียโน 삐아노 명 피아노

เปื้อน 쁘언 동 더럽다, 더러워지다

เปื้อนสี 쁘언 씨 동 페인트가 묻다

แป้ง 뺑 명 분말

แปด 뺏 명 여덟, 8

แปดสิบ	뺏 씹	명	여든, 80
แป๊บเดียว	뺍 디여우		잠깐
แปรง	쁘랭	동 명	솔질을 하다, 솔로 문지르다 붓, 솔
แปรงฟัน	쁘랭 퐌	명	이를 닦다
แปล	쁠래	동	번역하다, 해석하다 ธงไตรรงค์แปลว่าอะไร 통 뜨라이롱 쁠래 와 아라이 뜨라이롱기가 무슨 뜻이에요?
แปลก	쁠랙	동	이상하다, 기이하다, 색다르다
แปลกใจ	쁠랙 짜이	동	이상하게 생각하다
โปรแกรม	쁘로끄램	명	프로그램
โปรเจค	쁘로쩩	명	프로젝트
โปรด	쁘롯		(정중하게 부탁할 때) 부디 ~해 주세요
โปรตุเกส	쁘로뚜껫	명	포르투칼
โปรย	쁘로이	동	뿌리다
โปแลนด์	뽈랜	명	폴란드
ไป	빠이	동	가다
ไปกลับ	빠이 끌랍	동	왕복
ไปเดินเล่น	빠이 든ㅓ렌	동	산보하다

ไปต่อรถ	빠이 떠 롯	동	갈아타다

ต้องไปต่อรถที่ไหน
떵 빠이 떠 롯 티 나이
어디서 갈아타야 해요?

ไปเที่ยว	빠이 티여우	동	놀러 가다
ไปๆ มาๆ	빠이 빠이 마 마		왔다 갔다/앞뒤로
ไปรับ	빠이 랍	동	데리러 가다
ไปส่ง	빠이 쏭	동	배웅하다
ไปหา	빠이 하	동	방문하다, 찾아가다
ไปรษณีย์	쁘라이싸니	명	우체국
ไปรษณีย์กลาง	쁘라이싸니 끌랑	명	중앙우체국
ไปรษณีย์ด่วนพิเศษ	쁘라이싸니 두언 피쎗	명	국제 특급
ไปรษณียบัตร	쁘라이싸니야밧	명	우편엽서

| 태국어 필수 단어 |

ผ

ผง	퐁	명	가루, 분말
ผงขมิ้น	퐁 카민	명	강황 가루
ผงซักฟอก	퐁 싹퍽	명	세탁 세제
ผนัง	파낭	명	벽
ผม	폼	명	나(남성 1인칭)/ 머리카락
ผล	폰	명	결과
ผลการทำงาน	폰 깐 탐 응안	명	근무 성적, 업무 실적
ผลการพิพากษา	폰 깐 피팍싸	명	판정 결과
	จะแจ้งผลการพิพากษาให้ 짜 쨍 폰 깐 피팍싸 하이 판정 결과를 알려 드릴게요.		
ผลข้างเคียง	폰 캉 키양	명	부작용
ผลงาน	폰 응안	명	작품
ผลประโยชน์	폰 쁘라욧	명	이득
ผลพลอยได้	폰 플러이 다이	명	부산물
ผลไม้	폰라마이	명	과일
ผลัก	플락	동	밀다, 밀치다, 밀고 나가다
ผลักดัน	플락 단	동	밀다
ผลิ	플리	동	싹이 트다, 돋다, (꽃이) 피다

ผลิต	팔릿	동	생산하다, 제조하다
ผลิตผล	팔릿따폰	명	생산물, 제품, 산물
ผลิตภัณฑ์	팔릿따판	명	생산물, 물품, 상품, 제품
ผลิบาน	플리 반	동	피어나다, 움트다
ผสม	파쏨	동	섞다, 혼합하다, 조합하다
ผ่อนคลาย	펀 클라이	동	휴식을 취하다, 진정하다, 긴장이 풀리다, 완화하다
ผอม	펌	동	날씬하다, 마르다
ผัก	팍	명	채소
ผัก(ภูเขา)	팍(푸카오)	명	나물
ผักกาดขาว	팍 깟카우	명	배추
ผักกาดหอม	팍 깟험	명	상추
ผักขม	팍 콤	명	시금치
ผักดอง	팍 덩	명	피클, 장아찌, 김치
ผักบุ้ง	팍 붕	명	팍붕(채소), 공심채, 모닝글로리
ผักหอม	팍 험	명	상추
ผัด	팟	동	(기름으로) 볶다
ผัว	푸어	명	남편
ผ่า	파	동	(장작 같은 것을) 패다, (도끼 · 식칼 등으로) 자르다
ผ่าตัด	파땃	동	수술하다

ผัก 팍 채소

ผักกาดขาว 팍 깟카우 배추
หัวไชเท้า 후어 차이 타오 무
แตงกวา 땡 꽈 오이
แครอท 캐럿 당근
ผักขม 팍 콤 시금치
มะเขือ 마크어 가지
ฟักทอง 퐉텅 서양 호박, 단호박
เห็ด 헷 버섯
พริก 프릭 고추
หอมใหญ่ 험 야이 양파
ต้นหอม 똔 험 파
มันฝรั่ง 만 퐈랑 감자
กระเทียม 끄라티얌 마늘
ถั่ว 투어 콩
ผักกาดหอม 팍 깟험 상추
ถั่วแดง 투어 댕 팥
ขิง 킹 생강
กะหล่ำปลี 깔람 쁠리 양배추

ผ้า	파	명	천, 옷감, 헝겊
ผ้าเช็ดจาน	파 쳇 짠	명	행주
ผ้าเช็ดตัว	파 쳇 뚜어	명	타월, 목욕 수건
ผ้าเช็ดปาก	파 쳇 빡	명	냅킨
ผ้าเช็ดมือ	파 쳇 므	명	손수건
ผ้าเช็ดหน้า	파 쳇 나	명	수건
ผ้าปูโต๊ะ	파 뿌 또	명	책상보, 테이블보
ผ้าพันคอ	파 판 커	명	스카프
ผ้าม่าน	파 만	명	커튼
ผ้าห่ม	파 홈	명	담요, 모포
	ขอผ้าห่มผืนหนึ่งหน่อย 커 파 홈 픈 능 너이 담요 1장 주세요.		
ผ้าไหม	파 마이	명	실크
ผ้าอ้อม	파 엄	명	기저귀
ผ้าอนามัย	파 아나마이	명	생리대
ผ่านไป	판 빠이	동	지나가다
ผายลม	파이 롬	동	방귀를 뀌다
ผิด	핏	동	잘못하다, 틀리다
ผิดกฎหมาย	핏 꼿마이	동	불법이다
ผิดใจ	핏 짜이	동	사이가 나쁘다
ผิดปกติ	핏 뽁까띠	명	비정상, 이상

ผิดหวัง	핏 꽝	동	실망하다
	แม้จะสอบไม่ผ่านก็อย่าเพิ่งผิดหวัง 매 짜 썹 마이 판 꺼 야 픙 핏왕 시험에 떨어져도 실망하지 마라.		
ผิดหู	핏 후	동	이상하게 들리다
ผิว	피우	명	피부, 표면
ผิวเนียน	피우 니얀	명	꿀 피부
ผิวหนัง	피우 낭	명	가죽
ผี	피	명	유령, 귀신
ผีเสื้อ	피 쓰어	명	나비
ผึ้ง	픙	명	꿀
ผืน	픈	명	시트, 납작한 것을 셀 때 (~장)
ผุ	푸	동	부패하다, 썩다, 부식하다
ผู้	푸	명	사람(접두어)
ผู้ก่อตั้ง	푸 꺼땅	명	설립자, 창립자
ผู้กำกับภาพยนตร์	푸 깜깝 팝파욘	명	영화감독
ผู้เข้าร่วม	푸 카오 루엄	명	참가자
ผู้จัดการ	푸 짯깐	명	매니저, 지배인
ผู้จัดการทั่วไป	푸 짯깐 투어 빠이	명	총지배인, 상무
ผู้ชม	푸 촘	명	시청자, 청중, 관중, 관람객
ผู้ช่วย	푸 추어이	명	조수, 보조원

ผู้ช่วยกรรมการ	푸 추어이 깜마깐	명	선심
ผู้ช่วยศาสตราจารย์	푸 추어이 쌋싸뜨라짠	명	조교수
ผู้ชาย	푸 차이	명	남자
ผู้ชุมนุม	푸 춤눔	명	군중
ผู้เชี่ยวชาญ	푸 치여우찬	명	전문가
ผู้ใช้แรงงาน	푸 차이 랭 응안	명	근로자
ผู้ดูแลพิพิธภัณฑ์	푸 둘래 피핏타판	명	큐레이터
ผู้โดยสาร	푸 도이 싼	명	승객
ผู้ติดตาม	푸 띳 땀	명	수행원, 보좌관
ผู้ถือหุ้น	푸 트 훈	명	주주
ผู้ทำธุรกิจส่วนตัว	푸 탐 투라낏 쑤언 뚜어	명	자영업자
ผู้ที่จบการศึกษาระดับปริญญาตรี	푸티 쫍 깐쓱싸 라답 빠린야 뜨리	명	대졸자
ผู้ที่จบการศึกษาระดับมัธยมต้น	푸티 쫍 깐쓱싸 라답 맛타욤 똔	명	중졸자
ผู้ที่จบการศึกษาระดับมัธยมปลาย	푸티 쫍 깐쓱싸 라답 맛타욤 쁠라이	명	고졸자
ผู้แทน	푸 탠	명	대표, 대리인
ผู้นำ	푸 남	명	지도자
ผู้บริโภค	푸 버리폭	명	소비자
ผู้บริหาร	푸 버리한	명	경영진, 경영자, 임원

ผู้ปกครอง	푸 뽁크렁	명	보호자, 통치자, 관리자
ผู้ปฏิบัติการ	푸 빠띠밧 깐	명	집행자
ผู้ป่วย	푸 뿌어이	명	환자
ผู้ประกาศข่าว	푸 쁘라깟 카우	명	아나운서
ผู้ผลิต	푸 팔릿	명	생산자
ผู้พิพากษา	푸 피팍사	명	판사
ผู้พูด	푸 풋	명	연사, 연설가, 화자, 대변인
ผู้ฟัง	푸 퐝	명	듣는 사람, 청자, 청취자, 청중
ผู้รับ	푸 랍	명	받는 사람, 수령인
ผู้รับเงิน	푸 랍 응은ㅓ	명	수취인
ผู้รับจ้าง	푸 랍 짱	명	피고용인, 종업원
ผู้ว่าการ	푸 와 깐	명	지도자, 대표, 총재
ผู้ส่งสินค้า	푸 쏭 씬카	명	납품자, 상품 공급자
ผู้สมัครงาน	푸 싸막 응안	명	입사 지원자
ผู้สัมภาษณ์	푸 쌈팟	명	면접관
ผู้สื่อข่าว	푸 쓰 카우	명	기자, 리포터
ผู้หญิง	푸 잉	명	여자
ผู้ให้เช่า	푸 하이 차오	명	임대인
ผู้ใหญ่	푸 야이	명	어른
ผู้อ่าน	푸 안	명	독자, 구독자

ผู้อำนวยการ	푸 암누어이 깐	명	소장, 국장, 기관장
ผู้อำนวยการโรงเรียน	푸 암누어이 깐 롱리안	명	교장
ผูก	푹	동	매다, 묶다
ผูกพัน	푹 판	동	마음을 기울이다, 열중해 있다, 얽매다
เผ็ด	펫	동	맵다
	กินอาหารเผ็ดไม่ได้ 낀 아한 펫 마이 다이 매운 음식을 먹을 수 없어요.		
เผ็ดฉุน	펫 춘	동	톡 쏘는 듯 맵다
เผ็ดร้อน	펫 런	동	매콤하다
เผย	프ㅓ이	동	비밀을 누설하다
เผา	파오	동	태우다, 불태우다
เผ่า	파오	명	종족
เผื่อ	프어		하기 위하여, 할 목적으로, 경우를 대비해서
แผน	팬	명	계획, 책략
แผนที่	팬티	명	지도
แผนที่ตัวเมือง	팬티 뚜어 므엉	명	시내 지도
แผนที่ในเมือง	팬티 나이 므엉	명	시내 지도
แผ่น	팬	명	장, 낱장 (종이, 유리, 레코드 셀 때 쓰는 수량사)

ต ถ ท ธ น บ ป ผ ฝ พ ภ ม

	กระดาษแผ่นนี้บางมาก 끄라닷 팬 니 방 막 이 종이는 너무 얇아요.		
แผ่นดิน	팬 딘	명	땅, 육지, 토지, 영토, 국가, 나라
แผนก	파낵	명	부서, 부(部)
แผนกการค้า	파낵 깐 카	명	영업부
แผนกกุมารเวช	파낵 꾸마라웻	명	소아과
แผนกจำหน่าย	파낵 짬나이	명	판촉부
แผนกตรวจโรคภายใน	파낵 뜨루엇 록 파이 나이	명	내과
แผนกตรวจหูคอจมูก	파낵 뜨루엇 후 커 짜묵	명	이비인후과
แผนกธุรการ	파낵 투라깐	명	총무부
แผนกบัญชี	파낵 반치	명	경리부
แผนกประชาสัมพันธ์	파낵 쁘라차 쌈판	명	홍보부
แผนกผิวหนัง	파낵 피우낭	명	피부과
แผนกรังสีวิทยา	파낵 랑씨 윗타야	명	방사선과
แผนกโรคประสาท	파낵 록 쁘라쌋	명	신경과
แผนกลงทะเบียน	파낵 롱 타비얀	명	등록처
แผนกลงทะเบียนคนต่างชาติ	파낵 롱 타비얀 콘 땅찻	명	외국인 등록처
แผนกวางแผน	파낵 왕 팬	명	기획부
แผนกศัลยกรรม	파낵 싼야깜	명	외과

แผนกศัลยกรรมกระดูก	파낵 싼야깜 끄라둑	명	정형외과
แผนกศัลยกรรมพลาสติก	파낵 싼야깜 플라싸띡	명	성형외과
แผนกส่งออก	파낵 쏭 억	명	수출부
แผนกสูตินรีเวช	파낵 쑷 나리웻	명	산부인과
แผนกหูจมูกคอ	파낵 후 짜묵 커	명	이비인후과
แผนกอายุรกรรม	파낵 아유라깜	명	내과
แผนรับมือ	팬 랍 므	명	대처법
แผล	플래	명	상처
	เป็นแผล 뻰 플래 상처가 나다.		
แผลในกระเพาะอาหาร	플래 나이 끄라퍼 아한	명	위궤양
แผลไฟไหม้	플래 퐈이 마이	명	화상(火傷)

ฝ

ฝน	ฝน	명 비

ฝนตก
ฝน 뚝
비가 오다.

ฝนปรอย	ฝน 쁘러이	명 이슬비
ฝนไล่ช้าง	ฝน 라이 창	명 소나기
ฝรั่ง	퐈랑	명 서양인, 서양 사람
ฝรั่งเศส	퐈랑 쎗	명 프랑스
ฝัง	퐝	명 묻다, 매장하다
ฝั่ง	퐝	명 해안, 둑, 제방, 측, 가(끝)
ฝัน	퐌	동 꿈꾸다, 상상하다
ฝา	퐈	명 칸막이, 장벽, 커버, 뚜껑
ฝาผนัง	퐈 파낭	명 내벽
ฝ่าเท้า	퐈 타오	명 발바닥
ฝ่าไฟแดง	퐈 퐈이 댕	명 신호 위반
ฝ่ามือ	퐈 므	명 손바닥
ฝาก	퐉	동 맡기다, 전하다, 선물하다

ฝากแสดงความยินดีด้วย
퐉 싸댕 쾀 인디 두어이
축하를 전해 주세요.

ฝากเงิน	확 응은ㅓ	동 예금하다
ฝาด	퐷	형 떫다
ฝาย	퐈이	명 둑
ฝ่ายขาย	퐈이 카이	명 판매부
ฝ่ายโฆษณา	퐈이 쿗싸나	명 홍보부
ฝ่ายจัดซื้อ	퐈이 짯쓰	명 구매부

**ได้รับเครื่องพิมพ์หมึกจากฝ่าย
จัดซื้อหรือยัง**
다이 랍 크르엉핌 믁 짝 퐈이 짯쓰 르 양
구매부로부터 프린터 토너를 받았나요?

ฝ่ายตรวจสอบ	퐈이 뜨루엇 썹	명 감사부
ฝ่ายทรัพยากร
บุคคล	퐈이 쌉파야껀
북콘	명 인사부
ฝ่ายธุรการ	퐈이 투라깐	명 행정부
ฝ่ายบัญชี	퐈이 반치	명 회계부
ฝ่ายผลิต	퐈이 팔릿	명 생산부
ฝ่ายระบบสาร
สนเทศ	퐈이 라놉 싼
쏜텟	명 정보 전산부
ฝ่ายวิจัยและ
พัฒนา	퐈이 위짜이 래
퐛타나	명 연구 개발부
ฝ้าย	퐈이	명 면직물, 목화
ฝีมือ	퓌 므	명 기량, 기술, 재능,
솜씨, 손재주
ฝึก	픅	동 연습하다, 훈련하다
ฝึกหัด	픅핫	동 연습하다

ฝุ่น	훈̀	명	먼지, 가루, 분말
ฝูง	풍̌	명	무리, 군중
เฝ้า	퐈̂오	동	지키다, 돌보다, 알현하다
เฝ้าบ้าน	퐈̂오 반̂	동	집을 보다
แฝง	퐹̌	동	감추다, 숨기다, 은폐하다, 덮다
แฝด	퐷̀	형	쌍둥이의
แฝดสาม	퐷̀ 쌈̌	명	세 쌍둥이
ไฝ	퐈̌이	명	점, 사마귀

พ

พจนานุกรม	폿짜나누끄롬	명	사전
พนักงาน	파낙 응안	명	직원
พนักงานขาย	파낙 응안 카이	명	판매원
พนักงานทดลอง	파낙 응안 톳렁	명	인턴사원
พนักงานธนาคาร	파낙 응안 타나칸	명	은행원
พนักงานนวด	파낙 응안 누엇	명	마사지사
พนักงานบริษัท	파낙 응안 버리쌋	명	회사원
พนักงานประจำ	파낙 응안 쁘라짬	명	정규직
พนักงานประชาสัมพันธ์	파낙 응안 쁘라차쌈판	명	홍보 담당관
พนักงานฝึกงาน	파낙 응안 픅 응안	명	인턴사원
พนักงานรักษาความปลอดภัย	파낙 응안 락싸 쾀 쁠럿 파이	명	경비원
พนักงานให้คำแนะนำ	파낙 응안 하이 캄 내남	명	안내원
พนักงานใหม่	파낙 응안 마이	명	신입사원
พนัน	파난	동	돈을 걸다, 도박을 하다
พบ	폽	동	만나다, 찾다, 발견하다
พม่า	파마	명	미얀마

พยากรณ์	파야껀	명	예측, 예견, 예보
พยากรณ์อากาศ	파야껀 아깟	명	일기예보
พยาธิ	파야티	명	기생충, 애벌레, 유충
พยาน	파얀	명	증인
พยาบาล	파야반	동 명	간호하다 간호사
พยายาม	파야얌	동	노력하다
พรม	프롬	명	카펫, 양탄자, 무릎 덮개
พรรค	팍	명	정당, 단체
พร้อม	프럼	동	준비가 되다/ ~와 함께/동시에
พร้อมกัน	프럼 깐		동시에, 함께
พระ	프라	명	승려
พระมหากษัตริย์	프라 마하까쌋	명	국왕
พริก	프릭	명	고추
พริกไทย	프릭 타이	명	후추
พริกไทยป่น	프릭 타이 뽄	명	후춧가루
พรุ่งนี้	프룽 니	명	내일
พฤศจิกายน	프룻싸찌까욘	명	11월
พฤษภาคม	프룻싸파콤	명	5월
พฤหัสบดี	파르핫싸버디	명	목요일
พลตรี	폰 뜨리	명	(육군) 소장
พลเมือง	폰라므엉	명	인구, 시민, 주민

พลเรือน	폰라르언	명	시민
พลศึกษา	파라쓱싸	명	체육(교과명)
พลอย	플러이	명	보석
พลัง	팔랑	명	힘
พลังงาน	팔랑 응안	명	에너지
พลั่ว	플루어	명	삽
พลาง	플랑		그와 동시에, ~하는 동안에,
พลาสติก	플라싸띡	명	플라스틱
พวก	푸억	명	그룹, 단체, ~들
พวกผม	푸억 폼		우리, 우리들(남성에게만 사용)
พวงกุญแจ	푸엉 꾼째	명	열쇠 뭉치, 열쇠고리
พอ	퍼	동	충분하다/~하자마자 พอรุ่งเช้า ก็รีบไปเรียน 퍼 룽차오 꺼 립 빠이 리안 날이 밝자마자 서둘러 공부하러 갔어요.
พอใจ	퍼 짜이	동	만족하다
พอดี	퍼디	동	딱 맞다, 알맞다, 적당하다/마침 ใส่พอดี 싸이 퍼디 딱 맞아요.
พอสมควร	퍼 쏨 쿠언		적당히, 알맞게
พ่อ	퍼	명	아버지

ต ถ ท ธ น บ ป ผ ฝ พ ภ ม

พ่อครัว	퍼 크루어	명	남자 요리사
พ่อค้า	퍼 카	명	남자 상인
พ่อตา	퍼 따	명	장인
พ่อแม่	퍼 매	명	부모
พัก	팍	동	쉬다, 휴식하다
พักผ่อน	팍 펀	동	쉬다, 휴식하다
	พักผ่อนมาก ๆ จะหายเร็ว 팍펀 막막 짜 하이 레우 푹 쉬면 빨리 회복될 거예요.		
พักร้อน	팍 런	동	휴가를 얻다
พังทลาย	팡 탈라이	동	무너지다, 붕괴되다, 망하다
พัฒนา	팟타나	동	개발하다, 성장하다, 발달하다
พัด	팟	동	(바람이) 불다
พัดลม	팟 롬	명	선풍기
พัน	판	명	천, 1000
พับ	팝	동	접다, 개다
พัสดุ	팟싸두	동	소포
	อยากจะส่งพัสดุนี้ไปเกาหลี 약 짜 쏭 팟싸두 니 빠이 까올리 이 소포를 한국으로 보내고 싶어요.		
พามา	파 마	동	데려오다
พาณิชย์	파닛	명	상업, 무역
พาไป	파 빠이	동	데리고 가다

พามา	파 마	동 데리고 오다
พาย	파이	명 노 동 노를 젓다
พายุ	파유	명 태풍, 풍랑
พายุหิมะ	파유 히마	명 눈보라
พาหนะ	파하나	명 차량, 탈것
พิจารณา	핏짜라나	동 고려하다
พิซซ่า	핏싸	명 피자
พิซซ่าหน้ามันฝรั่ง	핏싸 나 만퐈랑	명 감자 피자
พิธี	피티	명 의식, 식
พิธีกร	피티 껀	명 사회자
พิธีปิด	피티 삣	명 폐회식
พิธีเปิด	피티 쁫ㅓ	명 개막식
พิธีเปิดงาน	피티 쁫ㅓ 응안	명 개회식
พิพิธภัณฑ์	피핏타판	명 박물관
พิพิธภัณฑ์อาหาร	피핏타판 아한	명 음식 박물관
พิมพ์	핌	동 인쇄하다
พิมพ์ดีด	핌 딧	동 타자를 치다
พิเศษ	피쎗	동 특별하다
พิษ	핏	명 독, 독물
พิสูจน์	피쑷	동 입증하다, 증명하다, 확인해 주다
พี่	피	명 손윗사람

ต

ถ

ท

ธ

น

บ

ป

ผ

ฝ

พ

ภ

ม

พี่เขย	피 크ㅓ이	명	형부, 매부, 매형, 자형
พี่ชาย	피 차이	명	형, 오빠
พี่น้อง	피 넝	명	형제, 자매, 친척
พี่สาว	피 싸우	명	누나, 언니
พึง	픙		해야 하다
พึ่ง	픙	동	의존하다, 기대다, 신뢰하다, 믿다/ 방금, 바로 지금
พืช	픗	명	식물, 초목
พืชผล	픗 폰	명	농작물, 과실류, 곡식
พื้น	픈	명	바닥, 지면, 표면
พื้นกระดาน	픈 끄라단	명	마루
พื้นฐาน	픈 탄	명	밑바탕, 바닥, 기반
พื้นดิน	픈 딘	명	땅, 땅바닥, 표면
พื้นที่	픈 티	명	지역, 구역, 토지, 지면, 곳
พื้นที่ว่าง	픈 티 왕	명	공간
พุง	풍	명	(동물의)배, 복부
พุทธศาสนา	풋타쌋싸나	명	불교
พุทรา	풋싸	명	대추
พุพอง	푸펑	명	물집
พู่กัน	푸깐	명	붓
พูด	풋	동	말하다

พูดโกหก	풋 꼬혹	동	거짓말하다
พูดคนเดียว	풋 콘 디여우	동	독백하다
พูดจริง	풋 찡	동	진실을 말하다
พูดตรง	풋 뜨롱	동	불쑥 말하다
พูดตรงไปตรงมา	풋 뜨롱 빠이 뜨롱 마	동	솔직하게 말하다
พูดไม่ออก	풋 마이 억	동	무슨 말을 해야 할지 모르다, 어이가 없다
พูดยาว	풋 야우	동	길게 말하다
เพ่ง	펭	동	빤히 쳐다보다, 응시하다
เพชร	펫	명	다이아몬드
เพชรพลอย	펫 플러이	명	보석
เพดาน	페단	명	천장
เพราะ	프러		때문에
เพราะฉะนั้น	프러 차난		그러므로
เพลง	플렝	명	노래
เพลงเชียร์	플렝 치야	명	응원가
เพลงไตเติ้ล	플렝 따이뜬	명	타이틀곡
เพลงที่ได้รับความนิยม	플렝 티 다이 랍 쾀 니욤	명	히트곡
เพลงฮิต	플렝 힛	명	히트곡
เพลิดเพลิน	플릇ㅓ 플른ㅓ	동	즐기다, 즐거워하다
เพลีย	플리야	동	지치다, 피곤하다

ต ถ ท ธ น บ ป ผ ฝ พ ภ ม

เพศ	펫̂	명	성, 성별
เพิกเฉย	프̂ㅓ 츠̌ㅓ이	동	무시하다, 못 본 척하다
เพิ่ง	픙̂ㅓ		방금 ~하다
เพิ่ม	픔̂ㅓ	동	더하다, 추가하다, 증가하다, 늘다
เพิ่มขึ้น	픔̂ㅓ 큰̂	동	증가하다
เพียง	피̄양		오직 ~만
เพียร	피̄얀	동	집요하게 계속하다, 인내하며 계속하다
เพื่อ	프̂어		~을 위해서
เพื่อน	프̂언	명	친구
เพื่อน ๆ	프̂언 프̂언	명	친구들
เพื่อนเก่า	프̂언 까̀오	명	옛 친구, 오랜 친구
เพื่อนซี้	프̂언 씨́	명	단짝, 친한 친구
เพื่อนตาย	프̂언 따̄이	명	진짜 친구, 참된 친구
เพื่อนบ้าน	프̂언 반̂	명	이웃
เพื่อนผู้ชาย	프̂언 푸̂차̄이	명	남자 사람 친구
เพื่อนผู้หญิง	프̂언 푸̂잉̌	명	여자 사람 친구
เพื่อนร่วมงาน	프̂언 루̂엄 응̄안	명	직장 동료
แพ้	패́	동	패하다, 지다 เขาแพ้การแข่งขัน 카̌오 패́ 깐̀ 캥̀칸̌ 그는 시합을 졌어요.
แพ้ท้อง	패́ 텅́	동	입덧하다

แพ้ยา	패́ 야̄	동	약물 알레르기가 있다, 약물 부작용이 있다
แพง	팽̄	동	비싸다
แพทย์	퍁̂	명	의사
แพทย์ผู้เชี่ยวชาญ	퍁̂ 푸̂ 치̂여우찬̄	명	전문의
แพร่	프래̂	동	널리 알리다, 광고하다, 퍼뜨리다
แพลง	플랭̄	동	삐다 เท้าแพลง 타́오 플̄랭 발을 삐다.
แพะ	패́	명	염소
โพรงหนอง	프̄롱 넝̌	명	부스럼
โพสต์	폿̂	명	게시글
ไพเราะ	파̄이 러́	동	듣기 좋다
ฟกช้ำ	폭́ 참́	형	멍든, 타박상을 입은
ฟรี	프̄리	명	무료
ฟอก	퍽̂	동	물세탁하다, 정화하다
ฟอง	펑̄	명	거품/개(계란을 셀 때)
ฟ้อง	펑́	동	일러바치다
ฟ้องร้อง	펑́ 렁́	동	고소하다, 소송을 제기하다, 고발하다
ฟ้องหย่า	펑́ 야̀	동	이혼 소송을 제기하다
ฟักทอง	퐉́ 텅̄	명	단호박, 서양 호박
ฟัง	퐝̄	동	듣다

ฟัน	퐌	명	치아
ฟันกรามซี่สุดท้าย	퐌끄람 씨 쏫타이	명	사랑니
ฟันเก	퐌 께	명	삐뚤게 난 치아
ฟันดาบ	퐌 답	명	펜싱
ฟันผุ	퐌 푸	명	충치
ฟ้า	퐈	명	하늘
ฟ้าผ่า	퐈 파	명	벼락
ฟ้าร้อง	퐈 렁	명	천둥
ฟ้าแลบ	퐈 랩	명	번개, 벼락
ฟินแลนด์	퓐랜	명	핀란드
ฟิล์ม	퓜	명	필름
ฟิลิปปินส์	퓔립삔	명	필리핀
ฟื้น	픈	동	회복되다, 되찾다
ฟุตบอล	풋번	명	축구
ฟุ่มเฟือย	품 프어이	동	낭비하다, 사치하다
เฟอร์นิเจอร์	풔니쯔ㅓ	명	가구
แฟกซ์	퐥	명	팩스
แฟชั่น	퐤찬	명	유행, 패션
แฟน	퐨	명	애인, 연인, 남편이나 아내, 팬
ไฟ	퐈이	명	불
ไฟแดง	퐈이 댕	명	적색등

ไฟท้าย	퐈̄이 타́이	명	후미등
ไฟเบรค	퐈̄이 브̀렉	명	브레이크 등
ไฟฟ้า	퐈̄이 퐈́	명	전기
ไฟล์แนบ	퐈̄이 냅̂	명	첨부파일
ไฟหน้า	퐈̄이 나̂	명	전조등
ไฟไหม้	퐈̄이 마̂이	동	불이 나다

ไฟไหม้
퐈̄이 마̂이
불이야!

ภ

ภรรยา	판라야	명	아내
ภัย	파이	명	위험
ภาค	팍	명	부분, 지역, 구역
ภาคกลาง	팍 끌랑	명	중부
ภาคใต้	팍 따이	명	남부
ภาคปลาย	팍 쁠라이	명	여름 학기, 2학기
ภาคภูมิใจ	팍 품 짜이	동	자랑스러워하다
ภาคเรียน	팍 리안	명	학기
ภาควิชา	팍 위차	명	학과, 학부
ภาคเหนือ	팍 느어	명	북부
ภาชนะ	파차나	명	그릇, 용기
ภาพ	팝	명	그림
ภาพพิมพ์	팝 핌	명	판화
ภาพยนตร์	팝파욘	명	영화
ภายใน	파이 나이		이내에 ภายในหนึ่งสัปดาห์ 파이 나이 능 쌉다 일주일 이내에
ภายหลัง	파이 랑		나중에, 이후에
ภาวนา	파와나	동	기도하다

ภาษา	파싸	명 언어
ภาษากลาง	파싸 끌랑	명 통용어, 공용어
ภาษาเกาหลี	파싸 까올리	명 한국어
ภาษาจีน	파싸 찐	명 중국어
ภาษาญี่ปุ่น	파싸 이뿐	명 일본어
ภาษาตลาด	파싸 딸랏	명 속어
ภาษาต่างประเทศ	파싸 땅 쁘라텟	명 외국어
ภาษาถิ่น	파싸 틴	명 사투리, 방언
ภาษาไทย	파싸 타이	명 태국어
ภาษาใบ้	파싸 바이	명 수화
ภาษาประจำชาติ	파싸 쁘라짬 찻	명 국어(國語)
ภาษาฝรั่งเศส	파싸 퐈랑쎗	명 프랑스어
ภาษาพูด	파싸 풋	명 구어
ภาษามาตรฐาน	파싸 맛뜨라탄	명 표준어
ภาษาลาว	파싸 라우	명 라오스어
ภาษาหนังสือ	파싸 낭쓰	명 문어(文語), 문자 언어
ภาษาอังกฤษ	파싸 앙끄릿	명 영어
ภาษิต	파씻	명 속담
ภาษี	파씨	명 세금
ภาษีเงินได้	파씨 응은ㅓ 다이	명 소득세
ภาษีทางตรง	파씨 탕 뜨롱	명 직접세

ภาษีทางอ้อม	파씨 탕 엄	명	간접세
ภาษีมูลค่าเพิ่ม	파씨 문라카 픔ㅓ	명	부가가치세
ภาษีรถ	파씨 롯	명	자동차세
ภาษีศุลกากร	파씨 쑨라까껀	명	관세
ภาษีอากร	파씨 아껀	명	조세, 과세
ภูเก็ต	푸껫	명	푸껫
ภูเขา	푸 카오	명	산
ภูเขาไฟ	푸 카오 퐈이	명	화산
ภูมิภาค	푸미팍	명	지역
ภูมิศาสตร์	푸미쌋	명	지리학, 지리
ภูมิใจ	품 짜이	동	자랑스러워하다, 의기양양해하다
ภูมิแพ้	품 패	명	알레르기
เภสัชกร	페쌋차껀	명	약사

ม

มกราคม	목까라콤	명	1월
มด	못	명	개미
มดแดง	못 댕	명	붉은 개미
มดลูก	못 룩	명	자궁
มติมหาชน	마띠 마하촌	명	여론
มนุษย์	마눗	명	인간
มโนคติ	마노 카띠	명	사상, 사조
มรดก	머라독	명	유산
มรดกทางวัฒนธรรม	머라독 탕 왓타나탐	명	문화유산
มรสุม	머라쑴	명	폭풍, 몬순, 계절풍
มลภาวะ	몬파와	명	오염
มลภาวะทางดิน	몬파와 탕 딘	명	토양오염
มลภาวะทางน้ำ	몬파와 탕 남	명	수질오염
มลภาวะทางอากาศ	몬파와 탕 아깟	명	대기오염
มลภาวะสิ่งแวดล้อม	몬파와 씽왯럼	명	환경오염
ม่วง	무엉	명	보라색

มวน	무-언	명 개피(담배를 셀 때) 동 (담배를) 말다
ม้วน	무́언	명 통, 뭉치(종이, 필름 등 감긴 물건을 셀 때) 동 말다, 휘감다
มวย	무-어이	명 권투
มวยไทย	무-어이 타-이	명 태국식 권투, 킥복싱
มวยปล้ำ	무-어이 쁠람̂	명 레슬링
มหานคร	마́하̌나́컨-	명 특별시
มหาวิทยาลัย	마́하̌ 윗́타́야-라-이	명 대학교
มหาวิทยาลัยรัฐ	마́하̌ 윗́타́야-라-이 랏́	명 국립대학교
มหาวิทยาลัยเอกชน	마́하̌ 윗́타́야-라-이 엑̀까̀촌-	명 사립대학교
มอง	멍-	동 바라보다
มองเห็น	멍- 헨̌	동 보다, 목격하다, 찾아내다
มอเตอร์ไซค์	머-뜨-ㅓ 싸-이	명 오토바이
มอเตอร์ไซค์รับจ้าง	머-뜨-ㅓ 싸-이 랍́짱̂	명 오토바이 택시
มอบหมาย	멉̂ 마̌이	동 (일, 책임 등을)맡기다, 위탁하다
มอบให้	멉̂ 하̂이	동 주다, 제공하다, 수여하다
มะเขือ	마́크̌어	명 가지
มะเขือเทศ	마́크̌어 텟̂	명 토마토
มะนาว	마́나-우	명 라임

มะพร้าว	마프라우	[명]	코코넛
มะม่วง	마무엉	[명]	망고
มะรืนนี้	마른니	[명]	모레
มะเร็ง	마렝	[명]	암(癌)
มะละกอ	말라꺼	[명]	파파야
มะลิ	말리	[명]	재스민
มัก	막		주로 ~하곤 하다
มัคคุเทศก์	막쿠텟	[명]	안내자, 가이드
มังกร	망꺼	[명]	용
มังคุด	망쿳	[명]	망고스틴
มั่งมี	망미	[동]	잘살다
มัด	맛	[동] [명]	묶다 다발, 단(수량사)
	พวกผักขายเป็นมัด 푸억 팍 카이 뻰 맛 야채는 묶음으로 팔아요.		
มัดจำ	맛짬	[명] [동]	보증금, 착수금, 계약금 보증금을 내다
มัธยมปลาย	맛타욤 쁠라이	[명]	고등학교
มัน	만	 [명]	그것 기름(지방)
มันเทศ	만 텟	[명]	고구마
มันฝรั่ง	만 파랑	[명]	감자
มันสมอง	만 싸멍	[명]	뇌

ฏ ถ ท ธ น บ ป ผ ฝ พ ภ ม

มั่นคง	만콩	[동]	확신하다, 안정되어 있다
มั่นใจ	만 짜이	[동]	자신감이 있다
มัว	무어	[동]	어둑하다, 흐릿하다, 침침하다
มัสตาร์ด	맛싸땃	[명]	겨자
มา	마	[동]	오다
มาเก๊า	마까오	[명]	마카오
มาถึง	마 틍	[동]	도착하다
มารับ	마 랍	[동]	데리러 오다
ม้า	마	[명]	말(馬)
ม้าลาย	마 라이	[명]	얼룩말
มาก	막		많이, 매우
มาก ๆ	막 막		아주, 매우, 훨씬
มากกว่า	막 꽈		~보다 많이, ~이상
มาตรา	맛뜨라	[명]	조항
มาตรฐาน	맛뜨라 탄	[명]	기준
ม่าน	만	[명]	커튼
มารยาท	마라얏	[명]	예의, 예절, 매너
มาร์คหน้า	막 나	[명]	얼굴 마스크
มาลาเรีย	말라리아	[명]	말라리아
มาเลเซีย	말레씨야	[명]	말레이시아
มิฉะนั้น	미차난		그렇지 않으면

มิตร	밋́	명	친구, 벗, 동료, 교우
มิถุนายน	미투나욘	명	6월
มี	미	동	가지고 있다, 소유하다, 있다 ยังไม่มีแฟนเลย 양 마이 미 퐨 르ㅓ이 아직 애인이 없어요.
มีความสนใจ	미 쾀 쏜짜이	동	관심을 갖다
มีความสุข	미 쾀 쑥	동	행복하다
มีชีวิตชีวา	미 치윗 치와	동	생기 있다, 활기 있다
มีชื่อ	미 츠	동	유명하다, 잘 알려져 있다
มีชื่อเสียง	미 츠 씨양	동	유명하다
มีธุระ	미 투라	동	바쁘다
มีมาก	미 막	동	많다
มีเมฆ	미 멕	동	흐리다
มีด	밋	명	칼
มีดโกนหนวด	밋 꼰 누엇	명	면도기
มีดขุดหญ้า	밋 쿳 야	명	호미
มีดคัตเตอร์	밋 캇떠	명	카터
มีดพับ	밋 팝	명	접는 칼
มีนาคม	미나콤	명	3월
มึนงง	므 응옹	동	혼란스러워하다, 당혹스러워하다, 현기증이 나다

มึนเมา	믄 마오	동	술에 취하다
มืด	믓	동	어둡다, 캄캄하다
มือ	므	명	손
มือขวา	므 콰	명	오른손
มือซ้าย	므 싸이	명	왼손
มือถือ	므 트	명	휴대폰
มือเปล่า	므 쁠라오	명	빈손
มือสมัครเล่น	므 싸막 렌	명	아마추어, 비전문가
มือใหม่	므 마이	명	초보자
มื้อ	므	명	끼니(식사를 세는 수량사)
มุง	뭉	동	주위에 모여들다, 지붕을 덮다
มุ่ง	뭉	동	목표로 하여 나아가다, 의도하다
มุ่งหมาย	뭉 마이	동	목표 삼다, 겨냥하다, 의도하다
มุ้ง	뭉	명	모기장
มุ้งลวด	뭉 루엇	명	방충망
มุม	뭄	명	모퉁이
มุมมองเกี่ยวกับอาชีพ	뭄멍 끼여우 깝 아칩	명	직업관
มูลนิธิ	문라니티	명	재단
มูลสัตว์	문 쌋	명	배설물
เม็กซิโก	멕씨꼬	명	멕시코

เมฆ	멕	명	구름
เม็ด	멧	명	씨, 낟알, 알(열매나 약을 셀 때)
เมตตากรุณา	멧따 까루나	동	친절하다, 자비롭다
เมตร	멧	명	미터(m)
เมล็ด	말렛	명	씨앗, 알맹이
เมษายน	메싸욘	명	4월
เมา	마오	동	멀미하다, 취하다
เมาแล้วขับ	마오 래우 캅	동	음주 운전하다
เมีย	미야	명	아내
เมื่อ	므어		~때에
เมื่อก่อน	므어 껀		이전에, 전에, 앞에
เมื่อคืน	므어 큰	명	어젯밤
เมื่อเช้า	므어 차오	명	오늘 아침
เมื่อไร	므어 라이		언제(의문사) เขามาเมื่อไร 카오 마 므어 라이 그는 언제 옵니까?
เมื่อวาน	므어 완	명	어제
เมื่อวานซืน	므어 완쓴	명	그저께
เมื่อวานนี้	므어완 니	명	어제
เมือง	므엉	명	도시
เมืองท่า	므엉 타	명	항구도시

เมืองไทย	므엉 타이	명	태국
เมืองนอก	므엉 넉	명	해외, 외국, 국외
เมืองร้อน	므엉 런	명	열대 국가
เมืองหลวง	므엉 루엉	명	수도(首都)
เมืองใหญ่	므엉 야이	명	대도시
เมื่อย	므어이	동	저리다, 욱신거리다
	เมื่อยแขน 므어이 캔 팔이 저려요.		
แม่	매	명	엄마
แม่ของสัตว์	매 컹 쌋	명	어미
แม่ครัว	매 크루어	명	여자 요리사
แม่ค้า	매 카	명	여자 상인
แม่น้ำ	매 남	명	강(江)
แม่บ้าน	매 반	명	가정주부
แม่บ้านรับจ้าง	매반 랍짱	명	가정부
แม่ผัว	매 푸어	명	시어머니
แม่ยาย	매 야이	명	장모
แม่เลี้ยง	매 리양	명	계모, 의붓어머니, 양모(養母)
แม่เลี้ยงเดี่ยว	매 리양 디여우	명	미혼모(single mom)
แม้	매		비록 ~일지라도, ~조차도
แมงมุม	맹 뭄	명	거미

แม่นยำ	맨 얌	형	정확한, 확실한
แมลง	말랭	명	곤충, 벌레
แมลงปอ	말랭 뻐	명	잠자리
แมลงวัน	말랭 완	명	파리[곤충]
แมว	매우	명	고양이
โมง	몽	명	시(시간)
ไม่	마이		아니(뒤에 오는 단어를 부정할 때 쓰이는 부정사)
ไม่ค่อย	마이 커이		그다지 ~하지 않다, 별로 ~하지 않다
ไม่ชอบ	마이 첩	동	싫어하다
ไม่ใช่	마이 차이	동	아니다 คิดว่าไม่ใช่ที่นี่ 킷 와 마이 차이 티니 여기가 아닌가 봐요.
ไม่ใช่เล่น	마이 차이 렌		정말로, 매우, 아주, 실제로
ไม่ต้อง	마이 떵	동	할 필요가 없다
ไม่ถึง	마이 틍	동	도착하지 않다, 안 걸리다 ไม่ถึง 10 นาทีก็ถึง 마이 틍 씹 나티 꺼 틍 10분 안 걸려서 도착해요.
ไม่ทัน	마이 탄	동	제시간에 못하다, 놓치다, 지나치다,
ไม่น้อย	마이 너이		적지 않게, 꽤 많은, 상당히
ไม่น่าสนใจ	마이 나 쏜짜이	동	재미없다

แมลง 말랭 곤충

ผีเสื้อ 피 쓰어 나비
แมลงปอ 말랭뻐 잠자리
ผึ้ง 픙 벌
แมงมุม 맹뭄 거미
แมลง 말랭 완 파리
มด 못 개미
ตั๊กแตน 딱까땐 메뚜기
จักจั่น 짝까짠 매미
ยุง 융 모기
หนอน 넌 벌레

ไม่เป็นไร	마̂이 뻬̄ 라̄이	동	괜찮다, 문제없다, 이상 없다
ไม่พอใจ	마̂이 퍼̄ 짜̄이	동	불만족스럽다
ไม่มี	마̂이 미̄	동	없다
ไม่ว่าง	마̂이 왕̂	동	시간이 없다, 사용 중
ไม่สบาย	마̂이 싸̀바̄이	동	몸이 안 좋다, 컨디션이 안 좋다
ไม่สนใจ	마̂이 쏜̌짜̄이	동	무관심하다
ไม่สนุก	마̂이 싸̀눅̀	동	재미없다
ไม่สะดวกสบาย	마̂이 싸̀두̀억 싸̀바̄이	동	불편하다
ไม่เห็นด้วย	마̂이 헨̌ 두̂어이	동	동의하지 않다
ไม้	마́이	명	나무
ไม้กวาด	마́이 꽛̀	명	빗자루
ไม้เท้า	마́이 타́오	명	지팡이
ไม้บรรทัด	마́이 반̄탓́	명	자
ไม้บรรทัดสามเหลี่ยม	마́이 반̄탓́ 쌈̌ 리̀얌	명	삼각자
ไมโครเวฟ	마̄이크̄로웹̂	명	전자레인지
ไมตรี	마̄이뜨̄리	명	우정, 친선, 호의
ไมล์	마̄이	명	마일(mile)

ต ถ ท ธ น บ ป ผ ฝ พ ภ ม

ย

ยก	욕	동	들다, 들어올리다
ยกตัวอย่าง	욕 뚜어 양	동	예를 들다
ยกโทษ	욕 톳	동	용서하다
ยกน้ำหนัก	욕 남낙	명	역도
ยกฟ้อง	욕 펑	동	기각하다
ยกมือ	욕 므	동	손을 들다
	ช่วยยกมือขึ้น 추어이 욕 므 큰 손을 들어 주세요.		
ยกยอ	욕 여	동	아첨하다, 비행기 태우다
ยกย่อง	욕 영	동	존경하다, 격찬하다, 찬탄하다
ยกเลิก	욕 륵ㅓ	동	취소하다, 철회하다
ยกเว้น	욕웬		제외하고
ยศ	욧	명	지위, 계급, 등급
ย่อ	여	동	축소하다, 요약하다
ย่อหน้า	여 나	명 동	새 단락 새 단락을 시작하다, (글의 행을)들여쓰다
ยอด	엿	명	꼭대기, 맨 위, 정상, 최고조
ยอดดอย	엿 더이	명	산봉우리, 산꼭대기

ยอดดี	옏̂ 디̄		훌륭히
	เขาทำงานได้ยอดดี 카̌오 탐 응안 다̂이 옏̂ 디̄ 그는 일을 훌륭히 해냈다.		
ย้อน	연́	동	되돌아가다
ยอม	염̄	동	동의하다, 허락하다
ยอมรับ	염̄ 랍́	동	동의하다, 인정하다
ย่อม	염̂		할 것 같다, ~하기 쉽다
ย้อม	염́	동	염색하다
ย้อมผม	염́ 폼̌	동	머리 염색하다
ย่อย	여̂이	동	작다, 미세하다, 부수적이다, 부수다, 분해하다
ยักษ์	약́	명	거인
ยัง	양̄		아직
ยังไง	양̄ 응아̄이		어떻게
ยังไงก็	양̄ 응아̄이 꺼̂		그래도
ยังชั่ว	양̄ 추̂어	동	조금 좋아지다, 조금 나아지다
ยับ	얍́	동	구겨지다, 주름지다
	ผ้านี้ไม่ยับ 파̂ 니́ 마̂이 얍́ 이 천은 구김이 안 가요.		
ยา	야̄	명	약
ยาแก้ไข้	야̄ 깨̂ 카̂이	명	해열제

ยาแก้ท้องเสีย	야 깨 텅 씨아	명	설사약
ยาแก้ปวด	야 깨 뿌엇	명	진통제
ยาแก้ปวดหัว	야 깨 뿌엇 후어	명	두통약
ยาแก้แพ้	야 깨 패	명	항히스타민제
ยาแก้เมารถ	야 깨 마오 롯	명	차 멀미약
ยาแก้หวัด	야 깨 왓	명	감기약
ยาแก้อักเสบ	야 깨 악쎕	명	소염제
ยาแก้ไอ	야 깨 아이	명	기침약
ยาขี้ผึ้ง	야 키 픙	명	연고
ยาคลายกล้ามเนื้อ	야 클라이 끌람 느어	명	근육이완제
ยาคุมกำเนิด	야 쿰 깜늣ㅓ	명	피임약
ยาฆ่าแมลง	야 카 말랭	명	살충제
ยาจีน	야 찐	명	한약
ยาชา	야 차	명	마취제
ยาถ่าย	야 타이	명	변비약
ยานอนหลับ	야 넌 랍	명	수면제
ยาน้ำ	야 남	명	물약
ยาบำรุง	야 밤룽	명	강장제, 보약
ยาปฏิชีวนะ	야 빠띠치와나	명	항생제
ยาผง	야 퐁	명	가루약
ยาเม็ด	야 멧	명	알약

ยาระงับปวด	야 라응압 뿌엇	명	진통제
ยาลดกรด	야 롯 끄롯	명	제산제
ยาลดไข้	야 롯 카이	명	해열제
ยาสีฟัน	야 씨 퐌	명	치약
ยาเสพติด	야 쎕 띳	명	마약류, 마취제
ยาเหน็บแก้ไข้	야 넵 깨 카이	명	해열 좌약
ย่า	야	명	할머니
ย่าทวด	야 투엇	명	증조모
ยาก	약	동	어렵다 รถติดเคลื่อนไปได้ยาก 롯 띳 클르언 빠이 다이 약 차가 밀려 움직이기 어렵다.
ยากจน	약 쫀	동	가난하다
ยาง	양	명	고무
ยางรถ	양 롯	명	타이어
ยางลบ	양 롭	명	지우개
ย่าง	양	동	굽다, 바비큐 하다
ย่าน	얀	명	지역, 지구
ยาม	얌	명	경비원
ยาย	야이	명	외할머니
ยายทวด	야이 투엇	명	외증조모
ย้าย	야이	동	옮기다, 이동하다

ย้ายเข้ามา	야이 카오 마	[동]	이사 오다
ย้ายเข้ามาอยู่	야이 카오 마 유	[동]	입주하다
ย้ายบ้าน	야이 반	[동]	이사하다
ย้ายมา	야이 마	[동]	이사 오다
ย้ายออก	야이 억	[동]	이사 가다
ยาว	야우	[동]	길다 หนังเรื่องนี้ยาวมาก 낭 르엉 니 야우 막 이 영화는 너무 길어요.
ยำ	얌	[명]	얌(태국식 무침 요리)
ยิง	잉	[동]	쏘다
ยิงปืน	잉 쁜	[동]	사격하다
ยิ่ง	잉		더욱, 더
ยิ่งกว่านั้น	잉꽈난		더구나, 게다가, 뿐만 아니라
ยินดี	인디	[동]	기쁘다, 반갑다
ยินดีด้วย	인디 두어이	[동]	축하한다 ขอแสดงความยินดีด้วย 커 싸댕 쾀 인디 두어이 축하드립니다.
ยินยอม	인 염	[동]	동의하다, 허락하다
ยิมนาสติก	임나싸띡	[명]	체조
ยิ้ม	임	[동]	미소 짓다, 웃다
ยิ้มออกมา	임 억 마	[동]	웃음이 나다

ยี่สิบ	이̂ 씹̀	[명]	스물, 20
ยึด	이́읏	[동]	꽉 붙잡다, 움켜잡다, 장악하다, 억류하다, 점유하다
ยึดติด	이́읏 띳̀	[동]	집착하다
ยืด	이̂읏	[동]	늘이다, 늘어지다, 확장하다, 팽창하다, 연장하다
ยืน	이̄은	[동]	서다, 오래 지속되다
ยืนยัน	이̄은 얀̄	[동]	확인하다, 주장하다
ยื่น	이̂은	[동]	제출하다
ยื่นฟ้อง	이̂은 풩́	[동]	기소하다
ยืม	이̄음	[동]	빌리다, 꾸다
ยุค	육́	[명]	시대(時代)
ยุง	융̄	[명]	모기
ยุ่ง	융̂	[동]	바쁘다, 참견하다, 끼어들다

เขายุ่งอยู่ในครัว
카̌오 융̂ 유̀ 나̄이 크루̄어
그는 주방에서 한창 바쁘다.

ยุ่งยาก	융̂ 약̂	[동]	복잡하다
เยซู	예̄수̄	[동]	예수
เย็น	옌̄	[명] [동]	저녁 시원하다, 차다, 식다
เย็นนี้	옌̄ 니́		오늘 저녁

เย็นสบาย	옌 싸바이	동	시원하고 편안하다
เย็บ	옙	동	꿰매다, 깁다
	ต้องเย็บแผล 떵 옙 플래 상처를 꿰매야 해요.		
เยอรมัน	여라만	명	독일
เยอะ	여		많이
เยอะแยะ	여얘		많이
เยาวชน	야오와촌	명	청소년, 청년
เยี่ยม	이얌	동	방문하다
แย่	얘	동	나쁘다, 형편없다
	คุณภาพสินค้าแย่ 쿤나팝 씬카 얘 상품의 품질이 나쁘다.		
แยก	액	동	나누다, 갈라지다, 분리되다, 헤어지다
แย่งชิง	앵 칭	동	다투다, 경쟁하다
แยม	얨	명	잼(jam)
แยมสตรอว์เบอร์รี่	얨 싸뜨러버리	명	딸기잼
โยก	욕	동	흔들거리다
	ฟันโยก 퐌 욕 치아가 흔들려요.		
โยน	욘	동	던지다

ร

รด	롯	[동]	물을 주다, 뿌리다, 붓다
รดน้ำ	롯 남	[동]	물을 주다, 뿌리다
รถ	롯	[명]	차(자동차), 차량
รถเข็นเด็ก	롯 켄 덱	[명]	유모차
รถเข็นผู้ป่วยแบบนั่ง	롯 켄 푸 뿌어이 뱁 낭	[명]	휠체어
รถเช่า	롯 차오	[명]	렌터카
รถติด	롯 띳	[명]	교통체증
รถตู้	롯 뚜	[명]	승합차, 롯뚜(밴)
รถทัวร์	롯 투어	[명]	고속버스
รถแท็กซี่	롯 택씨	[명]	택시
รถนอน	롯 넌	[명]	침대차
รถบรรทุก	롯 반툭	[명]	트럭
รถบัส	롯 밧	[명]	버스
รถบัสด่วน	롯 밧 두언	[명]	고속버스
รถบัสวิ่งระหว่างเมือง	롯 밧 윙 라왕 므엉	[명]	시외버스
รถพยาบาล	롯 파야반	[명]	구급차
รถไฟ	롯 파이	[명]	기차

รถไฟความเร็วสูง	롯 퐈이 쾀 레우 쑹	명	고속열차(KTX)
รถไฟใต้ดิน	롯 퐈이 따이 딘	명	지하철
รถไฟฟ้า	롯 퐈이 퐈	명	전철, 지상철
รถไฟฟ้าระหว่างสนามบิน	롯 퐈이 퐈 라왕 싸남빈	명	공항 철도
รถเมล์	롯 메	명	버스
รถยนต์	롯 욘	명	자동차, 승용차
รถโรงเรียน	롯 롱리안	명	스쿨버스
รถโรงแรม	롯 롱램	명	호텔 버스
รถลากเลื่อนบนหิมะ	롯 락 르언 본 히마	명	눈썰매
รถวิ่งทางเดียว	롯 윙 탕 디여우	명	일방통행
รถหัดเดินเด็ก	롯 핫 든ㅓ 덱	명	보행기
รบ	롭	동	전투하다, 맞서 싸우다
รบกวน	롭 꾸언	명	폐를 끼치다, 괴롭히다
	อย่ามารบกวน 야 마 롭꾸언 괴롭히지 마라.		
ร่ม	롬	명 동	우산 그늘지다
รวง	루엉	명	이삭
รวงข้าว	루엉 카우	명	벼 이삭
ร่วง	루엉	동	지다, 떨어지다

รวบรวม	루̂업 루̄엄	동	엮다, 편집하다, 편찬하다, 모으다
รวม	루̄엄	동	결합하다, 겸하다, 합산하다, 포함하다
ร่วม	루̂엄	동	참가하다, 참여하다, 공유하다, 가담하다
รวย	루̄어이	동	부유하다, 재산이 많다
รส	롯́	명	맛
รสชาติ	롯́ 찻̂	명	맛
รสมือ	롯́ 므̄	명	손맛
รหัส	라́핫̀	명	번호
รหัสประเทศ	라́핫̀ 쁘라̀텟̂	명	국가 번호
รอ	러̄	동	기다리다
รอนาน	러̄ 난̄	동	오래 기다리다
รองผู้อำนวยการโรงเรียน	렁̄ 푸̂암̄누̄어이깐̄ 롱̄리̄안	명	교감
รองเท้า	렁̄ 타́오	명	신발, 구두
รองเท้ากีฬา	렁̄ 타́오 낄̄라̄	명	운동화
รองเท้าแตะ	렁̄ 타́오 때̀	명	슬리퍼
รองเท้านิรภัย	렁̄ 타́오 니́라́ 파̄이	명	안전화
รองเท้าผ้าใบ	렁̄ 타́오 파̂바̄이	명	운동화
รองเท้าส้นสูง	렁̄ 타́오 쏜̂ 쑹̌	명	하이힐
รองประธานกรรมการ	렁̄ 쁘라̀탄̄ 깜̄마́깐̄	명	부사장

รองศาสตราจารย์	렁 쌋싸뜨라짠	명	부교수
รองหัวหน้าแผนก	렁 후어나 파낵	명	대리[직급]
รองหัวหน้าฝ่าย	렁 후어나 퐈이	명	차장(조직의 계급)
ร้อง	렁	동	부르다, 울다
ร้องเพลง	렁 플렝	동	노래하다
ร้องเรียน	렁 리안	동	불평하다, 호소하다
ร้องไห้	렁 하이	동	울다
ร้อน	런	동	덥다, 뜨겁다
ร้อนใจ	런 짜이	동	조급해하다, 초조해 하다, 애타다
ร้อนอบอ้าว	런 옵 아우	동	후덥지근하다, 푹푹 찌다
รอบ	럽	명	주기
รอบชนะเลิศ	럽 차나 릇ㅓ	명	결승
รอบรองชนะเลิศ	럽 렁 차나 릇ㅓ	명	준결승
รอย	러이	명	자국, 흔적, 흠집
รอยช้ำ	러이 참	명	멍
รอยเปื้อน	러이 쁘언	명	얼룩
รอยแยก	러이 액	명	틈
ร้อย	러이	명	백, 100
ระฆัง	라캉	명	종, 벨
ระงับ	라응압	동	저지하다, 제지하다, 진압하다, 억제하다

ระดับสูง	라답 쑹	명	상위
ระบบ	라봅	명	체계, 체제, 제도
ระบบนิเวศ	라봅 니웻	명	생태계
ระบายสี	라바이 씨	동	색칠하다
ระบำ	라밤	명	춤, 댄스, 무용
ระบำใต้น้ำ	라밤 따이 남	명	싱크로나이즈드 스위밍
ระบำพัดเกาหลี	라밤 팟 까올리	명	부채춤
ระบุ	라부	동	명시하다, 확인하다
ระเบิด	라븟ㅓ	동	폭발하다
ระเบียง	라비양	명	베란다
ระเบียบ	라비얍	명	규율, 규칙
ระยะ	라야	명	기간, 시기
ระยะทาง	라야 탕	명	거리
ระเริง	라 릉ㅓ	동	매우 기뻐하다
ระวัง	라왕	동	조심하다, 주의하다
ระวังเด็ก	라왕 덱	동	어린이 조심
ระวังลื่น	라왕 른	동	미끄럼 주의
ระวังสุนัข	라왕 쑤낙	동	개 조심
ระหว่าง	라왕		사이에, ~중에
ระหว่างประเทศ	라왕 쁘라텟	형	국제적인
รัก	락	동	사랑하다

รักษา	락́싸̌	동	지키다, 유지하다, 보관하다/치료하다
รักษาให้หาย	락́싸̌ 하̂이 하̌이	동	치료하다
รังเกียจ	랑̄ 끼̀얏	동	싫어하다, 미워하다, 혐오하다
รังสี	랑̄씨̌	명	방사선
รัฐ	랏́	명	국가
รัฐบาล	랏́타̀반̄	명	정부(政府)
รัฐมนตรี	랏́타̀몬̄뜨̄리	명	장관
รัฐวิสาหกิจ	랏́타̀위́싸̌하̀낏̀	명	공사, 국영 기업
รัฐสภา	랏́타̀ 싸̀파̄	명	국회
รัด	랏́	동	꽉 조이다, 몸에 딱 붙다
รับ	랍́	동	받다, 받아들이다
รับผิดชอบ	랍́핏̀첩̂	동	책임지다
รับผิดชอบแทน	랍́핏̀첩̂ 탠̄	동	떠맡다 พวกเขารับผิดชอบแทนไม่ได้ 푸̂억 카̌오 랍́핏̀첩̂ 탠̄ 마̂이 다̂이 그들이 떠맡을 수 없어요.
รับฝาก	랍́ 퐉̀	동	보관하다, 맡다
รับมือ	랍́ 므̄	동	대처하다
รับรอง	랍́렁̄	동	증명하다, 보증하다, 맞이하다, 환영하다, 받아들이다
รับหน้าที่	랍́ 나̂티̂	동	맡다(일, 책임 등을)

รั่ว	루̂어	[동]	새다, 누설되다
	น้ำมันไม่เคยรั่ว 남만 마̂이 커이 루̂어 오일은 샌 적이 없어요.		
รัสเซีย	랏씨̄야	[명]	러시아
รา	라̄	[명]	곰팡이
ร่าเริง	라̂ 릉̄ㅓ	[동]	신나다, 기뻐하다, 유쾌하다
ราก	락̂	[명]	뿌리
ราคา	라̄카̄	[명]	가격
ราคาต้นทุน	라̄카̄ 똔̂툰̄	[명]	원가
ราคาตลาด	라̄카̄ 딸̀랏̀	[명]	시장 가격
ราคาต่อหน่วย	라̄카̄ 떠̀ 누̀어이	[명]	단가
ราคานำเข้า	라̄카̄ 남카̂오	[명]	입고 가격
ราคาน้ำมัน	라̄카̄ 남́만̄	[명]	기름값
	ราคาน้ำมันแพงขึ้นเรื่อยๆ 라̄카̄ 남́만 팽 큰 르̂어이 르̂어이 기름값이 점점 올라가요.		
ราคาพิเศษ	라̄카̄ 피́쎗̀	[명]	특가
รางวัล	랑̄완̄	[명]	상, 상품
ร่างกาย	랑̂ 까̄이	[명]	신체, 몸
ร่างกายท่อนล่าง	랑̂ 까̄이 턴̂ 랑̂	[명]	하반신
ราชการ	랏̂차́깐̄	[명]	공직
ราชวงศ์	랏̂차́웡̄	[명]	왕조, 왕실, 왕족

ร่างกาย 랑까이 신체, 몸

หน้าตา 나따 얼굴
คอ 커 목
ไหล่ 라이 어깨
แขน 캔 팔
หน้าอก 나옥 가슴
ท้อง 텅 배
สะดือ 싸드 배꼽
มือ 므 손
นิ้วมือ 니우 므 손가락
สะโพก 싸폭 골반
ก้น 꼰 엉덩이
ขา 카 다리
เข่า 카오 무릎
ข้อเท้า 커 타오 발목
เท้า 타오 발
นิ้วโป้ง 니우 뽕 엄지손가락
นิ้วชี้ 니우 치 집게손가락
นิ้วกลาง 니우 끌랑 가운뎃손가락
นิ้วนาง 니우 낭 넷째 손가락
นิ้วก้อย 니우 꺼이 새끼손가락

ร้าน	란	명 가게
ร้านกับข้าว	란 깝 카우	명 반찬 가게
ร้านกาแฟ	란 까풰	명 커피숍
ร้านขนมปัง	란 카놈 빵	명 제과점
ร้านขายเครื่องเขียน	란 카이 크르엉 키안	명 문구점
ร้านขายยา	란 카이 야	명 약국
ร้านค้าปลีก	란카 쁠릭	명 소매점
ร้านเครื่องเขียน	란 크르엉 키얀	명 문구점
ร้านตัดผม	란 땃 폼	명 이발소
ร้านเบียร์	란 비야	명 호프집
ร้านปลอดภาษี	란 쁠럿 파씨	명 면세점
ร้านแฟนซี	란 퐨씨	명 팬시점
ร้านสะดวกซื้อ	란 싸두억 쓰	명 편의점
ร้านเสริมสวย	란 씀ㅓ 쑤어이	명 미용실
ร้านหนังสือ	란 낭쓰	명 서점
ร้านอาหาร	란 아한	명 식당, 레스토랑
ร้านอาหารไทย	란 아한 타이	명 태국 음식점
ร้านอาหารริมทาง	란 아한 림 탕	명 포장마차, 길거리 음식점
ราบรื่น	랍 른	형 순조롭다, 평탄하다
รายการ	라이 깐	명 목록, 카탈로그

รายการประชุม	라̄이 깐̄ 쁘̀라춤̄	명	회의 일정
	ช่วยบอกรายการประชุมของพรุ่งนี้ 추̂어이 벅̀ 라̄이 깐̄ 쁘̀라춤̄ 컹̌ 프̂룽 니́ 내일 회의 일정을 말해 주세요.		
รายการสิ่งที่อยากทำก่อนตาย	라̄이 깐̄ 씽̀ 티̂ 약̀ 탐̄ 껀̀ 따̄이	명	버킷 리스트
รายการอาหาร	라̄이 깐̄ 아̄한̌	명	메뉴, 차림표
รายงาน	라̄이 응̄안	명 동	보고서 보고하다
รายชื่อ	라̄이 츠̂	명	명단, 리스트
รายชื่อคนรอเรียกรับบริการ	라̄이 츠̂ 콘̄ 러̄ 리̂약 랍́ 버̄리̄깐̄	명	대기자 명단
รายเดือน	라̄이 드̄언	형	한 달에 한 번, 매월
รายได้	라̄이 다̂이	명	소득, 수입
รายได้ประจำปี	라̄이 다̂이 쁘̀라짬̄ 삐̄	명	연소득, 연봉
รายละเอียด	라̄이 라́이̀얏	명	경위
	ช่วยเล่ารายละเอียดด้วย 추̂어이 라̂오 라̄이 라́이̀얏 두̂어이 경위를 말해 주세요.		
รายวัน	라̄이 완̄	형	나날의, 일일
รายสัปดาห์	라̄이 쌉̀다̄	형	매주의(일주에 한 번)
ร้าย	라́이	형	나쁘다, 사악하다
รำข้าว	람̄ 카̂우	명	쌀겨
รำคาญ	람̄칸̄	동	짜증나다

ริน	린	동	따르다, 흘러나오다, 붓다
ริมตา	림 따	명	눈시울
ริมฝีปาก	림 퓌 빡	명	입술
ริษยา	릿싸야	동	질투하다
รีดผ้า	릿 파	동	다림질하다
รีบ	립	동	서두르다/ 얼른, 급히
รื่นเริง	른 릉ㅓ	동	발랄하다, 쾌활하다
รื้อถอน	르 턴	동	철거하다, 무너뜨리다, 허물다
รุ่งเช้า	룽 차오	명	새벽
รุ่งอรุณ	룽 아룬	명	새벽, 여명
รุ้ง	룽	명	무지개
รุ้งกินน้ำ	룽 낀 남	명	무지개
รุนแรง	룬 랭	형	심하다
รุ่น	룬	명	세대
รุ่นเดียวกัน	룬 디여우 깐	명	동기, 같은 기수, 동년배
รุ่นน้อง	룬 넝	명	후배
รุ่นพี่	룬 피	명	선배
รุ่นล่าสุด	룬 라쑷	명	최신 모델

นั่นคือรุ่นล่าสุด
난 크 룬 라쑷
그것은 최신 모델이에요.

ย ร ฤ ล ว ศ ส ห อ ฮ

รู	루	명	구멍
รู้	루	동	알다, 이해하다, 파악하다
รู้ทัน	루 탄	동	눈치를 채다
รู้จัก	루짝	동	알고 있다, 인식하다
	ยินดีที่ได้รู้จักคุณ 인디 티 다이 루짝 쿤 알게 되어서 기뻐요.		
รู้ตัว	루 뚜어	동	알아차리다, 자각하다, 알다
รู้ดี	루 디	동	익히 알다, 소상히 알고 있다
รู้เรื่อง	루 르엉	동	알아듣다, 알다, 이해하다
รู้สึก	루쓱	동	느끼다
รูป	룹	명	사진, 그림
รูปถ่าย	룹 타이	명	사진
รูปภาพ	룹 팝	명	그림, 사진, 화면
รูปร่าง	룹 랑	명	모양
รูปลักษณ์ภายนอก	룹 락 파이 넉	명	겉모습
เร่ง	렝	동	서둘러 하다, 재촉하다
	ช่วยเร่งความเร็วหน่อย 추어이 렝 쾀 레우 너이 속도를 좀 내 주세요.		
เร็ว	레우	동	빠르다, 이르다
เร็วที่สุด	레우 티쑷	동	가장 빠르다

เรอ	르ㅓ	동	트림하다
เรา	라오		우리
เริ่ม	름ㅓ	동	시작하다
เริ่มต้น	름ㅓ 똔	동	시작하다, 시작되다
เรียก	리약	동	부르다 ช่วยเรียกแท็กซี่ให้หน่อย 추어이 리약 택씨 하이 너이 택시 좀 불러주세요.
เรียกคืน	리약 큰	동	복구하다
เรียกร้อง	리악 렁	동	요청하다
เรียกว่า	리약 와	동	~로 불리다, ~로 명명되다
เรียง	리양	동	정렬하다, 정돈하다
เรียงความ	리양 쾀	명 동	수필, 작문 작문하다
เรียน	리안	동	배우다, 공부하다, 말씀 드리다
เรียนจบ	리안 쫍	동	졸업하다
เรียนซ้ำ	리안 쌈	동	재수강하다
เรียนต่อ	리안 떠	동	유학하다, 학업을 계속하다
เรียบร้อย	리얍 러이	동	정중하다, 단정하다
เรือ	르어	명	배(선박)
เรือโดยสาร	르어 도이싼	명	여객선
เรือสำราญ	르어 쌈란	명	유람선

ย ร ฤ ล ว ศ ส ห อ ฮ

ร

เรื่อง	르̂엉	명	일, 이야기
เรื่องย่อ	르̂엉 여̂	명	줄거리
เรื่องยาว	르̂엉 야̄우	명	장편소설, 긴 이야기
เรื่องราว	르̂엉 라̄우	명	이야기
เรื่องเล็ก	르̂엉 렉́	명	사소한 일
เรื่องเล่า	르̂엉 라̂오	명	얘기, 내레이션
เรื่องสั้น	르̂엉 싼̂	명	단편 소설
เรือน	르̄언	명	주택, 주거, 세대/ ~개(시계를 셀 때)
เรื่อย	르̂어이		지속적으로, 끊임없이, 점차, 차츰
เรื่อย ๆ	르̂어이 르̂어이		계속, 점차, 느긋하게, 그럭저럭
แร่	래̂	명	광물, 미네랄, 광석
แรก	랙̂		첫, 첫째의, 처음의
แรงงาน	랭̄ 응̄안	명	노동
แรงงานต่างชาติ	랭̄ 응̄안 땅̀ 찻̂	명	외국인 근로자
โรค	록̂	명	병, 질병
โรคกระเพาะ	록̂ 끄̀라퍼́	명	위장병
โรคกลัวความสูง	록̂ 끌루̄어 쾀̄쑹̌	명	고소공포증
โรคเกาต์	록̂ 까̄오	명	통풍(通風)
โรคจิต	록̂ 찟̀	명	정신병
โรคต่อมทอนซิลอักเสบ	록̂ 떰̀턴̄씬̄ 악̀쎕̀	명	편도선염

โรคติดต่อ	록 띳떠	명	전염병
โรคทางตา	록 탕 따	명	눈병
โรคแทรกซ้อน	록 쌕썬	명	합병증
โรคตา	록 따	명	눈병
โรคน้ำกัดเท้า	록 남 깟 타오	명	무좀
โรคบาดทะยัก	록 밧타약	명	파상풍
โรคบิด	록 빗	명	이질
โรคเบาหวาน	록 바오 완	명	당뇨병
โรคปวดหลัง	록 뿌엇 랑	명	요통
โรคโปลิโอ	록 뽈리오	명	소아마비
โรคริดสีดวงทวารหนัก	록 릿씨두엉 타완낙	명	치질
โรคหลอดลมอักเสบ	록 럿롬 악쎕	명	기관지염
โรคหัด	록 핫	명	홍역
โรคหัดเยอรมัน	록 핫 여라만	명	풍진
โรคหัวใจ	록 후어 짜이	명	심장병
โรคอีสุกอีใส	록 이쑥이싸이	명	수두
โรงงาน	롱 응안	명	공장
โรงจำนำ	롱 짬남	명	전당포
โรงซ่อม	롱 썸	명	정비 공장
โรงซ่อมรถ	롱 썸 롯	명	자동차 정비소

โรงพยาบาล	롱 파야반	명 병원
โรงพยาบาลทันตกรรม	롱파야반 탄따깜	명 치과병원
โรงพยาบาลประสาท	롱 파야반 쁘라쌋	명 정신병원
โรงภาพยนตร์	롱 팝파욘	명 영화관, 극장
โรงรถ	롱 롯	명 차고
โรงเรียน	롱 리안	명 학교
โรงเรียนกวดวิชา	롱 리안 꾸엇 위차	명 학원
โรงเรียนชายล้วน	롱 리안 차이 루언	명 남학교
โรงเรียนนานาชาติ	롱 리안 나나 찻	명 국제학교
โรงเรียนประจำ	롱 리안 쁘라짬	명 기숙학교
โรงเรียนอนุบาล	롱 리안 아누반	명 유치원
โรงเรียนมัธยม	롱 리안 맛타욤	명 중고등 학교
โรงแรม	롱 램	명 호텔
โรงละคร	롱 라컨	명 극장
โรงหนัง	롱 낭	명 영화관
โรมาเนีย	로마 니아	명 루마니아
โรย	로이	동 시들다, 말라 죽다, 희미해지다, 바래다
ไร่	라이	명 밭, 농장
ไร้	라이	동 부족하다, ~이 없다
ไร้ประโยชน์	라이 쁘라욧	동 쓸모없다, 이익이 없다, 소용없다

ฤ

ฤดู	́르두	명	계절
	ประเทศเกาหลีมี 4 ฤดู 쁘라텟 까올리 미 씨 르두 한국은 사계절이 있다.		
ฤดูกาล	르두 깐	명	계절
ฤดูท่องเที่ยว	르두 텅 티여우	명	성수기
ฤดูใบไม้ผลิ	르두 바이 마이 플리	명	봄
ฤดูใบไม้ร่วง	르두 바이 마이 루엉	명	가을
ฤดูฝน	르두 폰	명	우기
ฤดูร้อน	르두 런	명	여름
ฤดูหนาว	르두 나우	명	겨울

ล

ลง	롱	[동]	내리다, 내려가다
ลงความเห็น	롱 쾀헨	[동]	결론을 내리다
ลงคะแนน	롱 카낸	[동]	투표하다
ลงชื่อ	롱 츠	[동]	서명하다
ลงทะเบียน	롱 타비얀	[동]	등록하다
	ต้องลงทะเบียนย้ายที่อยู่ 떵 롱 타비얀 야이 티 유 입주 등록을 해야 해요.		
ลงทุน	롱 툰	[동]	투자하다
ลงเรือ	롱 르어	[동]	배를 타다
ลด	롯	[동]	줄이다, 줄다, 내리다, 인하하다
ลดราคา	롯 라카	[동]	할인하다, 가격을 인하하다
ลดราคาพิเศษ	롯 라카 피쎗	[동]	특가 할인하다
ลดลง	롯 롱	[동]	줄다, 감소하다
ลบ	롭	[동]	지우다, 제거하다, 빼다, 부정적이다
ลม	롬	[명]	바람
ลมชัก	롬 착	[명]	경련, 발작, 경기
ลมปราณ	롬 쁘란	[명]	숨, 입김
ล้ม	롬	[동]	넘어지다

ล้มเหลว	롬 레우	동	실패하다
ลวก	루억	동	불에 닿다, (뜨거운 물에) 데다, 데치다
ลวกทาน	루억 탄	동	데쳐 먹다
ลวกผัก	루억 팍	동	야채를 데치다
ลวง	루엉	동	속이다, 기만하다
ล่วงเวลา	루엉 웰라		초과 근무, 잔업
ล่วงหน้า	루엉 나		미리
ลวด	루엇	명	철사
ล้อ	러	명	바퀴
ล้อรถ	러 롯	명	자동차 바퀴
ล้อหน้า	러 나	명	앞바퀴
ล้อหลัง	러 랑	명	뒷바퀴
ลอก	럭	동	모방하다, 흉내 내다, 복사하다
ล็อค	럭	동	잠그다 ไม่ล็อคประตูหรือเปล่า 마이 럭 쁘라뚜 르 쁠라오 문을 잠그지 않았나요?
ล็อคประตูให้เรียบร้อย	럭 쁘라뚜 하이 리얍러이	동	문단속하다
ลอง	렁	동	시도하다
ลองชิม	렁 침	동	시식하다
ล่องแพ	렁 패	동	래프팅하다

ย ร ฤ ล ว ศ ส ห อ ฮ

ล

ล็อบบี้	럽비	명	로비
ล้อม	럼	동	둘러싸다, 포위하다, 에워싸다
ลอย	러이	동	뜨다, 띄우다, 흘러가다
ละ	라		~당, ~마다 **ลิตรละ 25 บาท** 릿 라 이씹하 밧 리터당 25바트예요.
ล่ะ	라		~인가요, ~는요(어조사)
ละทิ้ง	라 팅	동	떠나다, 버리다, 포기하다
ละคร	라컨	명	연극, 드라마
ละลาย	라 라이	동	녹다
ละเอียด	라 이얏	동	자세하다, 면밀하다
ลักษณะ	락싸나	명	특성, 특징, 형태
ลักษณะการแพ้	락싸나 깐패	명	알레르기성
ลักษณะที่นุ่มนวล	락싸나 티 눔누언	명	유연성
ลักษณะที่ไหวพริ้ว	락싸나 티 와이 프리우	명	유연성
ลักษณะที่อ่อนพริ้ว	락싸나 티 언 프리우	명	유연성
ลักษณะที่อ่อนโยน	락싸나 티 언욘	명	유연성
ลักษณะภาพ	락싸나 팝	명	모양
ลัทธิ	랏티	명	이념

ลัทธิขงจื๊อ	랏티 콩쯔	명	유교
ลั่น	란	동	발사하다, 방아쇠를 당기다
ลับ	랍	형	비밀리에, 남이 모르는
ลา	라	동	떠나다, 작별하다
ลากิจ	라 낏	동	휴가를 내다
ลาคลอด	라 클럿	동	출산 휴가를 내다
ลาป่วย	라 뿌어이	동	병가를 내다
ลาพักร้อน	라 팍런	동	연차 휴가를 내다
ลาออก	라 억	동	사직하다
ล่าช้า	라 차	동	지연되다, 늦추다
ล่าสัตว์	라 쌋	동	사냥하다
ล่าสุด	라 쑷	형	최신의, 최근의
ลาก	락	동	끌다, 잡아당기다, 견인하다
	ช่วยลากรถหน่อย 추어이 락 롯 너이 차 견인 좀 해 주세요.		
ล่าง	랑	형	아래쪽의
ล้าง	랑	동	닦다, 씻다
ล้างจาน	랑 짠	동	설거지하다
ล้างแผล	랑 플래	동	상처를 소독하다
ล้างมือ	랑 므	동	손 씻다
ล้างรถ	랑 롯	동	세차하다

ล้างสีผม	랑 씨 폼	동	머리 탈색하다
ล้าน	란	명	백만
ล่าม	람	명	통역가
ลาย	라이	명	디자인, 무늬
ลายมือ(ตัวอักษร)	라이 므(뚜어 악썬)	명	글씨, 필적
ลาว	라우	명	라오스
ลำ	람	명	대, 척(비행기, 배를 셀 때)
ลำดับ	람답	명	순서, 차례
ลำธาร	람탄	명	개울, 시내, 하천
ลำบาก	람박	동	힘들다, 어렵다
	จอดลำบาก 쩟 람박 주차하기 어렵다.		
ลำไส้	람 싸이	명	장(창자)
ลิง	링	명	원숭이
ลิตร	릿	명	리터(ℓ)
ลิฟต์	립	명	엘리베이터
ลิ้น	린	명	혀
ลิ้นชัก	린착	명	서랍
ลึก	륵	동	깊다
ลื่น	른	동	미끄럽다
ลืม	름	동	잊다

	ลืมกระเป๋าไว้บนรถแท็กซี่ 름 끄라빠오 와이 본 롯 택씨 택시 안에 가방을 두고 내렸어요.		
ลืมตา	름 따	동	눈을 뜨다
ลืมเสียสนิท	름 씨야 싸닛	동	깜박 잊다
ลุก	룩	동	일어나다
ลุง	룽	명	부모의 손위 남자 (큰아버지, 아저씨)
ลูก	룩	명	자식/ ~개(과일, 공을 셀 때)
	แตงโมสองลูก 땡모 썽 룩 수박 2개		
ลูกเกาลัด	룩 까올랏	명	밤(과일)
ลูกไก่	룩 까이	명	병아리
ลูกขนไก่	룩 콘 까이	명	제기
ลูกข่าง	룩 캉	명	팽이
ลูกเขย	룩 크ㅓ이	명	사위
ลูกคนเดียว	룩 콘 디여우	명	외동
ลูกคนแรก	룩 콘 랙	명	큰아이, 첫아이
ลูกค้า	룩 카	명	고객
ลูกค้าหลัก	룩 카 락	명	주 고객
ลูกจ้าง	룩 짱	명	종업원
ลูกชาย	룩 차이	명	아들
ลูกชายแท้ ๆ	룩 차이 태태	명	친아들

ย ร ฤ ล ว ศ ส ห อ ฮ

ลูกเต๋า	룩 따오	명	주사위
ลูกท้อ	룩 터	명	복숭아
ลูกน้อง	룩 넝	명	부하
ลูกในท้อง	룩 나이 텅	명	태아
ลูกบอล	룩번	명	공, 볼(ball)
ลูกพรุน	룩 프룬	명	자두
ลูกพลับ	룩 플랍	명	감(과일)
ลูกพลัม	룩 플람	명	자두
ลูกพี่ลูกน้อง	룩 피 룩 넝	명	사촌
ลูกพีช	룩 핏	명	복숭아
ลูกแพร์	룩 패	명	배(과일)
ลูกศิษย์	룩 씻	명	제자
ลูกสะใภ้	룩 싸파이	명	며느리
ลูกสัตว์	룩 쌋	명	새끼
ลูกสาลี่	룩 쌀리	명	배(과일)
ลูกสาว	룩 싸우	명	딸
ลูกสาวบุญธรรม	룩 싸우 분탐	명	양녀
ลูกหมา	룩 마	명	강아지
ลูกหลาน	룩 란	명	자손, 후손
ลูกเห็บ	룩 헵	명	우박
ลูกอ๊อด	룩 엇	명	올챙이

เล็ก	렉	[동]	작다, 가늘다, 사소하다
	เป็นเรื่องเล็กน้อยแค่นั้นเอง 뻰 르엉 렉 너이 캐 난 엥 아주 사소한 일일 뿐이야.		
เล็กน้อย	렉 너이	[형]	조금/ 하찮은, 사소한
เล็กลง	렉 롱	[동]	줄다
เลข	렉	[명]	번호
เลขทะเบียนรถ	렉 타비얀 롯	[명]	차량등록번호
เลขประจำตัวประชาชน	렉 쁘라짬 뚜어 쁘라차촌	[명]	주민등록번호
เลขหมาย	렉 마이	[명]	수(數), 숫자, 번호
เลขา	레카	[명]	비서
เลขานุการ	레카누깐	[명]	비서, 서기관
เลขาธิการ	레카티깐	[명]	사무총장
เลนขวา	렌 콰	[명]	우측 차선
เล่น	렌	[동]	놀다, (악기를) 연주하다, (스포츠를) 하다
	เด็กๆเล่นกันอย่างสนุกสนาน 덱덱 렌 깐 양 싸눅 싸난 아이들이 재미있게 놀아요.		
เล่นดนตรี	렌 돈뜨리	[동]	음악을 연주하다
เล่นน้ำ	렌 남	[동]	물놀이하다
เลนส์	렌	[명]	렌즈

ย ร ฤ ล ว ศ ส ห อ ฮ

เล็บ	렙	명	손톱, 발톱
เล็บเท้า	렙 타오	명	발톱
เล็บมือ	렙 므	명	손톱
เล็ม	렘	동	끝부분을 조금씩 자르다, 다듬다
เล็มคิ้ว	렘 키우	동	눈썹을 다듬다
เล็มปลายผม	렘 쁠라이 폼	동	머리끝을 다듬다
เล่ม	렘	명	권, 자루(책, 잡지, 과도를 셀 때) **หนังสือสามเล่ม** 낭스 쌈 렘 책 3권
เลย	르ㅓ이		전혀, 매우/그래서 **ฝนตกเลยอยู่บ้าน** 폰 똑 르ㅓ이 유 반 비가 와서 집에 있어요.
เลว	레우	동	나쁘다
เล่า	라오	동	말하다, 서술하다
เลิก	륵ㅓ	동	끊다, 그만두다, 끝나다
เลิกงาน	륵ㅓ 응안	동	퇴근하다
เลิกบุหรี่	륵ㅓ 부리	동	금연하다
เลิกเรียน	륵ㅓ 리안	동	수업을 마치다 **หลังเลิกเรียน ไปทำงานพิเศษ** 랑 륵ㅓ 리안 빠이 탐응안 피쎗 수업이 끝난 후에 아르바이트하러 가요.

เลี้ยง	리양	동	양육하다, 키우다, 기르다, 대접하다
เลี้ยงชีพ	리양 칩	동	생계를 꾸려 나가다, 생활비를 벌다
เลี้ยงส่ง	리양 쏭	동	송별회를 열다
เลี่ยน	리안	동	느끼하다
เลี้ยว	리여우	동	돌다, 꺾다
	เลี้ยวขวาแล้วตรงไป 리여우 콰 래우 뜨롱 빠이 우회전하고 나서 직진하세요.		
เลี้ยวขวา	리여우 콰	동	우회전하다
เลี้ยวซ้าย	리여우 싸이	동	좌회전하다
เลือก	르억	동	고르다, 선택하다
	ให้เลือกคำตอบที่ถูก 하이 르억 캄떱 티 툭 올바른 답을 고르세요.		
เลือกตั้ง	르억 땅	동	선거하다, 투표하다
เลือด	르엇	명	피, 혈액
เลือดกำเดา	르엇 깜다오	명	코피
เลื่อน	르언	동	미루다, 연기하다
เลื่อนขั้น	르언 칸	동	진급하다, 승진하다
เลื่อนชั้น	르언 찬	동	진급하다
เลื่อย	르어이	명	톱
แลก	랙	동	바꾸다, 교환하다
แลกเงิน	랙 응언	동	환전하다

แลกเปลี่ยน	랙 쁠리얀	동	교환하다
แล้ง	랭	명	가뭄
แล้ว	래우		그러면, 그리고 나서 สำเร็จการศึกษาแล้วไปเรียนต่อที่เมืองไทย 쌈렛 깐쓱싸 래우 빠이 리얀 떠 티 므엉타이 졸업하고 나서 태국으로 유학 갔어요.
แล้วแต่	래우 때	동	~에 달려 있다, ~대로 แล้วแต่คุณ 래우 때 쿤 당신에게 달려 있습니다.
และ	래		그리고
โล	로	명	킬로그램(kg), 킬로미터의 약자
โลก	록	명	세계, 지구
โล่งใจ	롱 짜이	동	후련하다
โลหะ	로하	명	금속
โลหิต	로힛	명	혈액, 피
ไล่	라이	동	쫓아내다
ไล่ต้อน	라이 떤	동	몰다
ไล่ออก	라이 억	동	쫓아내다, 몰아내다

ว

วงกลม	웡 끌롬	명	원, 원형
วงโคจร	웡 코쩐	명	궤도
วงเล็บ	웡 렙	명	괄호
วงเวียน	웡 위얀	명	로터리
วรรค	왁	명	문장의 간격, 공간
วรรณคดี	완나카디	명	문학
วลี	왈리	명	구, 구절, 관용구
วอลเลย์บอล	월레번	명	배구
วัคซีน	왁씬	명	백신
วัง	왕	명	궁전
วัฒนธรรม	왓타나탐	명	문화
วัฒนธรรมพื้นบ้าน	왓타나탐 픈반	명	전통문화
วัณโรค	완나록	명	결핵
วัด	왓	명 동	사원 측정하다, 재다
วัตถุดิบ	왓투딥	명	원료, 원재료, 소재
วัตถุดิบจากธรรมชาติ	왓투딥 짝 탐마찻	명	천연 재료
วัตถุประสงค์	왓투 쁘라쏭	명	목적

วัดพระแก้ว	왓 프라깨우	명	에메랄드사원
วัน	완	명	날, 일(日)
วันก่อนนี้	완 껀 니	명	요 전날
วันเกิด	완 끗ㅓ สุขสันต์วันเกิด 쑥싼 완끗ㅓ 생일 축하합니다.	명	생일
วันเกิดครบรอบ 1 ขวบ	완끗ㅓ 크롭 럽 능 쿠업	명	첫돌
วันขึ้นปีใหม่	완 큰 삐 마이	명	설, 새해
วันครู	완 크루	명	스승의 날
วันคริสต์มาส	완 크릿맛	명	성탄절
วันจันทร์	완 짠	명	월요일
วันจันทร์หน้า	완 짠 나	명	다음 월요일
วันเด็ก	완 덱	명	어린이날
วันเดียว	완 디여우	명	하루
วันทหาร	완 타한	명	국군의 날
วันที่	완 티	명	날짜
วันที่ไม่มีสิ่งชั่วร้ายอัปมงคล	완 티 마이 미 씽 추어 라이 압빠몽콘	명	손 없는 날
วันที่หมดอายุ	완 티 못 아유	명	만료일
วันนักขัตฤกษ์	완 낙캇륵	명	국경일
วันนี้	완 니	명	오늘

	วันนี้อากาศดี 완니 아깟 디 오늘 날씨가 좋아요.		
วันปลูกต้นไม้	완 쁠룩 똔마이	명	식목일
วันปีใหม่	완 삐 마이	명	신년, 설날
วันพฤหัสบดี	완 파르핫싸버디	명	목요일
วันพ่อแม่	완 퍼매	명	어버이날
วันพุธ	완 풋	명	수요일
วันรัฐธรรมนูญ	완 랏타탐마눈	명	제헌절
วันแรงงาน	완 랭 응안	명	근로자의 날
วันลาพักร้อน	완 라 팍런	명	휴가
วันวิสาขบูชา	완 위싸카부차	명	석가탄신일
วันเว้นวัน	완 웬 완		하루 걸러, 격일
	เขาทำงานวันเว้นวัน 카오 탐 응안 완 웬 완 그는 격일제로 일해요.		
วันเวย์	완웨	명	일방통행
วันศุกร์	완 쑥	명	금요일
วันศุกร์นี้	완 쑥 니	명	이번 금요일
วันเสาร์	완 싸오	명	토요일
วันเสาร์ที่แล้ว	완 싸오 티 래우	명	지난 토요일
วันหนึ่ง	완 능	명	어느 날
วันหยุด	완 윳	명	휴일

ย ร ฤ ล ว ศ ส ห อ ฮ

ว		

วันหยุดยาว	완 윳 야우	명 연휴
วันไหว้พระจันทร์	완 와이 프라짠	명 추석
วันแห่งชาติ	완 행 찻	명 개천절, 국경일
วันอักษรเกาหลี	완 악썬 까올리	명 한글날
วันอังคาร	완 앙칸	명 화요일
วันอาทิตย์	완 아팃	명 일요일
วันเอกราช	완 엑까랏	명 광복절
วัย	와이	명 연령, 나이, 시기
วัว	우어	명 소(牛)
วัสดุ	왓싸두	명 재료
วัสดุมันเงา	왓싸두 만 응아오	명 광택 소재
ว่า	와	동 말하다/ ~라고, ~인지

ว่าไง
와 응아이
웬일이야, / 어떻게 지내?

ว่าแต่ว่า	와 때 와	그런데, 그나저나
วาไรตี้	와라이띠	명 예능
วาไรตี้โชว์	와라이띠 초	명 예능
ว้าเหว่	와 웨	동 외롭다, 쓸쓸하다
วาง	왕	동 놓다, 세우다, 설립하다
วางใจ	왕 짜이	동 신뢰하다, 믿다, 안심하다

274 | 필수 단어

วางตลาด	왕 딸랏	동	출시하다
วางหู	왕 후	동	전화를 끊다
ว่าง	왕	동	(시간이) 비다, (공간이) 비다
ว่างอยู่	왕 유	동	비어 있다
วาจา	와짜	명	담화, 말, 대사
วาด	왓	동	그리다
วาดภาพ	왓 팝	동	그림을 그리다
	จะวาดภาพอะไรหรือ 짜 왓팝 아라이 르 무슨 그림 그리려고 하니?		
วาดรูป	왓 룹	동	그림을 그리다
ว่ายน้ำ	와이 남	동	수영하다
ว่าว	와우	명	연(鳶)
วาสนา	왓싸나	명	행운, 운명
วิเคราะห์	위크러	동	분석하다
วิ่ง	윙	동	뛰다, 달리다
	รถกำลังวิ่งด้วยความรวดเร็ว 롯 깜랑 윙 두어이 쾀 루엇 레우 차가 빠른 속도로 달리고 있어요.		
วิจัย	위짜이	명 동	연구 연구하다, 조사하다
วิจารณ์	위짠	동	논평하다, 비판하다
วิชา	위차	명	과목
วิชาการ	위차깐	명	학문

วิชาโท	위차 토	명	부전공
วิชาวาดภาพ	위차 왓팝	명	미술
วิชาเอก	위차 엑	명	전공
วิญญาณ	윈야	명	얼, 영혼, 정신
วิตามิน	위따민	명	비타민
วิทยา	윗타야	명	지식, 철학, 과학
วิทยากร	윗타야 껀	명	강사
วิทยาลัย	윗타야라이	명	대학
วิทยาศาสตร์	윗타야쌋	명	과학
วิทยุ	윗타유	명	라디오
วิธี	위티	명	방법, 방식, 수단, 방도
วิธีการ	위티깐	명	방법
วิธีการใช้	위티 깐 차이	명	사용법
วิธีการปรุง	위티 깐 쁘룽	명	조리법
วิธีการผลิต	위티 깐 팔릿	명	생산 방식
วิธีการรักษา	위티 깐 락싸	명	치료법
วิธีการรับมือ	위티 깐 랍므	명	대처법
วิธีใช้	위티 차이	명	사용법
วิธีใช้สอย	위티 차이 써이	명	사용법
วินัย	위나이	명	규율, 규칙, 규제
วินาที	위나티	명	초(시간의 단위)

วิว	위우	명	경치, 풍경
วิศวกร	윗싸와껀	명	기술자, 엔지니어
วิศวกรรม	윗싸와깜	명	공학
วิศวกรรมไฟฟ้า	윗싸와깜 퐈이 퐈	명	전기공학
วิศวกรรมอิเล็กทรอนิกส์	윗싸와깜 일렉트러닉	명	전자공학
วิสัญญีแพทย์	위싼이 팻	명	마취 의사
วิสัยทัศน์	위싸이 탓	명	비전
วิสาหกิจขนาดกลางและขนาดย่อม	위싸하낏 카낫 끌랑 래 카낫 염	명	중소기업
วีซ่า	위싸	명	비자
วีซ่าท่องเที่ยว	위싸 텅 티여우	명	관광 비자
วีซ่าทำงาน	위싸 탐응안	명	취업 비자
วีซ่านักเรียน	위싸 낙리안	명	유학 비자
วีดีโอคอล	위디오 컨	명	영상통화
วุ่นวาย	운 와이	동	복잡하다, 혼잡하다
วุ้นเส้น	운쎈	명	당면
วู่วาม	우왐	동	확 타오르다, 벌컥 화를 내다, 경솔한 짓을 하다
เวที	웨티	명	무대
เว้น	웬	동	제외하다, 누락하다, 생략하다, 기권하다

เวลา	웰라	명	시간
เวลาถึงที่หมาย	웰라 틍 티 마이	명	도착 시간
เวลาทำงาน	웰라 탐 응안	명	근무시간
เวลาประชุม	웰라 쁘라춤	명	회의 시간
เวลาเลิกงาน	웰라 륵ㅓ 응안	명	퇴근 시간
เวลาแห่งการรักษาร่างกาย	웰라 행 깐 락싸 랑까이	명	힐링 시간
เวลาออกเดินทาง	웰라 억 든ㅓ탕	명	출발 시간
เวียดนาม	위얏남	명	베트남
เวียน	위얀	동	돌다, 빙빙 돌다, 회전하다
เวียนหัว	위안 후어	동	어지럽다
แว่นตา	왠따	명	안경
แว่นตากันแดด	왠따 깐 댓	명	선글라스
แว่นตากันลม	왠따 깐 롬	명	고글
แวว	왜우	동	눈부시다, 빛나다
แววตา	왜우 따	명	눈빛, 눈초리
แวะ	왜	동	들르다
ไวยากรณ์	와이야껀	명	문법
ไวรัส	와이 랏	명	바이러스

ติดไวรัสแล้ว
띳 와이랏 래우
바이러스에 감염되었어요.

ไว้	와́이	동	유지하다, 지키다, ~해 두다
ไว้ทีหลัง	와́이 티̄ 랑̌		나중에
ไว้วางใจ	와́이 왕̄ 짜̄이	동	신뢰하다, 신임하다

ย ร ฤ ล ว ศ ส ห อ ฮ

ศ

| 태국어 필수 단어 |

ศ

ศพ	쏩	명	시체
ศอก	썩	명	팔꿈치
ศัตรู	쌋뜨루	명	적, 원수
ศัพท์	쌉	명	단어, 말, 어휘, 용어
ศัลยกรรม	싼야깜	명	외과
ศัลยแพทย์	싼야 팻	명	외과 의사
ศาล	싼	명	법원
ศาลฎีกา	싼 디까	명	대법원
ศาลากลางจังหวัด	쌀라 끌랑 짱왓	명	시청
ศาสตราจารย์	쌋싸뜨라짠	명	교수
ศาสตราจารย์เกียรติคุณ	쌋싸뜨라짠 끼얏띠쿤	명	명예교수
ศาสนา	쌋싸나	명	종교
ศิลปะ	씬라빠	명	예술, 미술
ศิลปากร	씬라빠껀	명	미술
ศีรษะ	씨싸	명	머리
ศีลธรรม	씬라탐	명	도덕
ศึกษา	쓱싸	동	연구하다, 학습하다
ศุกร์	쑥	명	금요일

ศุลกากร	쑨라까껀	명	세관
ศูนย์	쑨	명	제로, 영(0), 센터
ศูนย์การค้า	쑨 깐카	명	쇼핑센터
ศูนย์ข้อมูลการท่องเที่ยว	쑨 커문 깐 텅 티여우	명	관광 안내소
ศูนย์รับแจ้งของหาย	쑨 랍쨍 컹 하이	명	분실물센터
ศูนย์ให้บริการประชาชน	쑨 하이 버리깐 쁘라차촌	명	주민센터
เศรษฐกิจ	쎗타낏	명	경제
เศรษฐศาสตร์	쎗타쌋	명	경제학
เศรษฐี	쎗티	명	백만장자, 부호, 부자
เศร้า	싸오	동	슬프다
เศษ	쎗	명	나머지, 여분, 찌꺼기
เศษอาหาร	쎗 아한	명	음식 찌꺼기

ย ร ฤ ล ว ศ ส ห อ ฮ

ส

สกปรก	쏙까쁘록	동	더럽다
สกรู	싸끄루	명	나사
	ขันสกรู 칸 싸끄루 나사를 죄어요.		
สก๊อตเทป	싸껏 텝	명	스카치 테이프
สกี	싸끼	명	스키
สแกน	싸깬	동	스캔하다
ส่ง	쏭	동	보내다
ส่งแฟกซ์	쏭 퍡	동	팩스를 보내다
ส่งเมล์	쏭 메	동	메일을 보내다
ส่งสินค้าคืน	쏭 씬카 큰	동	반품하다
ส่งเสียง	쏭 씨양	동	비명을 지르다, 외치다, 소리지르다
ส่งให้	쏭 하이	동	배달하다
	ส่งที่บ้านให้ได้ไหม 쏭 티 반 하이 다이 마이 집으로 배달돼요?		
ส่งออก	쏭 억	동	수출하다
สงกรานต์	쏭끄란	명	송끄란
สงคราม	쏭크람	명	전쟁

สงบ	싸응옵	[동]	평화롭다, 정숙하다
สงสาร	쏭싼	[동]	가엾다, 불쌍하다
สงสัย	쏭싸이	[동]	궁금하다
สง่างาม	싸응아 응암	[동]	품위 있다, 위풍당당하다, 우아하다, 아름답다
สด	쏫	[동]	신선하다, 싱싱하다
	ซื้อผลไม้สดๆ มา 쓰 폰라마이 쏫쏫 마 신선한 과일을 사 왔어요.		
สดชื่น	쏫츤	[동]	상쾌하다, 청명하다
	วันนี้อากาศสดชื่น 완니 아깟 쏫츤 오늘은 날씨가 상쾌하다.		
สดใส	쏫 싸이	[동]	청명하다, (빛이) 밝다, 신선하다, 생생하다 명랑하다, 쾌활하다
สตรี	싸뜨리	[명]	여자, 여성, 숙녀
สตรอว์เบอร์รี่	싸뜨러버리	[명]	딸기
สตางค์	싸땅	[명]	돈, 싸땅(밧 이하 화폐 단위)
สตาร์ท	싸땃	[동]	시작하다, 출발하다
สติ	싸띠	[명]	지각, 감각, 의식
สติแตก	싸띠 땍	[동]	통제력을 벗어나다, 통제불능(멘붕)
สะเต๊ะ	싸떼	[명]	사테(꼬치구이)
สถาน	싸탄	[명]	장소, 위치

ส

สถานกงสุล	싸탄 꽁쑨	명	영사관
สถานกงสุลใหญ่	싸탄 꽁쑨 야이	명	총영사관
สถานการณ์	싸타나깐	명	상황
สถานที่	싸탄티	명	장소, 위치
สถานที่เกิด	싸탄티 끗ㅓ	명	출생지
สถานที่ถ่ายทำละคร	싸탄티 타이 탐 라컨	명	드라마 촬영지
สถานที่สำคัญ	싸탄티 쌈칸	명	랜드마크
สถานทูต	싸탄 툿	명	대사관
สถานบันเทิง	싸탄 반틍ㅓ	명	유흥업소
สถานพักฟื้น	싸탄 팍픈	명	요양원
สถานเลี้ยงเด็ก	싸탄 리양 덱	명	보육원
สถานสงเคราะห์เด็กกำพร้า	싸탄 쏭크러 덱 깜프라	명	입양기관
สถานี	싸타니	명	역
สถานีขนส่งผู้โดยสาร	싸타니 콘쏭 푸 도이싼	명	버스터미널
สถานีตำรวจ	싸타니 땀루엇	명	경찰서
สถานีตำรวจของเขต	싸타니 땀루엇 컹 켓	명	관할 경찰서
สถานีรถไฟ	싸타니 롯 파이	명	기차역
สถานีรถไฟใต้ดิน	싸타니 롯 파이 따이 딘	명	지하철역(MRT)

สถานีรถไฟฟ้า	싸̀타̌니̄ 롯́ 파̄이파́	명	지상철역(BTS)
สถานีวิทยุ	싸̀타̌니̄ 윗́타́유́	명	라디오 방송국
สถานีหน้า	싸̀타̌니̄ 나̂	명	다음 역 ลงสถานีหน้า 롱 싸̀타̌니̄ 나̂ 다음 역에서 내리세요.
สถาบัน	싸̀타̌반̄	명	기관
สถาบันการศึกษา	싸̀타̌반̄ 깐̄쓱̀싸̌	명	학원, 교육 기관
สถาปนา	싸̀타̌빠̀나̄	동	설립하다, 세우다
สถาปนิก	싸̀타̌빠̀닉́	명	건축가
สถิติ	싸̀티̀띠̀	명	통계, 수치
สนใจ	쏜̌짜̄이	동	관심을 갖다, 흥미를 가지다
ส้นเท้า	쏜̂ 타́오	명	발뒤꿈치
สนทนา	쏜̌타́나̄	동	대화하다
สนอง	싸̀넝̌	동	대답하다, 응답하다, 대응하다
สนับสนุน	싸̀납̀ 싸̀눈̌	동	후원하다
สนาม	싸̀남̌	명	운동장, 마당, 뜰, 정원
สนามกีฬา	싸̀남̌ 낄̄라̄	명	운동장
สนามขี่ม้า	싸̀남̌ 키̀마́	명	승마장
สนามบิน	싸̀남̌ 빈̄	명	공항
สนามฝึกขี่ม้า	싸̀남̌ 픅̀ 키̀마́	명	승마장

สนิท 싸닛 동 친하다, 다정하다, 친숙하다

เราสนิทสนมกันมาก
라오 싸닛 싸놈 깐 막
우리는 무척 친해요.

สนุก 싸눅 형 재미있다

สนุกสนาน 싸눅 싸난 동 즐겁다, 재미있다

สปอนเซอร์ 싸뻔쓰ㅓ 명 재정 지원자

สบาย 싸바이 동 편안하다

สบายดี 싸바이 디 동 안녕하다, 편안하다

ทุกคนสบายดีกัน
툭콘 싸바이 디 깐
모두들 편안해요.

สบายใจ 싸바이 짜이 동 마음이 편안하다

สบายดี 싸바이 디 동 잘 지내다

สบู่ 싸부 명 비누

สปาเกตตี 싸빠껫띠 명 스파게티

สเปน 싸뻰 명 스페인

สแปมเมล์ 싸뺌 메 명 스팸 메일

สภา 싸파 명 의회

สภาผู้แทนราษฎร 싸파 푸탠 랏싸던 명 국회, 하원

สภาพ 싸팝 명 상태

สภาวะ 싸파와 명 상태, 상황

สภาวะโลกร้อน 싸파와 록 런 명 지구 온난화

สม	쏨̌	동	걸맞다 **งดงามสมชื่อจริง** 응́옷 응̄암 쏨̌ 츠̂ 찡 이름에 걸맞게 아름답네.
สมควร	쏨̌ 쿠̄언	동	적합하다, 적절하다, 알맞다
สมดุล	쏨̌둔̄	동	균형 잡히다, 안정되다
สมรส	쏨̌롯́	동	혼인하다
สมหวัง	쏨̌ 왕̌	동	소망을 이루다
ส้ม	쏨̂	명	오렌지
ส้มจีน	쏨̂ 찐̄	명	귤
ส้มโอ	쏨̂ 오̄	명	자몽, 포멜로
สมบูรณ์	쏨̌분̄	동	풍부하다, 충족하다
สมบูรณ์แบบ	쏨̌분̄ 뱁̀	동	완벽하다, 완전하다
สมมุติ	쏨̌ 뭇́	동	가정하다, 추정하다
สมอง	싸̀멍̌	명	뇌, 뇌리, 지능
สมอเรือ	싸̀머̌ 르̄어	명	닻
สมัคร	싸̀막̀	동	신청하다, 지원하다
สมัครงาน	싸̀막̀ 응̄안	동	구직하다, 입사 지원하다
สมัย	싸̀마̌이	명	시대
สมัยก่อน	싸̀마̌이 껀̀	명	옛날, 과거
สมัยนี้	싸̀마̌이 니́	명	요즘
สมาคม	싸̀마̄콤̄	명	협회, 단체, 기구

สมาชิก	싸̀마̄칙́	명	구성원
สมาชิกรัฐสภา	싸̀마̄칙́ 랏́타̀싸̀파̄	명	국회의원
สมาธิ	싸̀마̄티́	명	집중, 명상, 사색
สมุด	싸̀뭇̀	명	공책, 노트
สมุดไดอารี่	싸̀뭇̀ 다̄이아̄리̂	명	일기장
สมุดทะเบียนรถ	싸̀뭇̀ 타́비̄얀 롯́	명	자동차등록증
สมุดโทรศัพท์	싸̀뭇̀ 토̄라́쌉̀	명	전화번호부
สมุดบัญชี	싸̀뭇̀ 반̄치̄	명	회계장부, 통장, 계좌
สมุดบันทึก	싸̀뭇̀ 반̄특́	명	수첩
สมุดระบายสี	싸̀뭇̀ 라́바̄이씨̌	명	색칠공책
สยิว	싸̀이̌우	동	전율을 느끼다
สรรพคุณ	쌉̀파́쿤̄	명	효과, 효능, 성질, 특성, 자질
สร้อย	써̂이	명	목걸이
สร้อยข้อมือ	써̂이 커̂ 므̄	명	팔찌
สร้อยคอ	써̂이 커̄	명	목걸이
สระ	싸̀	명 동	연못 (머리) 감다, 샴푸하다
สระ	싸̀라̀	명	모음, 소리
สระน้ำ	싸̀남́	명	연못
สระผม	싸̀폼̌	동	머리 감다
สร้าง	쌍̂	동	건설하다, 창조하다

สร้างความวุ่นวาย	쌍 콤 운와이	동	말썽을 부리다
สร้างตัว	쌍 뚜어	동	혼자 독립하다
สร้างบ้าน	쌍 반	동	집을 짓다
สลบ	쌀롭	동	기절하다, 의식을 잃다
สลับ	쌀랍	동	교대하다, 교체하다
สลิปเงินเดือน	쌀립 응은ㅓ 드언	명	급여명세서
สวดมนต์	쑤엇 몬	동	빌다, 기도하다, 염불하다
สวน	쑤언	명	뜰, 정원, 공원
สวนครัว	쑤언 크루어	명	텃밭
สวนดอกไม้	쑤언 덕 마이	명	꽃밭
สวนผลไม้	쑤언 폰라마이	명	과수원
สวนสนุก	쑤언 싸눅	명	놀이공원
สวนสัตว์	쑤언 쌋	명	동물원
สวนสาธารณะ	쑤언 싸타라나	명	공원
สวนหย่อม	쑤언 염	명	뜰
ส่วน	쑤언	명	한편/ 일부분, 부분
ส่วนแบ่ง	쑤언 뱅	명	몫
ส่วนประกอบ	쑤언 쁘라껍	명	부품, 성분
ส่วนประกอบที่ก่อให้เกิดอาการแพ้	쑤언 쁘라껍 티 꺼 하이 끗ㅓ 아깐 패	명	알레르기 성분

ส่วนลดสำหรับกรุ๊ป	쑤언 롯 쌈랍 끄룹	명	단체 할인
ส่วนใหญ่	쑤언 야이		대부분
สวม	쑤엄	동	입다, 신다, 착용하다
ส้วม	쑤엄	명	변소
สวย	쑤어이	동	예쁘다
	เขาพูดได้สวยมาก 카오 푿 다이 쑤어이 막 그는 말을 예쁘게 한다.		
สวยงาม	쑤어이 응암	동	아름답다, 멋지다, 매력적이다
สวยธรรมชาติ	쑤어이 탐마찯	명	자연 미인
สวยไม่เปลี่ยน	쑤어이 마이 쁠리안	동	변함없이 예쁘다
สวรรค์	싸완	명	천국, 천당, 하늘나라, 낙원
สวัสดิ์	싸왓	명	행복, 만족, 기쁨, 행운
สวัสดิการ	싸왓디깐	명	복지
สวัสดี	싸왓디	명	안녕
สว่าง	싸왕	동	밝다
สว่าน	싸완	명	송곳, 드릴
สวีเดน	싸위덴	명	스웨덴
สวิตเซอร์แลนด์	싸윗쓰ㅓ랜	명	스위스
สหภาพยุโรป	싸하팝 유롭	명	유럽 연합
สหรัฐอเมริกา	싸하랏 아메리까	명	미국

สอง	썽̌	명	둘, 2
สองเท่า	썽̌ 타̂오	명	두 배
ส่อง	썽̀	동	빛나다, 반짝이다, 비추다
สอด	썻̀	동	끼우다, 삽입하다
สอน	썬̌	동	가르치다
สอบ	썹̀	명 동	시험 시험 보다
สอบกลางภาค	썹̀ 끌̄랑 팍̂	명	중간시험
สอบถาม	썹̀ 탐̌	동	질문하다, 물어 보다, 묻다
สอบได้	썹̀ 다̂이	동	시험에 합격하다
สอบตก	썹̀ 똑̀	동	시험에 떨어지다
สอบผ่าน	썹̀ 판̀	동	시험에 합격하다
สอบสวน	썹̀ 쑤̌언	동	수사하다, 조사하다
สอบสัมภาษณ์	썹̀ 쌈̌팟̂	명	면접시험
ส้อม	썸̂	명	포크
สะกด	싸̀꼿̀	동	철자를 말하다
สะดวก	싸̀두̀억	동	편리하다, 편하다 ถนนนี้ขับรถได้อย่างสะดวกสบาย 타́논̌ 니́ 캅̀ 롯́ 다̂이 양̀ 싸̀두̀억 싸̀바̄이 이 도로는 운전하기에 편해요.
สะดือ	싸̀드̄	명	배꼽

สะดุ้ง	싸둥	동 깜짝 놀라다, 충격을 받다, 어안이 벙벙하다, 얼떨떨하다
สะดุด	싸둣	동 발이 걸려 넘어지다
สะดุดตา	싸둣 따	동 눈에 띄다
สะท้อน	싸턴	동 반영하다
สะเทือน	싸트언	동 흔들리다, 몸을 떨다
สะพาน	싸판	명 다리
สะพานลอย	싸판 러이	명 육교
สะโพก	싸폭	명 골반
สะใภ้	싸파이	명 며느리, 자부(子婦)
สะสม	싸쏨	동 모으다, 축적하다
สะอาด	싸앗	동 깨끗하다
สัก	싹	대략, ~정도
สักครู่	싹 크루	잠시
สักหน่อย	싹 너이	좀, 조금
สั่ง	쌍	동 명령하다, 지시하다, 주문하다
สั่งยา	쌍 야	동 처방하다
สังกะสี	쌍까씨	명 아연
สังเกต	쌍껫	동 관찰하다, 살피다, 주시하다
สังคม	쌍콤	명 사회

สังคมที่มีความหลากหลายทางวัฒนธรรม	쌍콤 티 미 쾀 락 라이 탕 왓타나탐	몡	다문화사회
สังสรรค์	쌍싼	동	모임을 갖다
	เราสังสรรค์กันทุกเดือน 라오 쌍싼 깐 툭 드언 우리는 매달 모임을 해요.		
สัญชาติ	싼찻	몡	국적
สัญญา	싼야	몡	계약
		동	약속하다
สัญญาเช่า	싼야 차오	몡	임대차 계약(서)
	เอาสัญญาเช่ามาแล้ว 아오 싼야 차오 마 래우 임대차 계약서를 가지고 왔어요.		
สัญญาณ	싼얀	몡	신호
สัญญาณจราจร	싼얀 짜라쩐	몡	교통신호등
สัญญาณไฟ	싼얀 퐈이	몡	신호등
สัญญาณไฟจราจร	싼얀 퐈이 짜라쩐	몡	교통 신호
สัตย์	쌋	동	정직하다, 솔직하다, 충실하다
สัตว์	쌋	몡	동물
สัตว์ดุร้าย	쌋 두 라이	몡	맹수
สัตว์ป่า	쌋 빠	몡	야생동물
สัตว์เลี้ยง	쌋 리양	몡	가축
สัตว์เลี้ยงดูเล่น	쌋 리양 두 렌	몡	애완동물

สัตว์ 쌋 동물

สิงโต 씽또 사자
เสือ 쓰아 호랑이
ช้าง 창 코끼리
ยีราฟ 이랍 기린
จระเข้ 쩌라케 악어
ลิง 링 원숭이
หมี 미 곰
เต่า 따오 거북이
จิ้งจก 찡쪽 도마뱀
หมา 마 개
แมว 매우 고양이
วัว 우어 소
หมู 무 돼지
ไก่ 까이 닭
เป็ด 뻿 오리
งู 응우 뱀
ม้า 마 말
แกะ 깨 양
กระต่าย 끄라 따이 토끼
หนู 누 쥐

สันเขา	싼 카오	명	산등성이, 고개
สั่น	싼	동	떨리다, 흔들리다
	รู้สึกว่ารถสั่น 루쓱 와 롯 싼 차가 흔들리는 것 같아요.		
สั้น	싼	동	짧다
	อย่าทำให้สั้นไปกว่านี้ 야 탐 하이 싼 빠이 꽈 니 이보다 더 짧게 하지 마세요.		
สันติภาพ	싼띠팝	명	평화
สับ	쌉	동	다지다
สับสน	쌉쏜	동	혼란스럽다, 혼동하다, 허둥대다
สับปะรด	쌉빠롯	명	파인애플
สัปดาห์	쌉다	명	주, 일주일
สัปดาห์ที่แล้ว	쌉다 티 래우		지난주
สัปดาห์นี้	쌉다 니		이번 주
สัปดาห์แรก	쌉다 랙		첫 주
สัปดาห์หน้า	쌉다 나		다음 주
สัมผัส	쌈팟	동	만지다, 접촉하다
สัมพันธ์	쌈판	동	관련되다, 관계가 있다, 연계되다
สัมภาระ	쌈파라	명	짐, 수하물
สัมภาษณ์	쌈팟	동	면접을 보다
สัมมนา	쌈마나	명	세미나

สากล	싸꼰	형	국제적인, 일반적인, 보편적인, 전 세계적인
สาขา	싸카	명	지점
สาขาวิชาวิศวกรรมไฟฟ้า	싸카 위차 윗싸와깜 파이퐈	명	전기공학과
สาธารณรัฐเช็ก	싸타라나 랏 첵	명	체코
สาธารณรัฐแอฟริกาใต้	싸타라나 랏 앱프리까 따이	명	남아프리카공화국
สาม	쌈	명	셋, 3
สามแยก	쌈 얙	명	삼거리
สามสิบ	쌈 씹	명	서른, 30
สามัญ	싸만	동	보통이다, 평범하다
สามารถ	싸맛		할 수 있다
สามี	싸미	동	남편
สามีภรรยา	싸미 판라야	명	부부
สาย	싸이	명 동	전화선, 선 늦다
	เขามาทำงานสายเกือบทุกวัน 카오 마 탐 응안 싸이 끄업 툭완 그는 거의 매일 늦게 출근한다.		
สายการบิน	싸이 깐빈	명	항공, 항공사
สายการบินต้นทุนต่ำ	싸이 깐빈 똔툰땀	명	저가 항공사
สายการบินต่างประเทศ	싸이 깐빈 땅 쁘라텟	명	외국 항공사

สายการบินในประเทศ	싸̌이 깐̄빈 나̄이 쁘̀라텟̂	명	국내 항공사
สายตา	싸̌이 따̄	명	시력, 시선
สายตายาว	싸̌이 따̄ 야̄우	명	원시(遠視)
สายตาสั้น	싸̌이 따̄ 싼̂	명	근시
สายพาน	싸̌이 판̄	명	컨베이어 벨트
สายไฟ	싸̌이 퐈̄이	명	전선, 와이어
สาร	싼̌	명	물질, 본질
สารดูดความชื้น	싼̌ 둣̀ 쾀̄ 츤́	명	제습제
สารภาพ	싸̌라́팝̂	동	자백하다, 고백하다, 고해를 하다, 인정하다
สาว	싸̌우	동	젊다(여성에게만 사용)
สาวโสด	싸̌우 쏫̌	명	처녀
สาหร่าย	싸̌ 라̀이	명	김[해조]
สาเหตุ	싸̌헷̀	명	원인, 이유
สำคัญ	쌈̌칸̄	동	중요하다, 소중하다
	ลูกมีความสำคัญต่อฉันมาก 룩̂ 미̄ 쾀̄ 쌈̌칸̄ 떠̀ 찬̌ 막̂ 아이는 나에게 아주 소중하다.		
สำนวน	쌈̌누̄언	명	관용어, 숙어, 사자성어
สำนักงาน	쌈̌낙́ 응̄안	명	사무소, 사무실
สำนักงานตรวจคนเข้าเมือง	쌈̌낙́ 응̄안 뜨루̀엇 콘̄ 카̂오 므̄엉	명	이민국, 출입국관리사무소

สำนักงานใหญ่	쌈낙 응안 야이	명	본사
สำนักพิมพ์	쌈낙 핌	명	인쇄소, 출판사
สำนึก	쌈늑	동	깨닫다, 알아차리다, 인식하다
สำเนา	쌈나오	동	복사하다
สำเนาสมุดบัญชี	쌈나오 싸뭇 반치	명	통장 사본
สำเนียง	쌈니양	명	억양, 강세, 어조, 말투
สำรวจ	쌈루엇	동	조사하다
สำรอง	쌈렁	동	비축하다
สำเร็จ	쌈렛	동	끝내다, 이루다, 완성하다
สำเร็จการศึกษา	쌈렛 깐쓱싸	동	졸업하다
สำลี	쌈리	명	솜, 탈지면
สำลีก้าน	쌈리 깐	명	면봉
สำหรับ	쌈랍		~에 대해, ~을 위해
สำหรับเด็ก	쌈랍 덱	명	어린이용
สิ่ง	씽	명	물건, 것, 사물
สิ่งของ	씽 컹	명	물건, 사물, 용품
สิ่งของที่หาย	씽 컹 티 하이	명	분실물
สิ่งแวดล้อม	씽 왯 럼	명	환경
สิงคโปร์	씽카뽀	명	싱가포르
สิงโต	씽또	명	사자[동물]

สิงหาคม	씽하콤	명	8월
สิทธิ์	씻	명	권리
สิทธิอาศัยถาวร	씻티 아싸이 타원	명	영주권
สินค้า	씬카	명	상품, 물건, 제품
สินค้าที่มีชื่อเสียง	씬카티 미 츠씨양	명	명품
สินค้าเบ็ดเตล็ด	씬카 벳딸렛	명	잡화
สินค้าปลอดภาษี	씬카 쁠럿 파씨	명	면세품
สินค้าพื้นเมือง	씬카 픈 므엉	명	토산품
สินค้าหัตถกรรม	씬카 핫타깜	명	수공예품
สินค้าใหม่	씬카 마이	명	새 상품
สิ้นเดือน	씬 드언	명	월말
สิ้นปี	씬 삐	명	연말
สิ้นหวัง	씬 왕	동	절망하다
สิบ	씹	명	열, 10
สิบเก้า	씹 까오	명	열아홉, 19
สิบเจ็ด	씹 쩻	명	열일곱, 17
สิบแปด	씹 뺏	명	열여덟, 18
สิบล้าน	씹 란	명	천만
สิบสอง	씹 썽	명	열둘, 12
สิบสาม	씹 쌈	명	열셋, 13
สิบสี่	씹 씨	명	열넷, 14

ย
ร
ฤ
ล
ว
ศ
ส
ห
อ
ฮ

สี 씨 색, 색깔

สีขาว 씨카우 흰색
สีเทา 씨타오 회색
สีดำ 씨담 검정색
สีเหลือง 씨르엉 노란색
สีชมพู 씨촘푸 분홍색
สีแดง 씨댕 빨간색
สีส้ม 씨쏨 주황색
สีเขียว 씨키여우 초록색
สีน้ำเงิน 씨남응은ㅓ 파란색
สีม่วง 씨무엉 보라색
สีน้ำตาล 씨남딴 갈색
สีเงิน 씨응은ㅓ 은색
สีทอง 씨텅 금색

สิบหก	씹̀ 혹̀	[명] 열여섯, 16
สิบห้า	씹̀ 하̂	[명] 열다섯, 15
สิบเอ็ด	씹̀ 엣̀	[명] 열하나, 11
สิว	씨̌우	[명] 여드름
สี	씨̌	[명] 색상
สีขาว	씨̌ 카̌우	[명] 흰색
สีเข้ม	씨̌ 켐̂	[명] 진한 색
สีเขียว	씨̌ 키̌여우	[명] 초록색
สีเขียวอ่อน	씨̌ 키̌여우 언̀	[명] 연두색
สีชมพู	씨̌ 촘̄푸̄	[명] 분홍색
สีชมพูอ่อน	씨̌ 촘̄푸̄ 언̀	[명] 연분홍색
สีดำ	씨̌ 담̄	[명] 검은색
สีแดง	씨̌ 댕̄	[명] 빨간색
สีทอง	씨̌ 텅̄	[명] 금색
สีเทา	씨̌ 타̄오	[명] 회색
สีน้ำเงิน	씨̌ 남́ 응̄은ㅓ	[명] 파란색, 청색
สีน้ำเงินเข้ม	씨̌ 남́ 응̄은ㅓ 켐̂	[명] 남색, 진청색
สีน้ำเงินอ่อน	씨̌ 남́ 응̄은ㅓ 언̀	[명] 연청색
สีน้ำตาล	씨̌ 남́ 딴̄	[명] 갈색
สีฟ้า	씨̌ 퐈́	[명] 하늘색
สีม่วง	씨̌ 무̂엉	[명] 보라색

ส

สีมืด	ส๎씨 믓	명	어두운색
สีย้อม	씨 염	명	염색
สีเล็บ	씨 렙	명	손톱 색
สีสด	씨 쏫	명	밝은색
สีส้ม	씨 쏨	명	오렌지색
สีหน้า	씨 나	명	표정
สีเหลือง	씨 르엉	명	노란색
สีอ่อน	씨 언	명	옅은 색
สี่	씨	명	넷, 4
สี่แยก	씨 얙	명	사거리
สี่สิบ	씨 씹	명	마흔, 40
สี่เหลี่ยม	씨 리얌	명	네모
สืบสวน	씁 쑤언	동	수사하다, 조사하다
สื่อ	쓰	동	의사소통을 하다, 전달하다, 연락을 주고 받다
สุก	쑥	동	익다, 숙성하다
สุข	쑥	동	행복하다 ขอให้มีความสุข 커 하이 미 쾀 쑥 행복하시기 바랍니다.
สุขใจ	쑥 짜이	동	행복하다
สุขภาพ	쑥카팝	명	건강

สุขอนามัย	쑥 아나마이	몡 위생
สุขาชาย	쑤카 차이	몡 남자 화장실
สุขาภิบาล	쑤카피반	몡 위생시설, 공중위생
สุขาหญิง	쑤카 잉	몡 여자 화장실
สุขุม	쑤쿰	동 침착하다, 신중하다
สุจริต	쑷짜릿	혱 정직한, 솔직한, 진실한, 신뢰할 수 있는
สุด	쑷	몡 최고, 최대, 정점
สุดท้าย	쑷 타이	혱 마지막으로, 마침내/ 마지막의
สุดยอด	쑷 엿	혱 최고의
สุดสัปดาห์	쑷 쌉다	몡 주말

เจอกันสุดสัปดาห์
쯔ㅓ깐 쑷 쌉다
주말에 만나요.

สุนัข	쑤낙	몡 개
สุภาพ	쑤팝	혱 공손하다, 점잖다, 예의 있다

ต้องแต่งตัวให้สุภาพเรียบร้อย
떵 땡 뚜어 하이 쑤팝 리얍 러이
공손하고 단정하게 옷을 입어야 해요.

สภาพการผลิต	싸팝 깐 팔릿	몡 생산성
สุภาพบุรุษ	쑤팝 부룻	몡 신사
สุภาพสตรี	쑤팝 쌋뜨리	몡 숙녀
สุภาษิต	쑤파씻	몡 속담

สุรา	쑤̀라̄	명	술, 독주
สุสาน	쑤̀싼̌	명	묘지
สู่	쑤̀		~로, ~쪽으로
สู้	쑤̂	동	싸우다, 다투다(경쟁하다), 겨루다
สูง	쑹̌ ไข้สูง 카̂이 쑹̌ 열이 높다.	동	높다, 키가 크다
สูงสุด	쑹̌ 쑷̀	형	가장 높다, (계급, 위치 면에서) 최고이다
สูด	쑷̀	동	코를 킁킁거리다, 냄새 맡다, 코를 훌쩍이다
สูตรอาหาร	쑷̀ 아̄한̌	명	레시피
สูติแพทย์	쑷̀ 팻̂	명	산과 전문의
สูติบัตร	쑤̌띠̀밧̀	명	출생 증명서
สูท	쑷̀	명	양복
สูบ	쑵̀	동	(담배를) 피우다, 빨아들이다
สูบบุหรี่	쑵̀ 부̀리̀	동	흡연하다
เส้น	쎈̂	명	선
เส้นโค้ง	쎈̂ 콩́	명	곡선, 커브
เส้นตรง	쎈̂ 뜨롱̄	명	직선
เส้นทาง	쎈̂ 탕̄	명	길, 노선, 경로

เส้นผม	쎈 폼	명	머리카락
เส้นผ่านศูนย์กลาง	쎈 판 쑨 끌랑	명	지름
เส้นรอบวง	쎈 럽 웡	명	둘레
เส้นเลือด	쎈 르엇	명	혈관
เส้นเลือดแดง	쎈 르엇 댕	명	동맥
เส้นใย	쎈 야이	명	섬유질, 섬유조직, 결
เส้นเหลือง	쎈 르엉	명	노란 선
เสน่ห์	싸네	명	매력, 매혹, 황홀감
เสนอ	싸너	동	제안하다
เสพ	쎕	동	먹다, 마시다
เสพติด	쎕 띳	형	중독성이 있는
เสมหะ	쎔하 **มีเสมหะ** 미 쎔하 가래가 있어요.	명	가래, 담
เสมอ	싸머		항상, 늘
เสมียน	싸미얀	명	사무원
เสร็จ	쎗	동	끝내다
เสริมสวย	씀ㅓ 쑤어이	동	아름답게 하다, 꾸미다, 장식하다, 단장하다
เสรี	쎄리	명 형	자유 자유로운, 독자적인
เสา	싸오	명	기둥

ส

เสาร์ 싸̌오 명 토성, 토요일

เสาร์อาทิตย์ 싸̌오 아̄팃́ 명 주말

เสีย 씨̌아 동 고장 나다, 상하다, 납부하다

รถเสีย
롣́ 씨̌야
차가 고장 났어요.

เสียใจ 씨̌아 짜̄이 동 상심하다, 슬프다, 후회하다

เสียใจด้วย 씨̌아 짜̄이 두̂어이 동 유감이다

ขอแสดงความเสียใจด้วย
커̌ 싸̀댕 쾀 씨̌아 짜̄이 두̂어이
유감을 표합니다.

เสียชีวิต 씨̌야 치̄윗́ 동 죽다

เสียดาย 씨̌아 다̄이 동 아깝다, 아쉽다

เสียเปรียบ 씨̌아 쁘리̀얍 동 불리하다

เสียภาษี 씨̌아 파̄씨̌ 동 세금을 납부하다

เสียเวลา 씨̌아 웰̄라̄ 동 시간을 소비하다, 시간을 낭비하다

เสียสติ 씨̌아 싸̀띠̀ 동 제정신이 아니다, 미치다

เสียหาย 씨̌아 하̌이 동 피해 보다

เสียง 씨̌양 명 소리

ไม่มีเสียง
마̂이 미̄ 씨̌양
소리가 안 나와요.

เสียงก้อง 씨̌양 껑̂ 명 메아리

เสียงเอกฉันท์	씨̌양 엑̀까̀찬̌	명	만장일치
เสียบ	씨̀얍	동	찌르다, 끼우다
เสียม	씨̌얌	명	괭이
เสียว	씨̌여우	동	시큰거리며 아프다, 오싹하다, 아찔하다 **เสียวฟัน** 씨̌여우 퐌 이가 시려요.
เสือ	쓰̌어	명	호랑이
เสื่อ	쓰̀어	명	매트, 돗자리
เสื้อ	쓰̂어	명	옷, 상의
เสื้อกล้าม	쓰̂어 끌̂람	명	조끼
เสื้อกั๊ก	쓰̂어 깍́	명	조끼
เสื้อกันหนาว	쓰̂어 깐̄ 나̌우	명	방한복, 코트
เสื้อแขนกุด	쓰̂어 캔̌ 꿋̀	명	민소매 옷
เสื้อแขนยาว	쓰̂어 캔̌ 야̄우	명	긴소매 옷
เสื้อแขนสั้น	쓰̂어 캔̌ 싼̂	명	반소매
เสื้อคลุม	쓰̂어 클̄룸	명	가운
เสื้อโค้ทยาว	쓰̂어 콧́ 야̄우	명	롱코트
เสื้อจั๊มเปอร์ยาว	쓰̂어 짬́빠̄ 야̄우	명	롱점퍼
เสื้อแจ็คเก็ต	쓰̂어 짹̀껫̀	명	재킷
เสื้อชั้นใน	쓰̂어 찬́ 나̄이	명	내의
เสื้อเชิ้ต	쓰̂어 츳́ㅓ	명	셔츠

เสื้อนอก	쓰̂어 넉̂	명	외투
เสื้อผ้า	쓰̂어 파̂	명	옷, 의복
เสื้อฝน	쓰̂어 폰̌	명	우비
เสื้อยืด	쓰̂어 이̂읏	명	티셔츠
เสื้อสูท	쓰̂어 쑷̀	명	양복
เสื่อม	쓰̀엄	동	악화되다, 더 나빠지다, 줄어들다, 감소하다
แสก	쌕̀	명	가르마
แสกกลาง	쌕̀ 끌̄랑	명	중간 가르마
แสง	쌩̌	명	빛, 광선, 빛줄기
แสงแดด	쌩̌ 댓̀	명	빛, 햇볕
แสงสว่างจ้า	쌩̌ 싸̀왕̀짜̂	동	쨍쨍하다
แสดง	싸̀댕̄	동	표현하다, 나타내다
แสดงท่าทางน่ารัก	싸̀댕̄ 타̂탕̄ 나̂락́	동	애교를 부리다
แสดงท่าทางแอ๊บแบ๊ว	싸̀댕̄ 타̂탕̄ 앱́배́우	동	애교를 부리다
แสตมป์	싸̀땜̄	명	우표
แสตมป์ที่ระลึก	싸̀땜̄ 티̂라́륵́	명	기념우표
แสน	쌘̌	명	십만
แสบ	쌥̀	동	쓰리다, 따끔거리다
แสวง	싸̀왱̌	동	추구하다, 얻으려고 노력하다
โสด	쏫̀	형	미혼의, 독신의

โสม	쏨	명	인삼
ใส	싸이	동	맑다, 청명하다
ใส่	싸이	동	입다, 넣다
ใส่ใจ	싸이 짜이	동	주의를 기울이다, 주목하다
ใส่รองเท้า	싸이 렁 타오	동	신발을 신다
ใส่เสื้อ	싸이 쓰어	동	옷을 입다
ไส้	싸이	명	장
ไส้กรอก	싸이 끄럭	명	소시지
ไส้ติ่ง	싸이 띵	명	맹장
ไส้ติ่งอักเสบ	싸이 띵 악쎕	명	맹장염

ย ร ฤ ล ว ศ ส ห อ ฮ

ห

หก	혹̀	명 동	여섯, 6 쏟아지다
หกสิบ	혹̀ 씹̀	명	예순, 60
หญ้า	야̂	명	풀, 잔디
หญิง	잉̌	명	여자
หญิงสาว	잉̌ 싸̌우	명	아가씨
หด	홋̀	동	줄어들다, 수축하다
หน	혼̌	명	회, 번, 횟수
หนวก	누̀억	형	귀가 먹은, 청각 장애가 있는
หนวกหู	누̀억 후̌	형	시끄러운
หนวด	누̀엇	명	수염
หน่วยกิต	누̀어이 낏̀	명	학점
หน่วยดับเพลิง	누̀어이 답̀ 플릉̄ㅓ	명	소방서
หน่อไม้	너̀ 마́이	명	죽순
หนอง	넝̌	명	고름 มีหนองที่แผล 미̄ 넝̌ 티̂ 플̌래 상처가 곪았어요.
หนองน้ำ	넝̌ 남́	명	늪
หนอน	넌̌	명	벌레

หน่อย	너이		좀, 조금, 약간
หนัก	낙	동	무겁다, 심하다, 힘들다/ 세차게, 매우
	ฝนตกหนัก 폰 똑 낙 비가 많이 와요.		
หนักใจ	낙 짜이	동	마음이 무겁다
หนัง	낭	명	영화, 가죽
หนังตลก	낭 딸록	명	코미디 영화
หนังผี	낭 피	명	공포 영화
หนังรัก	낭 락	명	애정 영화
หนังรักโรแมนติก	낭 락 로맨띡	명	멜로 영화
หนังโรแมนติก	낭 로맨띡	명	애정 영화
หนังสยองขวัญ	낭 싸영 콴	명	공포 영화
หนังสือ	낭쓰	명	책, 글
หนังสือเดินทาง	낭쓰 든ㅓ탕	명	여권
	ทำหนังสือเดินทางหายแล้ว 탐 낭쓰 든ㅓ탕 하이 래우 여권을 분실했어요.		
หนังสือเดินทางชั่วคราว	낭쓰 든ㅓ탕 추어 크라우	명	임시 여권
หนังสือเตรียมสอบ	낭쓰 뜨리얌 썹	명	시험 교재
หนังสือนิทาน	낭쓰 니탄	명	동화책
หนังสือพิมพ์	낭쓰핌	명	신문

หนังสือภาษาต่างประเทศ	낭̌쓰̌ 파̄싸̌ 땅̀ 쁘̀라텟̂	명	외국어 서적
หนังสือมอบอำนาจ	낭̌쓰̌ 멉̂ 암̄낫̂	명	위임장
หนังสือรับรอง	낭̌쓰̌ 랍́렁̄	명	증명서
หนังสือรับรองการทำงาน	낭̌쓰̌ 랍́렁̄ 깐̄ 탐̄ 응안̄	명	재직 증명서
หนังสือแสดงความยินยอม	낭̌쓰̌ 싸̀댕̄ 쾀̄ 인̄염̄	명	동의서
หนา	나̌ **เสื้อตัวนี้หนา** 쓰̂어 뚜̄어 니́ 나̌ 이 옷은 두껍다.	동	두껍다
หนาแน่น	나̌ 낸̂	동	빽빽하다, 밀집하다
หน้า	나̂	명 형	얼굴, 계절 다음의
หน้าแข้ง	나̂ 캥̂	명	정강이
หน้าด้าน	나̂ 단̂	동	뻔뻔하다
หน้าตา	나̂ 따̄	명	얼굴, 외모
หน้าต่าง	나̂ 땅̀	명	창문
หน้าตื่น	나̂ 뜬̀	동	깜짝 놀라게 하다, 어리둥절한 표정을 짓다
หน้าที่	나̂ 티̂	명	의무
หน้าผาก	나̂ 팍̀	명	이마
หน้าฝน	나̂ 폰̌	명	우기, 장마철

หน้าฝนตกหนัก	나̂ 폰̆ 똑̀ 낙̀	명	장마철
หน้ามืด	나̂ 믓̂	동	현기증 나다
หน้าร้อน	나̂ 런́	명	여름
หน้าแล้ง	나̂ 랭́	명	건기
หน้าสด	나̂ 쏫̀	명	민낯
หน้าหนาว	나̂ 나̆우	명	겨울
หน้าอก	나̂ 옥̀	명	가슴 รู้สึกเจ็บหน้าอก 루́ 쓱̀ 쩹̀ 나̂ 옥̀ 가슴이 뻐근해요.
หนาม	남̆	명	가시
หนาว	나̆우	동	춥다 ที่นี่หนาวมาก 티̂ 니̂ 나̆우 막̂ 여기는 너무 추워요.
หนาวสั่น	나̆우 싼̀	동	오한이 들다
หนี	니̆	동	도망하다
หนีไป	니̆ 빠̄이	동	도망가다, 달아나다
หนีเรียน	니̆ 리̄안	동	땡땡이 치다
หนี้	니̂	명	빚
หนึ่ง	능̀	명	하나, 1
หนึ่งเดือน	능̀ 드̄언	명	한 달
หนึ่งร้อยล้าน	능̀ 러́이 란́	명	억(億)
หนึ่งวัน	능̀ 완̄	명	하루

ย ร ฤ ล ว ศ ส ห อ ฮ

หนุ่ม	눔	명 청년 동 젊다(남성에게만 사용)
หนุ่มโสด	눔 쏫	명 총각
หนู	누	명 쥐
ห่ม	홈	동 덮다, 에워싸다, 씌우다, 두르다
หมด	못	전부, 다/ 동 끝내다, 다하다
หมดแก้ว	못 깨우	명 원샷
หมดสติ	못 싸띠	동 기절하다, 의식을 잃다
หมวก	무억	명 모자
หมวกกันน็อค	무억 깐 넉	명 헬멧
หมวกนิรภัย	무억 니라파이	명 안전모
หมวด	무엇	명 집단, 무리
หมอ	머	명 의사
หมอนวด	머 누엇	명 마사지사, 안마사
หม้อ	머	명 냄비, 솥
หม้อหุงข้าว	머 훙 카우	명 밥솥
หมอก	먹	명 안개
หมอน	먼	명 베개
หมอนรองคอ	먼 렁 커	명 목 베개
หมอบ	멉	동 쭈그리다, 엎드리다, 굽실거리다
หมั่น	만	동 끊임없이 지속되다

หมั้น	만̂	동	약혼하다
หมา	마̌	명	개
หมากกระดาน	막̀ 끄̀라단̄	명	장기(將棋)[놀이]
หมายความ	마̌이 쾀̄	동	의미하다
หมายจับ	마̌이 짭̀	명	체포 영장
หมายถึง	마̌이 틍̌	동	의미하다
หมายเลข	마̌이 렉̂ หมายเลข 1 마̌이 렉̂ 능̀ 1번	명	번호
หมายเหตุ	마̌이 헷̀	명	메모, 쪽지, 주석, 주, 논평, 언급, 발언
หม้าย	마̂이	명	미망인, 과부
หมิ่น	민̀	동	모욕하다, 굴욕감을 주다, 창피를 주다
หมี	미̌	명	곰
หมึก	믁̀	명	잉크
หมื่น	믄̀	명	만, 10000
หมุน	문̌	동	돌다, 회전하다
หมู	무̌	명	돼지
หมูเค็ม	무̌ 켐̄	명	베이컨
หมูปิ้ง	무̌ 삥̂	명	돼지고기 꼬치구이
หมูย่าง	무̌ 양̂	명	돼지불고기
หมูสามชั้น	무̌ 쌈̌ 찬́	명	삼겹살

หมู่	무	명	무리, 그룹, 집단
หมู่บ้าน	무 반	명	마을
หมู่บ้านเกษตรกร	무 반 까쎗뜨라껀	명	농촌
หมู่บ้านชาวประมง	무 반 차우 쁘라몽	명	어촌
หยด	욧	동	떨어지다, 떨어뜨리다
	ฉันเอายาหยดใส่ตา 찬 아오 야 욧 싸이 따 나는 약을 눈에 떨어뜨렸다.		
หย่า	야	동	이혼하다
หยาบ	얍	동	거칠다
หยาบคาย	얍 카이	동	무례하다
หยิก	익	형 동	곱슬곱슬한, 웨이브가 있는 꼬집다
หยิบ	입	동	집다, 줍다, 쥐다
หยุด	윳	동	멈추다, 정지하다, 쉬다
หยุดก่อน	윳 껀	동	일단정지
หยุดพัก	윳 팍	동	휴식하다
หรอก	럭		전혀
หรือ	르		또는/~인가요?(의문사)
หรือเปล่า	르 쁠라오		~인가요, 아닌가요?
หรือยัง	르 양		~했나요, 아직인가요?
หรูหรา	루 라	동	우아하다, 세련되다, 교양 있다

หลง	롱̌	동	잃다
	หลงทางแล้ว 롱̌ 탕̄ 래́우 길을 잃었어요.		
หลงเชื่อ	롱̌ 츠̂어	동	(속아서) 믿다, 쉽게 믿다
หลงรัก	롱̌ 락́	동	사랑에 빠지다
หลงเสน่ห์	롱̌ 싸̀네̀	동	매력에 빠지다
หลงใหล	롱̌ 라̌이		매혹적으로
หลบ	롭̀	동	피하다
หลบหนี	롭̀ 니̌	동	탈출하다, 도망치다
หลวม	루̌엄	동	느슨하다
หล่อ	러̀	동	잘생기다, 멋지다
หลอก	럭̀	동	속이다, 기만하다, 속임수를 쓰다, 사기 치다
หลอด	럿̀	명	관, 튜브, 파이프, 빨대
หลอดอาหาร	럿̀ 아̄한̌	명	식도
หล่อน	런̀		그녀
หลัก	락̀	명	기초, 기반, 토대, 핵심
หลักการ	락̀ 깐̄	명	원칙, 원리
หลักฐาน	락̀ 탄̌	명	증거, 증언, 입증
หลักทรัพย์	락̀ 쌉́	명	재산, 소유물, 부동산
หลักสูตร	락̀ 쑷̀	명	교육과정, 교수요목(敎授要目), 강좌

หลัง	랑	명	등(신체)/ 채(집을 세는 수량사)/ 뒤에
	บ้านสองหลัง 반 썽 랑 집 2채		
หลังจาก	랑 짝		후에, 뒤에
หลังเที่ยง	랑 티양	명	오후
หลังอาหาร	랑 아한		식후
หลับ	랍	동	잠이 들다, 눈을 감다
หลับเป็นตาย	랍 뻰 따이	동	세상 모르고 자다, 숙면하다, 정신 없이 자다
หลา	라	명	야드(yard)
	ขายหลาละ 100 บาท 카이 라 라 러이 밧 1야드에 100밧이에요.		
หลากหลาย	락 라이	형	여러 가지의, 각양각색의, 다양한
หลาน	란	명	손주, 조카
หลานชาย	란 차이	명	손자
หลานสาว	란 싸우	명	손녀
หลาย	라이	형	여러, 많은, 몇의, 각각의
หลายอย่าง	라이 양	형	다양한, 다채로운
หลีกเลี่ยง	릭 리양	동	피하다, 모면하다
หลุด	룻	동	빠지다, 탈락하다, 풀어지다

หวงห้าม	후ˇ엉 하^ㅁ	동	**금지하다, 진입을 금지하다**
	ที่โน่นเป็นเขตหวงห้าม 티^ 논^ 뻰 켓 후ˇ엉 함^ 저기는 진입 금지 구역이에요.		
ห่วง	후`엉	동	**걱정하다**
หวัง	왕ˇ	동	**희망하다, 바라다**
หวัด	왓`	명	**감기**
หวัดดี	왓` 디-	명	**안녕(친구끼리)**
หวาดกลัว	왓` 끌루-어	동	**겁내다**
หวาดหวั่น	왓` 완`	동	**무서워하다**
หวาน	완ˇ	동	**달다, 달콤하다**
หวีผม	위ˇ 폼ˇ	동	**머리를 빗다**
หอประชุมใหญ่	허ˇ 쁘라`춤- 야`이	명	**대강당**
หอผู้ป่วย	허ˇ 푸^ 뿌`어이	명	**입원실**
หอพัก	허ˇ 팍´	명	**기숙사**
หอพักหญิง	허ˇ 팍´ 잉ˇ	명	**여자 기숙사**
ห่อ	허`	동	**포장하다, 싸다**
	ช่วยห่อให้สวยหน่อย 추^어이 허` 하^이 쑤ˇ어이 너`이 예쁘게 포장해 주세요.		
ห่อเหี่ยว	허` 히여`우	동	**우울하다, 비참하다, 낙담하다**
ห้อง	헝^	명	**방**
ห้องเก็บของ	헝^ 껩` 컹ˇ	명	**창고, 광**

ห้องเก็บของใต้หลังคา	헝 껩 컹 따이 랑카	명	다락
ห้องคนไข้	헝 콘 카이	명	병실
ห้องครัว	헝 크루어	명	부엌, 주방
ห้องคลอด	헝 클럿	명	분만실
ห้องคอมพิวเตอร์	헝 컴피우떠	명	컴퓨터실
ห้องเช่า	헝 차오	명	셋방
ห้องฉุกเฉิน	헝 축츤ㅓ	명	응급실
ห้องตรวจ	헝 뜨루엇	명	진료실
ห้องเตียงคู่	헝 띠양 쿠	명	트윈 룸
ห้องเตียงเดี่ยว	헝 띠양 디여우	명	싱글 룸
ห้องเตรียมตัว	헝 뜨리얌 뚜어	명	대기실
ห้องทำยาชุด	헝 탐 야 춧	명	조제실
ห้องนอน	헝 넌	명	침실
ห้องนั่งเล่น	헝 낭 렌	명	거실
ห้องน้ำ	헝 남	명	화장실
ห้องผ่าตัด	헝 파땃	명	수술실
ห้องรังสี	헝 랑씨	명	방사선실
ห้องรับแขก	헝 랍 캑	명	응접실
ห้องเรียน	헝 리안	명	교실
ห้องว่าง	헝 왕	명	빈방

ห้องน้ำ 헝남 욕실, 화장실

ผ้าเช็ดตัว 파 쳇 뚜어 수건
กระจกเงา 끄라쪽 응아오 거울
ยาสีฟัน 야 씨 퐌 치약
แปรงสีฟัน 쁘랭 씨 퐌 칫솔
สบู่ 싸부 비누
ชักโครก 착 크록 변기
กระดาษชำระ 끄라닷 참라 휴지
อ่างอาบน้ำ 앙 압남 욕조
อ่างล้างหน้า 앙 랑 나 세면기
ฝักบัว 퐉 부어 샤워기
ที่โกนหนวด 티 꼰 누엇 면도기
ไดร์เป่าผม 다이 빠오 폼 헤어 드라이어
หวี 위 빗

ห้องสันทนาการ	헝 싼타나깐	명	오락실
ห้องสมุด	헝 싸뭇	명	도서관, 도서실
ห้องอ่านหนังสือ	헝 안 낭쓰	명	서재
ห้องอาบน้ำรวม	헝 압남 루엄	명	목욕탕
ห้องอาหาร	헝 아한	명	식당
ห้องไอซียู	헝 아이씨유	명	중환자실
หอม	험	동	향기롭다
หอมใหญ่	험 야이	명	양파
หอย	허이	명	조개
หอยนางรม	허이 낭롬	명	굴
หอยเป๋าฮื้อ	허이 빠오 흐	명	전복
ห้อย	허이	동	매달다
หัก	학	동	부러지다, 꺾다 ขาหัก 카 학 다리가 부러지다.
หัด	핫	동	연습하다, 훈련하다
หัตถกรรม	핫타깜	명	수공예품
หันไป	한 빠이	동	~로 향하다, 돌아가다
หันหน้า	한 나	동	고개를 돌리다, 외면하다
หั่น	한	동	썰다
หัว	후어	명	머리

หัวข้อ	후어 커	명 주제
หัวข้อต่อไป	후어 커 떠 빠이	명 다음 주제
หัวเข่า	후어 카오	명 무릎
หัวค่ำ	후어 캄	명 초저녁
หัวใจ	후어 짜이	명 심장, 가슴, 마음
หัวไชเท้า	후어 차이 타오	명 무[채소]
หัวผักกาด	후어 팍 깟	명 무[채소]
หัวเราะ	후어 러	동 웃다
หัวหน้า	후어 나	명 상사, 보스
หัวหน้างาน	후어 나 응안	명 관리자, 감독
หัวหน้าทีม	후어 나 팀	명 팀장
หัวหน้าแผนก	후어 나 파낵	명 과장
หัวหน้าฝ่าย	후어 나 퐈이	명 부장
หัวหน้าพ่อครัว	후어 나 퍼 크루어	명 주방장
หัวหน้าภาควิชา	후어 나 팍 위차	명 학과장
หัวหน้าส่วน	후어 나 쑤언	명 주임
หัวหน้าหน่วยงาน	후어 나 누어이 응안	명 계장
หัวหอมใหญ่	후어 험 야이	명 양파
หา	하	동 찾다, 모색하다
หาเงิน	하 응은ㅓ	동 돈을 벌다, 수익을 얻다

หาไม่เจอ	ห̌ 마̂이 쯔̄ㅓ	동	찾지 못하다, 보이지 않다
	หาตั๋วไม่เจอ 하̌ 뚜̌어 마̂이 쯔̄ㅓ 티켓을 찾지 못했어요.		
หายาก	하̌ 약̂	동	구하기 어렵다, 귀하다
หาเรื่อง	하̌ 르̂엉	동	시비하다, 일을 만들다
หาว่า	하̌ 와̂	동	비난하다, 고발하다
ห้า	하̂	명	다섯, 5
ห้าสิบ	하̂ 씹̀	명	쉰, 50
หาก	학̀		만약 ~면, ~하기만 하면
หาง	항̌	명	꼬리
ห่าง	항̀	동	멀리 떨어져 있다
ห้าง	항̂	명	쇼핑몰, 백화점
ห้างสรรพสินค้า	항̂ 쌉́파́씬̌카́	명	백화점
ห้างหุ้นส่วน	항̂ 훈̂ 쑤̀언	명	동업자
หาด	핫̀	명	해변, 바닷가, 해안
หาดทราย	핫̀ 싸̄이	명	해변, 바닷가
ห่าน	한̀	명	거위
ห้าม	함̂	동	금지하다
ห้ามข้าม	함̂ 캄̂	동	횡단 금지
ห้ามเข้า	함̂ 카̂오	동	출입 금지
ห้ามจอด	함̂ 쩟̀	동	주차 금지

ห้ามแซง	함 쌩	동	추월 금지
ห้ามบีบแตร	함 빕뜨래	동	경적 금지
ห้ามผ่าน	함 판	동	통행금지
ห้ามเลี้ยวขวา	함 리여우 콰	동	우회전 금지
ห้ามเลี้ยวซ้าย	함 리여우 싸이	동	좌회전 금지
ห้ามส่งเสียง	함 쏭 씨양	동	소란 금지
หาย	하이	동	잃어버리다, 분실하다, 사라지다, 없어지다, (병이) 낫다, 회복되다
	ทำกุญแจหาย 탐 꾼째 하이 열쇠를 분실했어요.		
หายใจ	하이 짜이	동	숨쉬다, 호흡하다
หายเหนื่อย	하이 느어이	동	피로가 사라지다, 피로가 풀리다
หาว	하우	동 명	하품하다 옥외, 야외, 노천
หาวนอน	하우 넌	동	하품하다, 졸음이 오다
หิ้ง	힝	명	선반, 책꽂이, 가판대, 좌판
หิน	힌	명	돌
หินอ่อน	힌 언	명	대리석
หิมะ	히마	명	눈
หิว	히우	동	배고프다
หีบ	힙	명	장식함, 상자

หึง	흥̌	동	질투하다
หุง	훙̌	동	짓다, 끓이다
หุ่นยนต์	훈̀ 욘̄	명	로봇, 인조인간
หุ้น	훈̂	명	주식
หุ้นส่วน	훈̂ 쑤̀언	명	사업 파트너
	ฉันต้องปรึกษาหุ้นส่วนก่อน 찬̌ 떵̂ 쁘̀륵싸̌ 훈̂쑤̀언 껀̀ 먼저 제 사업 파트너와 상의해야 해요.		
หุบ	훕̀	명 동	골짜기, 계곡 다물다
หุบเขา	훕̀ 카̌오	명	골짜기
หุบปาก	훕̀ 빡̀	동	입을 다물다
หุ้ม	훔̂	동	덮어씌우다, 입히다
หู	후̌	명	귀
หูด	훗̀	명	사마귀, 혹
เหงา	응아̌오	동	쓸쓸하다, 외롭다
เหงื่อ	응으̀어	명	땀
	เป็นคนเหงื่อออกเยอะ 뻰 콘 응으̀어 억̀ 여́ 땀이 많이 나는 편이에요.		
เหงือก	응으̀억	명	잇몸
เหงือกปลา	응으̀억 쁠̄라	명	아가미
เห็ด	헷̀	명	버섯
เหตุ	헷̀	명	사건, 사고, 상황

เห็น	헨	[동]	보이다, 생각하다
เห็นแก่ตัว	헨 깨 뚜어	[동]	이기적이다
เห็นใจ	헨 짜이	[동]	동정하다, 불쌍히 여기다
เห็นด้วย	헨 두어이	[동]	동의하다, 찬성하다
เหนือ	느어	[명]	위에/ 북, 북쪽
เหนื่อย	느어이	[동]	피곤하다
เหม็น	멘	[동]	냄새가 나다
เหม็นบุหรี่	멘 부리	[동]	담배 냄새가 나다
เหมาะสม	머쏨	[동]	알맞다, 적합하다, 어울리다, 합당하다
เหมียว	미여우	[명]	고양이
เหมือน	므언	[동]	닮다, 비슷하다, 같다/ 마치 ~인 듯이, ~인 것처럼
เหมือนกัน	므언 깐		또한, 역시, 똑같다
เหยียบ	이얍	[동]	밟다
เหรียญ	리얀	[명]	동전, 메달
เหรียญเงิน	리얀 응언	[명]	은메달
เหรียญทอง	리얀 텅	[명]	금메달
เหรียญทองแดง	리얀 텅 댕	[명]	동메달
เหล็ก	렉	[명]	철[광물]
เหลน	렌	[명]	증손
เหลนผู้ชาย	렌 푸차이	[명]	증손자

เหลนผู้หญิง	렌̌ 푸̂잉	명	증손녀
เหล่านี้	라̀오 니́	형	이들
เหล้า	라̂오	명	술
เหลี่ยม	리̀얌	명	모서리, 모퉁이
เหลียว	리̌여우	동	돌리다
เหลือ	르̌어	동	남다, 초과하다
เหลือง	르̌엉	동	노랗다
เห่า	하̀오	동	짖다, 떠들다
เหี่ยว	히여̀우	동	시들다, 쪼그라들다
แห	해̌	명	그물
แห่	해̀	동 명	모여들다 퍼레이드, 가두 행진, 열병식, 행렬
แห่ง	행̀		~의
แห่งชาติ	행̀ 찻̂	형	국가의, 국립
แห้ง	행̂	동	건조하다
แหล่ง	랭̀	명	원천, 근원, 장소, 곳
แหล่งเก็บน้ำ	랭̀ 껩̀ 남́	명	저수지
แหล่งท่องเที่ยว	랭̀ 텅̂ 티여̂우	명	관광지
แหล่งปลาชุม	랭̀ 쁠라̄춤̄	명	어장
แหลม	램̌	형	뾰족하다
แหวน	왠̌	명	반지
แหวนคู่	왠̌ 쿠̂	명	커플 반지

ให้	하̂이	동	주다
ให้การ	하̂이 깐	동	증언하다, 진술하다, 신앙 고백하다
ให้กำลังใจ	하̂이 깜랑 짜이	동	격려하다
ให้กู้	하̂이 꾸̂	동	대출하다
ให้คำแนะนำ	하̂이 캄 내남	동	조언하다, 충고하다
ให้ได้	하̂이 다̂이		꼭, 기어이, 기필코
ใหญ่	야̀이	동	크다
ใหญ่โตมโหฬาร	야̀이 또 마호란	형	웅장하다
ใหม่	마̀이	동	새롭다/다시
ไหน	나̌이		어디, 어느
	คุณอยู่ที่ไหน 쿤 유 티 나̌이 당신은 어디에 있습니까?		
ไหม	마̌이		~요?(의문사)
	ชอบดูหนังไหม 첩 두 낭 마̌이 영화 보는 거 좋아해요?		
ไหม้	마̂이	동	불에 타다, 새까맣게 타다
ไหล	라̌이	동	흐르다
ไหล่	라̀이	명	어깨
ไหว	와̌이	동	할 수 있다/ 떨다, 진동하다, 흔들리다, 흔들다
ไหว้	와̂이	동	(합장하여) 절하다

| 태국어 필수 단어 |

อ

อก	옥	명	유방, 가슴
องค์	옹	명	왕족, 승려, 불상을 세는 수량사
องค์กร	옹껀	명	조직, 기관
องค์การ	옹깐	명	단체
องศา	옹싸	명	도(온도, 각도 단위)
องุ่น	아응운	명	포도
อด	옷	동	견디다, 참다, 굶다
อดข้าว	옷 카우	동	굶주리다
อดใจ	옷 짜이	동	자제하다, 참다, 견디다
อดตาย	옷 따이	동	굶어 죽다, 말라 죽다, 쇠약해지다
อดทน	옷 톤	동	견디다, 참다, 인내하다
อดนอน	옷 넌	동	한숨도 자지 않다, 잠이 안 오다
อดอยาก	옷 약	동	굶주리다, 굶어 죽다
อดีต	아딧	명	과거, 옛날
อธิการบดี	아티깐버디	명	(대학교의) 총장
อธิบาย	아티바이	동	설명하다
อธิษฐาน	아팃탄	동	기원하다, 기도하다, 바라다

อนามัย	아나마이	명	위생, 보건, 위생 시설
อนุบาล	아누반	명	유치원
อนุรักษ์	아누락	동	보호하다, 보존하다, 아끼다
อบรม	옵롬	동	교육하다
อบอุ่น	옵 운	동	따뜻하다, 포근하다
อพยพ	옵파욥	동	이주하다
อภิปราย	아피 쁘라이	동	토론하다, 논의하다
อเมริกัน	아메리깐	명	미국인
อเมริกา	아메리까	명	미국
อย่า	야		하지 마라 เวลาดูหนังอย่าชวนคุย 웰라 두 낭 야 추언 쿠이 영화 볼 때 말 시키지 말아요.
อยาก	약		하고 싶다
อยากได้	약 다이	동	갖고 싶다, 원하다 อยากได้ห้องเดี่ยว 약 다이 헝 디여우 원룸을 원해요.
อยากรู้	약 루	동	알고 싶어하다, 궁금하다
อย่าง	양	명	종류, 가지/~처럼
อย่างช้า	양 차		늦어도

อย่างเดียว	양 디여우		오직, ~만, 단 하나의
อย่างน้อย	양 너이		최소한, 적어도 ต้องใช้เวลาอย่างน้อยสองวัน 떵 차이 웰라 양 너이 썽 완 최소한 이틀은 걸려요.
อย่างนั้น	양 난		그렇게
อย่างนี้	양 니		이렇게
อย่างแน่นอน	양 내넌		분명히, 틀림없이, 확실히, 당연히
อย่างมาก	양 막		대단히, 상당히, 많이
อย่างระมัดระวัง	양 라맛 라왕		꼼꼼히
อย่างไร	양 라이		어떻게(의문사) คุณมาอย่างไร 쿤 마 양 라이 당신은 어떻게 옵니까?
อย่างไรก็ดี	양 라이 꺼 디		어떻든, 하여간, 어쨌든
อย่างไรก็ตาม	양 라이 꺼 땀		어쨌든, 하여간, 어느 쪽을 ~하든
อย่างละเอียดรอบคอบ	양 라이얏 럽 컵		꼼꼼히
อย่างอื่น	양 은	명	다른 것
อยู่	유	동	있다, 살다/ ~하고 있다
อยู่กับ	유 깝	동	~에 달려 있다
อยู่ไม่สุข	유 마이 쑥	동	개구지다, 장난꾸러기이다, 가만히 있지 못하다

อร่อย	아러이	[동]	맛있다
อรุณสวัสดิ์	아룬 싸왓	[명]	안녕하세요(아침 인사)
อวกาศ	아와깟	[명]	우주
อวด	우엇	[동]	으스대다, 과시하다, 자랑하다
อ้วน	우언	[동]	뚱뚱하다
อวยพร	우어이 펀	[동]	행복을 빌다, 축복을 빌다
อสังหาริมทรัพย์	아쌍하리마쌉	[명]	부동산
ออก	억	[동]	나오다, 내다, 나다, 출발하다
	ออกตรงเวลาไหม 억 뜨롱 웰라 마이 정시에 출발해요?		
ออกกำลังกาย	억 깜랑 까이	[동]	운동하다
ออกจาก	억 짝	[동]	떠나다
ออกช้า	억 차	[동]	연발하다, 지연되다
ออกซิเจน	억씨쩬	[명]	산소
ออกประเทศ	억 쁘라텟	[동]	출국하다
ออกไปข้างนอก	억 빠이 캉 넉	[동]	외출하다
ออกไปเจอเพื่อไปรับ	억 빠이 쯔ㅓ 프어 빠이 랍	[동]	마중 나가다
ออกอากาศครั้งสุดท้าย	억 아깟 크랑 쑷 타이	[동]	마지막 방송하다
ออกอากาศตอนแรก	억 아깟 떤 랙	[동]	첫 방송하다

ย ร ฤ ล ว ศ ส ห อ ฮ

อ่อน	언	[동]	연하다, 어리다, 약하다
อ่อนน้อม	언 넘	[동]	공손하다, 겸손하다, 단정하다
อ่อนเพลีย	언 플리야	[동]	지치다, 피로하다, 힘이 빠지다, 무기력하다
อ่อนโยน	언 욘	[동]	온화하다, 순하다
อ่อนแอ	언 애	[동]	약하다, 연약하다, 기운이 없다
อ้อนวอน	언 원	[동]	애원하다, 간청하다
ออม	엄	[동]	저축하다, 모으다, 절약하다, 아끼다
อ้อม	엄	[동]	돌아서 가다, 우회해서 가다
อ้อย	어이	[명]	사탕수수
ออร์แกน	어깬	[명]	오르간
ออสเตรเลีย	엇뜨레리야	[명]	호주
ออสเตรีย	엇뜨리야	[명]	오스트리아
อะไร	아라이		무엇
อะไหล่	아 라이	[명]	부품
อักษร	악썬	[명]	글자, 문자, 알파벳, 자모(字母)
อักษรเกาหลี	악썬 까올리	[명]	한글
อักษรจีน	악썬 찐	[명]	한자(漢字)
อักเสบ	악쎕	[동]	염증이 생기다
อังกฤษ	앙끄릿	[명]	영국

อัครราชทูต	악크라랏차툿	명	공사(외교관)
อัด	앗	동	억누르다, 압축하다, 짜다, 짜내다
อัตรา	앗뜨라	명	비율
อัตราการแพร่ขยาย	앗뜨라 깐 프래 카야이	명	보급률
อัตราการแข่งขัน	앗뜨라 깐 캥칸	명	경쟁률
อัตราดอกเบี้ย	앗뜨라 덕비야	명	금리
อัตราแลกเปลี่ยน	앗뜨라 랙 쁠리얀	명	환율
อัตราว่างงาน	앗뜨라 왕 응안	명	실업률
อัน	안	명	개(수량사)
อันดับ	안답	명	순위, 등급, 등수
อันดับสูง	안답 쑹	명	상위
อันตราย	안따라이	명 동	위험 위험하다, 위태롭다
อับอายขายหน้า	압 아이 카이 나	동	수치스럽다, 부끄럽다, 창피하다
อัพเดทบุ๊ค	압뎃 북	동	통장 정리하다
อัมพาต	암마팟	명	마비, 중풍
อัยการ	아이야깐	명	검사(檢事)
อา	아	명	아버지의 손아래 (삼촌, 고모)
อาการ	아깐	명	증상, 증세
อาการคัน	아깐 칸	명	가려움증

ย ร ฤ ล ว ศ ส ห อ ฮ

อาการนอนไม่หลับ	아깐 넌 마이 랍	명	불면증
อาการปวดท้อง	아깐 뿌엇 텅	명	복통
อาการปวดประสาท	아깐 뿌엇 쁘라쌋	명	신경통
อาการปวดฟัน	아깐 뿌엇 퐌	명	치통
อาการปวดหัว	아깐 뿌엇 후어	명	두통
อาการแพ้	아깐 패	명	알레르기
อาการแพ้ท้อง	아깐 패 텅	명	입덧
	อาการแพ้ท้องไม่รุนแรง 아깐 패텅 마이 룬랭 입덧은 심하지 않아요.		
อาการไม่ย่อย	아깐 마이 여이	명	소화불량
อาการเรื้อรัง	아깐 르어 랑	명	만성
อาการวิงเวียนศีรษะ	아깐 윙 위얀 씨싸	명	현기증
อาการอักเสบ	아깐 악쎕	명	염증
อากาศ	아깟	명	날씨, 공기
อาคาร	아칸	명	건물, 건축물
อ่าง	앙	명	양푼, 대야, 통
อ่างอาบน้ำ	앙 압남	명	욕조
อ้าง	앙	동	주장하다, 요구하다
อาจ	앗		~일지도 모른다
อาจารย์	아짠	명	교수

อาจารย์ที่ปรึกษา	아짠 티 쁘륵싸	명	지도 교수
อาจารย์ประจำ	아짠 쁘라짬	명	전임 강사
อาเจียน	아찌얀	동	구토하다
อาชญากรรม	앗차야깜	명	범죄, 범행
อาชญากรรมความรุนแรงทางเพศ	앗차야깜 쾀 룬랭 탕 펫	명	성폭력 범죄
อาชีพ	아칩	명	직업
อาทิ	아티		예를 들어
อาทิตย์	아팃	명	주, 일주일
อาทิตย์ที่แล้ว	아팃 티 래우		지난주
อาทิตย์นี้	아팃 니		이번주
อาทิตย์หน้า	아팃 나		다음 주
อ่าน	안	동	읽다
อ่านใจออก	안 짜이 억	동	눈치를 보다
อาบน้ำ	압 남	동	샤워하다, 목욕하다
อาย	아이	동	부끄럽다 ไม่ต้องอาย 마이 떵 아이 부끄러워할 필요 없어요.
อายุ	아유	명	나이
อายุเกษียณ	아유 까씨얀	명	정년
อายุน้อย	아유 너이	동	어리다

อาชีพ 아칩 직업

พนักงานบริษัท 파낙응안 버리쌋 회사원

ข้าราชการ 카랏차깐 공무원

ครู 크루 교사

อาจารย์ 아짠 교수

ตำรวจ 땀루엇 경찰

ผู้พิพากษา 푸 피팍싸 판사

ทนายความ 타나이 쾀 변호사

หมอ 머 의사

นางพยาบาล 낭 파야반 간호사

นักกีฬา 낙 낄라 운동선수

แม่ครัว 매 크루어 여자 요리사

พ่อครัว 퍼 크루어 남자 요리사

ทหาร 타한 군인

คนขับรถ 콘 캅롯 운전사

ชาวนา 차우 나 농부

แม่บ้าน 매 반 가정주부

ช่างเสริมสวย 창 씀ㅓ 쑤어이 미용사

นักร้อง 낙 렁 가수

นักแสดง 낙 싸댕 배우

อาร์เจนตินา	아쩬띠나	명	아르헨티나
อารมณ์	아롬	명	기분, 감정
	อารมณ์ดี 아롬 디 기분이 좋다. **อารมณ์เสีย** 아롬 씨아 기분이 나쁘다.		
อาลัย	알라이	동	비애를 느끼다, 애수를 느끼다
อาวุธ	아웃	명	무기(武器)
อาวุโส	아우쏘	형 명	고위의, 성인을 위한 연장자, 손윗사람
อาศัย	아싸이	동	살다, 의지하다
อาศัยอยู่	아싸이 유	동	거주하다
อาหรับ	아랍	명	아랍
อาหาร	아한	명	음식
อาหารกลางวัน	아한 끌랑 완	명	점심 식사
อาหารเกาหลี	아한 까올리	명	한식
อาหารจานด่วน	아한 짠 두언	명	패스트푸드
อาหารชุดเกาหลี	아한 춧 까올리	명	백반
อาหารเช้า	아한 차오	명	아침 식사
อาหารญี่ปุ่น	아한 이뿐	명	일식
อาหารทะเล	아한 탈레	명	해산물
อาหารที่ทำจากนม	아한 티 탐 짝 놈	명	유제품

อาหารเที่ยง	아한 티양	명	점심 식사
อาหารเป็นพิษ	아한 뻰 핏	명	식중독
อาหารฝรั่ง	아한 파랑	명	양식, 서양 요리
อาหารมื้อเช้าควบกลางวัน	아한 므 차오 쿠업 끌랑 완	명	아점
อาหารเย็น	아한 옌	명	저녁식사
อาหารว่าง	아한 왕	명	간식, 다과, 가벼운 식사
อำนวย	암누어이	동	제공하다, 주다
อำนาจ	암낫	명	힘, 세력, 권력, 권한
อำเภอ	암프ㅓ	명	군(행정구역)
อำลา	암라	동	작별인사를 하다
อิจฉา	잇차	동	부러워하다, 부럽다, 시기하다, 질투하다
อินเดีย	인디야	명	인도
อินโดนีเซีย	인도니씨야	명	인도네시아
อินเทอร์เน็ต	인터넷	명	인터넷
อิ่ม	임	동	배부르다
อิรัก	이락	명	이라크
อิสรภาพ	잇싸라팝	명	자유
อิสราเอล	잇싸라엔	명	이스라엘
อิสลาม	잇쌀람	명	이슬람교, 회교
อิหร่าน	이란	명	이란

อีก	익		더, 또, 다시
อีกครั้ง	익 크랑		다시 한 번, 한번 더
อีกทั้ง	익 탕		그러면서
	สอบได้ อีกทั้งบอกว่าเป็นห่วงค่าเข้าเรียน 썹 다이 익탕 벅 와 뻰 후엉 카 카오 리안 합격했어요. 그러면서 등록금이 걱정이라고 했어요.		
อีกที	익 티		다시
อีกหน่อย	익 너이		조금 더
อีกทีหนึ่ง	익 티능		한 번 더
อีกา	이까	명	까마귀
อีเมล	이 멘	명	이메일
อียิปต์	이입	명	이집트
อีสาน	이 싼	명	이산(태국의 북동부 지역)
อึ	으	명 동	똥 대변보다
อึกทึก	윽까특	동	시끄럽다, 시끌벅적하다/요란하게, 시끄럽게
อึกอัก	윽악	동	급작스럽게, 즉시/아무 말도 못하다
อึดอัดใจ	읏앗 짜이	동	답답하다
อื่น	은	형	다른
อุจจาระ	웃짜라	명	대변
อุณหภูมิ	운하품	명	온도

อุด	웃	동	막다, 메우다, 틀어막다
อุดอู้	웃 우	동	숨이 막히다
อุดมสมบูรณ์	우돔쏨분	동	풍부하다, 충족하다
อุตสาหกรรม	웃싸하깜	명	산업
อุทธรณ์	웃턴	동	항소하다, 상고하다
อุทยานแห่งชาติ	웃타얀 행 찻	명	국립공원
อุ่น	운	동	따뜻하다, 미지근하다, 데우다
อุบัติเหตุ	우밧띠헷	명	사고
	เกิดอุบัติเหตุขึ้น 끗ㅓ 우밧띠헷 큰 사고가 났어요.		
อุปกรณ์	우빠껀	명	연장, 도구, 공구, 기구, 장치
อุปกรณ์ที่ใช้ในการเชียร์	우빠껀 티 차이 나이 깐 치야	명	응원 용품
อุปสรรค	우빠싹	명	장애, 장애물, 곤경
อุโมงค์	우몽	명	터널, 굴
อุ๊ยตาย	우이 따이		이런!
อู่ซ่อมรถ	우 썸 롯	명	자동차 정비소
เอกซเรย์	엑싸레	명	엑스레이
เอกราช	엑까랏	명	자주권, 독립, 자립
เอกสาร	엑까싼	명	서류, 문서
เอกสารการประชุม	엑까싼 깐 쁘라춤	명	회의 자료

เอกสารแนะนำตัวเอง	엑까싼 내남 뚜어 엥	명	자기소개서
เอกอัครราชทูต	엑악크라랏차툿	명	대사(외교관)
เอง	엥		바로, 자신, 스스로
เอ็นร้อยหวาย	엔 러이 와이	명	아킬레스건
เอว	에우	명	허리
เอา	아오	동	가지다, 하다 เอาอันนี้ดีกว่า 아오 안 니 디 꽈 이걸로 하는 게 낫겠어요.
เอาใจ	아오 짜이	동	달래다
เอาใจใส่	아오 짜이 싸이	동	배려하다, 주의를 기울이다, 유의하다, 관심을 두다
เอาชนะ	아오 차나	동	이기다, 승리를 거두다
เอามา	아오 마	동	가지고 오다
เอาเรื่อง	아오 르엉	동	문제를 일으키다, 분란을 일으키다, 일을 저지르다, 누를 끼치다
เอาใส่	아오 싸이	동	보관하다 ต้องเอาใส่ช่องฟรีซ 떵 아오 싸이 청 프릿 냉동실에 보관해야 해요.
เอาออก	아오 억	동	없애다, 제거하다
เอียง	이양	동	기울다, 젖혀지다

แอบ	앱	동	감추다, 숨기다, 가리다
แอ๊บแบ๊ว	앱 배우	동	아양을 떨다, 애교를 떨다
แอบรักข้างเดียว	앱 락 캉 디여우	명	짝사랑
แอปเปิ้ล	앱쁘ㅓ	명	사과
แอร์	애	명	에어컨
แอลกอฮอล์	앤꺼허	명	알코올
แอสไพริน	앳 파이 린	명	아스피린
ไอดี	아이 디	명	아이디(ID)
ไอน้ำ	아이 남	명	수증기
โอ้อวด	오 우엇	동	자랑하다, 뽐내다, 허풍 떨다
โอน	온	동	넘기다, 이양하다
โอนเงิน	온 응은ㅓ	동	이체하다 โอนเงินจากบัญชีประจำได้ไหม 온 응은ㅓ 짝 반치 쁘라짬 다이 마이 계좌에서 정기적으로 이체할 수 있어요?
โอนบัญชี	온 반치	동	송금하다
โอเปอเรเตอร์	오뻐레뜨ㅓ	명	오퍼레이터, 교환원
โอเลี้ยง	올 리양	명	올리양(태국의 전통 아이스 블랙 커피)
ไอ	아이	동 명	기침하다 증기, 스팀
ไอศกรีม	아이싸끄림	명	아이스크림

ฮ

ฮอกกี้	헉끼	명	하키
ฮ่องกง	헝꽁	명	홍콩
ฮันนีมูน	한니문	명	신혼여행
แฮม	햄	명	햄
แฮมเบอร์เกอร์	햄버꺼	명	햄버거
ไฮโดรเจน	하이드로쩬	명	수소[화학]

| SECTION 02 |

한국어
+
태국어 단어

| 태국어 필수 단어 |

ㄱ

가게	ร้าน	란
가격	ราคา	라카
가격을 낮추어 부르다	กดราคา	꼿 라카
가격을 매기다	ตีราคา	띠 라카
가구	เฟอร์นิเจอร์	풔니쯔ㅓ
가까운 시일 내에	ในเร็วๆนี้	나이 레우 레우 니
가까운, 친밀한	ใกล้ชิด	끌라이 칫
가까이, 인근에	ใกล้ ๆ	끌라이 끌라이
가깝다	ใกล้	끌라이
가끔	บางครั้ง	방 크랑
	บางที	방 티
가난하다	ยากจน	약 쫀
	จน	쫀
가늘다	บาง	방
가늠하다	ประมาณ	쁘라만
가능성	ความเป็นไปได้	쾀 뻰 빠이 다이
가능성이 없다	เป็นไปไม่ได้	뻰 빠이 마이 다이
가능성이 있다	เป็นไปได้	뻰 빠이 다이
가다	ไป	빠이
가담하다	เข้าร่วม	카오 루엄

가득하다, 차다	เต็ม	뗌
가래, 담	เสมหะ	쎔하
가려움증	อาการคัน	아깐 칸
가렵다, 근지럽다	คัน	칸
가로	แนวนอน	내우넌
가루, 분말	ผง	퐁
가루를 반죽하다	นวดแป้ง	누엇 뺑
가루약	ยาผง	야 퐁
가르마	แสก	쌕
가르치다	สอน	썬
가리키다	ชี้	치
가맹점주	เจ้าของร้านแฟรน ไชส์	짜오 컹 란 프랜차이
가물다	แล้ง	랭
가뭄	ความแห้งแล้ง	쾀 행랭
가방	กระเป๋า	끄라빠오
가볍다	เบา	바오
가사	เนื้อเพลง	느어 플렝
가수	นักร้อง	낙렁
가스	แก๊ส	깻
	ก๊าซ	깟
가스를 넣다	เติมแก๊ส	뜸ㅓ 깻
가슴	หน้าอก	나 옥

가슴이 방망이질하다, 심쿵하다	ใจเต้นแรง	짜이 뗀 랭
가슴이 설레다, 흥분하다, 들뜨다	ใจเต้น	짜이 뗀
가시	หนาม	남
가엾다, 불쌍하다	น่าสงสาร	나 쏭싼
가운	เสื้อคลุม	쓰어 클룸
가운데에, 중간에	ตรงกลาง	뜨롱 끌랑
가위	กรรไกร	깐 끄라이
가을	ฤดูใบไม้ร่วง	르두 바이 마이 루엉
가이드, 안내인	ไกด์	까이
	มัคคุเทศก์	막쿠텟
가장 빠르다	เร็วที่สุด	레우 티쑷
가장, 최고, 최대	ที่สุด	티 쑷
가정 형편	ฐานะทางครอบครัว	타나 탕 크럽 크루어
가정부	แม่บ้านรับจ้าง	매반 랍짱
가정주부	แม่บ้าน	매 반
가정하다, 추정하다	สมมุติ	쏨 뭇
가져가다	เอาไป	아오 빠이
	นำไป	남 빠이
가져오다	เอามา	아오 마
	นำมา	남 마
가족, 가정	ครอบครัว	크럽 크루어

가죽	หนัง	낭
가지(종류)	อย่าง	양
가지[채소]	มะเขือ	마크어
가지다, 하다	เอา	아오
가창력	ความสามารถในการร้องเพลง	쾀 싸맛 나이 깐 렁 플렝
가축	สัตว์เลี้ยง	쌋 리양
가파른 길	ทางลาด	탕 랏
각각, 각자	ต่าง	땅
각색하다, 개조하다	ดัดแปลง	닷 쁠랭
각질	เซลล์ผิวที่ตายแล้ว	쎈 피우 티 따이 래우
간(肝)	ตับ	땁
간식, 가벼운 식사	อาหารว่าง	아한 왕
간장(양념)	ซีอิ๊ว	씨 이우
간접	ทางอ้อม	탕 엄
간접세	ภาษีทางอ้อม	파씨 탕 엄
간지럼을 태우다, 간질이다, 간지럽다	จั๊กจี้	짝까찌
간직하다	เก็บไว้	껩 와이
간청하다	ขอร้อง	커 렁
간호사	นางพยาบาล	낭 파야반
간호하다	พยาบาล	파야반
갈등	ความขัดแย้ง	쾀 캇얭

갈라지다	แตก	땍
	แยก	액
갈망하다	กระหาย	끄라하이
갈매기	นกนางนวล	녹 낭누언
갈비탕	แกงซี่โครง	깽 씨크롱
갈색	สีน้ำตาล	씨 남 딴
갈아타다(차를)	เปลี่ยนรถ	쁠리안 롯
	ต่อรถ	떠 롯
갈증이 나다	กระหายน้ำ	끄라하이 남
갈치	ปลาดาบ	쁠라 답
감[과일]	ลูกพลับ	룩 플랍
감금하다, 가두다	ขัง	캉
감기	ไข้หวัด	카이 왓
	หวัด	왓
감기약	ยาแก้หวัด	야 깨 왓
감독하다	ควบคุม	쿠업 쿰
	กำกับ	깜깝
감명	ความประทับใจ	쾀 쁘라탑 짜이
감명 받다, 감동하다	ประทับใจ	쁘라탑 짜이
감사 드리다	ขอบพระคุณ	컵 프라쿤
감사부(監査部)	ฝ่ายตรวจสอบ	퐈이 뜨루엇 썹
감상	ความชื่นชม	쾀 츤 촘
감소시키다	ทำให้ต่ำลง	탐 하이 땀 롱

감소하다	ลดลง	롯 롱
감속하다	เบารถ	바오 롯
감염되다	ติดเชื้อ	띳 츠어
감자[식물]	มันฝรั่ง	만 퐈랑
감자 피자	พิซซ่าหน้ามันฝรั่ง	핏싸 나 만 퐈랑
감추다	ซ่อน	썬
감칠맛 나다, 맛이 적당하다	กลมกล่อม	끌롬 끌럼
갑자기, 즉각	กะทันหัน	까탄한
값을 흥정하다	ต่อราคา	떠 라카
강(江)	แม่น้ำ	매 남
강간하다	ข่มขู่	콤 쿠
강대국	ประเทศมหาอำนาจ	쁘라텟 마하 암낫
강사	ครูสอนพิเศษ	크루 썬 피쎗
	วิทยากร	윗타야 껀
강아지	ลูกหมา	룩 마
강요하다	บังคับ	방캅
강의하다	บรรยาย	반야이
강장제	ยาบำรุง	야 밤룽
강조하다	เน้น	넨
강황 가루	ผงขมิ้น	퐁 카민
갖고 싶다	อยากได้	약 다이
같다	เหมือน	므언
	เท่ากัน	타오 깐

갚다	คืนให้	큰 하이
	ชดใช้	촛 차이
개	สุนัข	쑤낙
	หมา	마
~개(계란을 셀 때)	ฟอง	펑
~개(과일, 공을 셀 때)	ลูก	룩
개 조심	ระวังสุนัข	라왕 쑤낙
개구리	กบ	꼽
개막식	พิธีเปิด	피티 쁫ㅓ
개미	มด	못
개발하다	พัฒนา	팟타나
개선하다	ปรับปรุง	쁘랍 쁘룽
	แก้ไข	깨 카이
개성	บุคลิกลักษณะ	북카릭 락싸나
개수통	ถังอ่างล้างชาม	탕 앙랑 참
개울, 시내, 하천	ลำธาร	람탄
개인	บุคคล	북콘
개인 물품	ของส่วนตัว	컹 쑤언 뚜어
개인 소지품	ของใช้ส่วนตัว	컹 차이 쑤언 뚜어
개점하다	เปิดร้าน	쁫ㅓ 란
개정하다	แก้ไข	깨 카이
개천절	วันแห่งชาติ	완 행 찻

개피(담배를 셀 때)/ (담배를) 말다	มวน	무̄언
개학하다	เปิดเทอม	뿟̀ㅓ 틈̄ㅓ
개회식	พิธีเปิดงาน	피́티 뿟̀ㅓ 응̄안
거기, 그곳	ที่นั่น	티̂ 난̂
거름, 퇴비	ปุ๋ยธรรมชาติ	뿌̌이 탐̄마́찻̂
거리(간격)	ระยะทาง	라́야́ 탕̄
거리(도로)	ถนน	타̀논̌
거미	แมงมุม	맹̄ 뭄̄
거북이	เต่า	따̀오
거슬러 주다	ทอน	턴̄
거실	ห้องนั่งเล่น	헝̂ 낭̂ 렌̂
거위	ห่าน	한̀
거의	เกือบ	끄̀업
	แทบ	탭̂
	จวน	쭈̄언
거인	ยักษ์	약́
거절하다	ปฏิเสธ	빠̀띠̀쎗̀
거주지, 주소	ถิ่นที่อยู่	틴̀ 티̂ 유̀
거주하다	อาศัยอยู่	아̄싸̌이 유̀
거지	ขอทาน	커̌ 탄̄
거짓말하다	โกหก	꼬̄혹̀
	พูดโกหก	풋̂ 꼬̄혹̀
거짓인, 허위인	เท็จ	텟́

거칠다(언행이)	หยาบ	얍
	รุนแรง	룬랭
거품	ฟอง	펑
걱정하다	เป็นห่วง	뻰 후엉
	กังวล	깡원
	กลุ้มใจ	끌룸 짜이
건강	สุขภาพ	쑥카팝
건강하다	แข็งแรง	캥 랭
건기	หน้าแล้ง	나 랭
건너다, 넘다	ข้าม	캄
건립하다, 설립하다, 세우다	ก่อตั้ง	꺼 땅
건물	ตึก	뜩
	อาคาร	아칸
건배하다	ดื่มฉลอง	듬 찰렁
건설 노동자	ช่างก่อสร้าง	창 꺼쌍
건설하다	สร้าง	쌍
건의	การเสนอ	깐 싸너
	ข้อเสนอ	커 싸너
건조 식품	ของแห้ง	컹 행
건조하다	แห้ง	행
건축가	สถาปนิก	싸타빠닉
건축하다, 짓다	ก่อสร้าง	꺼쌍
걷기	การเดิน	깐 든ㅓ

걷다	เดิน	든ㅓ
걸다, 매달다	แขวน	쾐
걸맞다	สม	쏨
걸어가다	เดินไป	든ㅓ 빠이
걸음, 걸음걸이	ก้าว	까우
검다(黑)	ดำ	담
검문소	ด่านตรวจ	단 뜨루엇
검사(檢事)	อัยการ	아이야깐
검사하다	ตรวจ	뜨루엇
	ตรวจสอบ	뜨루엇 썹
검은색	สีดำ	씨 담
검지	นิ้วชี้	니우 치
검진하다	ตรวจ	뜨루엇
겁(소심)	ความขลาด	쾀 클랏
겁내다	หวาดกลัว	왓 끌루어
겉	ด้านนอก	단 넉
겉모습	รูปลักษณ์ภายนอก	룹 락 파이 넉
게[갑각류]	ปู	뿌
게다가	ยิ่งกว่านั้น	잉꽈난
게시 글	โพสต์	폿
게으르다, 게으름 피우다	ขี้เกียจ	키 끼얏
	เกียจคร้าน	끼얏 크란
게임	เกม	껨

겨루다	แข่งขัน	캥칸
	ประกวด	쁘라꾸엇
	สู้	쑤
겨울	ฤดูหนาว	르두 나우
	หน้าหนาว	나 나우
겨자	มัสตาร์ด	맛싸땃
격려하다	ให้กำลังใจ	하이 깜랑 짜이
격렬하게 부딪치다	กระแทก	끄라택
격언	คำพังเพย	캄 팡프ㅓ이
격찬하다, 찬탄하다	ยกย่อง	욕 영
겪다	ได้รับ	다이 랍
	ประสบ	쁘라솝
견디다	ทน	톤
	อดทน	옷 톤
견인하다	ลาก	락
견적서	ใบเสนอราคา	바이 싸너 라카
견학	ทัศนศึกษา	탓싸나 쓱싸
견해	ความเห็น	쾀 헨
	ทัศนคติ	탓싸나 카띠
결과	ผล	폰
결국	จนได้	쫀 다이
결단	การตัดสิน	깐 땃씬

결론을 내리다	ลงความเห็น	롱 쾀헨
결석하다	ขาดเรียน	캇 리안
결승	รอบชนะเลิศ	럽 차나 릇ㅓ
결심	การตัดสินใจ	깐 땃씬 짜이
	ความตั้งใจ	쾀 땅 짜이
결심하다	ตั้งใจ	땅 짜이
	ตัดสินใจ	땃씬 짜이
결점	ข้อเสียเปรียบ	커 씨야 쁘리얍
결정하다	ตัดสินใจ	땃씬 짜이
	ตกลงใจ	똑롱 짜이
결핍되다, ~이 없다	ไร้	라이
결핵	วัณโรค	완나록
결혼식	งานแต่งงาน	응안 땡응안
결혼하다	แต่งงาน	땡 응안
겸손하다	อ่อนน้อม	언 넘
겹치다	ทับกัน	탑 깐
	ซ้อนกัน	썬 깐
경고문	ข้อความเตือน	커쾀 뜨언
경고하다	ตักเตือน	딱 뜨언
경기, 경련, 발작	ลมชัก	롬 착
경기, 시합, 경쟁	การแข่งขัน	깐 캥칸
경기 종목	ประเภทกีฬา	쁘라펫 낄라
경력	ประสบการณ์ทำงาน	쁘라쏩깐 탐응안

경련	การชัก	깐 착
경련하다	ชัก	착
경로(지나는 길)	เส้นทาง	쎈 탕
경리부	แผนกบัญชี	파낵 반치
경멸하다, 업신여기다	ดูถูก	두 툭
경비, 비용	ค่าใช้จ่าย	카 차이 짜이
경비원	ยาม	얌
	พนักงานรักษาความปลอดภัย	파낙 응안 락싸 쾀 쁠럿 파이
경솔한 짓을 하다	วู่วาม	우왐
경영진, 경영자	ผู้บริหาร	푸 버리한
경영하다	บริหาร	버리한
경위(涇渭)	รายละเอียด	라이 라이얏
경쟁률	อัตราการแข่งขัน	앗뜨라 깐 캥칸
경쟁자	คู่แข่ง	쿠 캥
경쟁하다	แข่งขัน	캥 칸
경적 금지	ห้ามบีบแตร	함 빕뜨래
경제	เศรษฐกิจ	쎗타낏
경제학	เศรษฐศาสตร์	쎗타쌋
경직되다	แข็ง	캥
경찰	ตำรวจ	땀루엇
경찰서	สถานีตำรวจ	싸타니 땀루엇

경축하다	ฉลอง	찰렁
경치	ทิวทัศน์	티우 탓
	วิว	위우
경합하다	ประกวด	쁘라꾸엇
경험	ประสบการณ์	쁘라쏩 깐
계급	ชนชั้น	촌 찬
	ยศ	욧
계단	บันได	반 다이
계란 프라이	ไข่ดาว	카이 다우
계란 부침	ไข่เจียว	카이 찌여우
계란찜	ไข่ตุ๋น	카이 뚠
계모, 의붓어머니, 양모	แม่เลี้ยง	매 리양
계산하다	คำนวณ	캄누언
계속하다	ต่อ	떠
	ต่อเนื่อง	떠 느엉
계약	สัญญา	싼야
계약 조항	ข้อสัญญา	커 싼야
계약금	เงินมัดจำ	응은 맛짬
계약서	หนังสือสัญญา	낭쓰 싼야
계약하다	ทำสัญญา	탐 싼야
	สัญญา	싼야
계장[직위]	หัวหน้าหน่วยงาน	후어 나 누어이 응안

계절	ฤดู	르두
	หน้า	나
계좌를 개설하다	เปิดบัญชี	쁫ㅓ 반치
계좌를 해지하다	ปิดบัญชี	삣 반치
계층	ชนชั้น	촌 찬
계획	โครงการ	크롱 깐
	แผน	팬
계획하다	วางแผน	왕 팬
	วางโครงการ	왕 크롱깐
고가도로	ทางยกระดับ	탕 욕 라답
고개를 돌리다	หันหน้า	한 나
고개를 숙이다	ก้มหน้า	꼼 나
고객	ลูกค้า	룩 카
고고학자	นักโบราณคดี	낙 보란카디
고구마	มันเทศ	만 텟
고글	แว่นตากันลม	왠따 깐 롬
고기, 살	เนื้อ	느어
고다, 뭉근히 끓이다	ตุ๋น	뚠
고대의	โบราณ	보란
고동치다	เต้น	뗀
고등어	ปลาซาบะ	쁠라 싸바
고등학교	มัธยมปลาย	맛타욤 쁠라이

고등학생	นักเรียนมัธยมปลาย	낙 리안 맛타욤 쁠라이
고래	ปลาวาฬ	쁠라 완
고려하다	พิจารณา	핏짜라나
고르다, 선택하다	เลือก	르억
고름	หนอง	넝
고마워(손아랫사람에게 사용)	ขอบใจ	컵 짜이
고맙다, 감사하다	ขอบคุณ	컵 쿤
고모	ป้า	빠
고무	ยาง	양
고무 도장	ตรายาง	뜨라 양
고무장갑	ถุงมือยาง	퉁므 양
고민하다, 걱정되다	กลุ้ม	끌룸
고발	การแจ้งความ	깐 쨍쾀
고발하다	ฟ้องร้อง	펑 렁
	แจ้งความ	쨍 쾀
고백하다	สารภาพ	싸라팝
고생하다	ลำบาก	람박
	เป็นทุกข์	뻰 툭
고소공포증	โรคกลัวความสูง	록 끌루어 쾀쑹
고소하다	ฟ้องร้อง	펑 렁
고속도로	ทางด่วน	탕 두언
고속도로 통행료	ค่าทางด่วน	카 탕 두언

고속버스	รถทัวร์	롯 투어
	รถบัสด่วน	롯 밧 두언
고속열차(KTX)	รถไฟความเร็วสูง	롯 퐈이 쾀 레우 쑹
고아가 되다	กำพร้า	깜 프라
고양이	แมว	매우
고열	ไข้สูง	카이 쑹
고요하다	เงียบ	응이얍
고용	การจ้าง	깐 짱
고용주	นายจ้าง	나이 짱
고용하다	จ้าง	짱
고위직	ระดับสูง	라답 쑹
고장나다	เสีย	씨아
고졸자	ผู้ที่จบการศึกษา ระดับมัธยมปลาย	푸티쫍 깐쓱싸 라답 맛타욤 쁠라이
고추	พริก	프릭
고추장	ซอสพริก	썻 프릭
고치다	ซ่อม	썸
	แก้ไข	깨 카이
고통 받다, 시달리다	ทุกข์	툭
고통스럽다	เดือดร้อน	드엇 런
고프다	หิว	히우
고향	บ้านเกิด	반 껏ㅓ
고혈압	ความดันโลหิตสูง	쾀 단 로힛 쑹

곡(曲)	ทำนองเพลง	탐 넝 플렝
곡선, 커브	เส้นโค้ง	쎈 콩
곤충, 벌레	แมลง	말랭
곧, 머지않아, 조만간	ในไม่ช้า	나이 마이 차
곧다	ตรง	뜨롱
곧장, 직진	ตรงไป	뜨롱 빠이
골동품	ของเก่า	컹 까오
골목	ซอย	써이
골목 어귀	ปากซอย	빡 써이
골반	สะโพก	싸폭
골짜기, 계곡	หุบเขา	훕 카오
골프	กอล์ฟ	껍
곪다	เป็นหนอง	뻰 넝
곰	หมี	미
곰팡이	รา	라
곰팡이균	เชื้อรา	츠어 라
곱, ~배	เท่า	타오
곱슬곱슬한, 웨이브가 있는	หยิก	익
곳[장소]	แหล่ง	랭
공	ลูกบอล	룩번
공간	พื้นที่ว่าง	픈 티 왕
공고문	ใบประกาศ	바이 쁘라깟

ㄱ
ㄴ
ㄷ
ㄹ
ㅁ
ㅂ
ㅅ
ㅇ
ㅈ
ㅊ
ㅋ
ㅌ
ㅍ
ㅎ

공고하다	ประกาศ	쁘라깟
공구	เครื่องมือ	크르엉 므
공군	ทหารอากาศ	타한 아깟
공기(空氣)	อากาศ	아깟
공기(空器)	ถ้วย	투어이
공동체	ชมรม	촘롬
공무원	ข้าราชการ	카랏차깐
공복이다	ท้องว่าง	텅 왕
공사(工事)	การก่อสร้าง	깐 꺼 쌍
공사(公使)	อัครราชทูต	악크라랏차툿
공사(公社), 국영기업	รัฐวิสาหกิจ	랏타위싸하낏
공손하다	สุภาพ	쑤팝
공원	สวนสาธารณะ	쑤언 싸타라나
공장	โรงงาน	롱 응안
공중위생	สาธารณสุข	싸타라나 쑥
공직	ราชการ	랏차깐
공책, 노트	สมุด	싸뭇
공포, 두려움	ความกลัว	쾀 끌루어
공포 영화	หนังผี	낭 피
	หนังสยองขวัญ	낭 싸영 콴
공학	วิศวกรรม	윗싸와깜
공항	สนามบิน	싸남 빈

공항 철도	รถไฟฟ้าระหว่างสนามบิน	롯 파이 퐈 라왕 싸남빈
과거, 옛날	อดีต	아딧
과목	วิชา	위차
과수원	สวนผลไม้	쑤언 폰라마이
과일	ผลไม้	폰라마이
과자	ขนม	카놈
과장[직위]	หัวหน้าแผนก	후어 나 파낵
과정, 절차	กระบวนการ	끄라부언 깐
과학	วิทยาศาสตร์	윗타야쌋
과학자	นักวิทยาศาสตร์	낙 윗타야쌋
관, 파이프	ท่อ	터
관계	ความสัมพันธ์	쾀 쌈판
관계가 있다	เกี่ยว	끼여우
관광 가이드	ไกด์ท่องเที่ยว	까이 텅 티여우
관광 비자	วีซ่าท่องเที่ยว	위싸 텅 티여우
관광 안내소	ศูนย์ข้อมูลการท่องเที่ยว	쑨 커문 깐 텅 티여우
관광객, 여행객	นักท่องเที่ยว	낙 텅 티여우
관광지	แหล่งท่องเที่ยว	랭 텅 티여우
관광하다	ท่องเที่ยว	텅 티여우
관념	ทัศนคติ	탓싸나 카띠
관람차	ชิงช้าสวรรค์	칭차 싸완
관람하다	เข้าชม	카오 촘

관련	ความเกี่ยวข้อง	쾀 끼여우 컹
	ความสัมพันธ์	쾀 쌈판
관련되다, 관계가 있다, 연계되다	เกี่ยวข้อง	끼여우 컹
	สัมพันธ์	쌈판
관리자, 감독	หัวหน้างาน	후어 나 응안
관세	ภาษีศุลกากร	파씨 쑨라까껀
관심	ความสนใจ	쾀 쏜 짜이
관심을 갖다	มีความสนใจ	미 쾀 쏜짜이
	สนใจ	쏜짜이
관용어, 숙어, 사자성어	สำนวน	쌈누언
관절, 마디	ข้อต่อ	커 떠
관절염	ข้ออักเสบ	커 악쎕
관중, 관람객	ผู้ชม	푸 촘
관찰하다	สังเกต	쌍껫
관할 경찰서	สถานีตำรวจของเขต	싸타니 땀루엇 컹 켓
관할하다	ควบคุม	쿠업 쿰
괄호	วงเล็บ	웡 렙
광고	โฆษณา	콧싸나
광고인	นักโฆษณา	낙 콧싸나
광물, 광석	แร่	래
광복절	วันเอกราช	완 엑까랏
광천수	น้ำแร่	남 래
광택 소재	วัสดุมันเงา	왓싸두 만 응아오

괜찮다	ไม่เป็นไร	마̂이 뻰̄ 라̄이
괭이[농기계]	เสียม	씨̌얌
괴롭다	เป็นทุกข์	뻰̄ 툭́
괴롭힘을 당하다	ถูกข่มเหง	툭̀ 콤̀헹̌
교감(校監)	รองผู้อำนวยการโรงเรียน	렁̄ 푸̂ 암̄누̄어이 깐̄ 롱̄리̄안
교과서	แบบเรียน	뱁̀ 리̄안
	ตำรา	땀̄라̄
교대하다, 교체하다	สลับ	싸̀랍̀
교복	ชุดนักเรียน	춧́ 낙́리̄안
교사	ครู	크루̄
교수	อาจารย์	아̄짠̄
교실	ห้องเรียน	헝̂ 리̄안
교우, 친구	เพื่อน	프̂언
	มิตร	밋́
교육 과정, 교수 요목, 강좌	หลักสูตร	락̀ 쑷̀
교육 기관	สถาบันการศึกษา	싸̀타̌반̄ 깐̄쓱̀싸̌
교육하다	อบรม	옵̀롬̄
교장	ครูใหญ่	크루̄ 야̀이
	ผู้อำนวยการโรงเรียน	푸̂ 암̄누̄어이 깐̄ 롱̄리̄안
교제하다	คบหา	콥́하̌

교통	การจราจร	깐 짜라쩐
	การคมนาคม	깐 카마나콤
교통 신호	สัญญาณจราจร	싼얀 짜라쩐
	สัญญาณไฟจราจร	싼얀 퐈이 짜라쩐
교통 신호등	สัญญาณไฟ	싼얀 퐈이
교통 체증	รถติด	롯 띳
	การจราจรติดขัด	깐 짜라쩐 띳캇
교통 카드	บัตรโดยสารสาธารณะ	밧 도이싼 싸타라나
교통 표지판	ป้ายจราจร	빠이 짜라쩐
교통경찰	ตำรวจจราจร	땀루엇 짜라쩐
교환하다	แลกเปลี่ยน	랙 쁠리얀
교활하다, 잔꾀를 부리다	ขี้โกง	키 꽁
교회	โบสถ์	봇
교훈	บทเรียน	봇 리안
구[문법], 구절, 관용구	วลี	왈리
구(행정구역)	เขต	켓
구걸하다	ขอทาน	커 탄
구겨지다, 주름지다	ยับ	얍
구경하다	ชม	촘
구급차	รถพยาบาล	롯 파야반

구두	รองเท้า	렁 타오
구름	เมฆ	멕
구리, 동(銅)	ทองแดง	텅 댕
구매력	กำลังซื้อ	깜랑 쓰
구매부	ฝ่ายจัดซื้อ	퐈이 짯쓰
구멍	รู	루
구분하다	แบ่ง	뱅
구성원	สมาชิก	싸마칙
구성하다	ประกอบ	쁘라껍
구식의	โบราณ	보란
구어(口語)	ภาษาพูด	파싸 풋
구역질 나다, 메스껍다	คลื่นไส้	클른 싸이
구운 생선	ปลาย่าง	쁠라 양
9월	กันยายน	깐야욘
구인 광고	ประกาศรับสมัครงาน	쁘라깟 랍 싸막 응안
구직하다, 입사 지원하다	สมัครงาน	싸막 응안
구토하다	อาเจียน	아찌얀
구하기 어렵다, 귀하다(드물다)	หายาก	하 약
구하다, 찾다	หา	하
국, 탕	แกง	깽

ㄱ ㄴ ㄷ ㄹ ㅁ ㅂ ㅅ ㅇ ㅈ ㅊ ㅋ ㅌ ㅍ ㅎ

국가	ประเทศ	쁘라텟
	ชาติ	찻
국가 대표 선수	นักกีฬาทีมชาติ	낙 낄라 팀 찻
국가 번호	รหัสประเทศ	라핫 쁘라텟
국가원수, 우두머리, 지도자, 최고위자	ประมุข	쁘라묵
국경, 경계, 한계	ขอบเขต	컵 켓
국경일	วันชาติ	완 찻
	วันนักขัตฤกษ์	완 낙캇륵
국군의 날	วันทหาร	완 타한
국기	ธงชาติ	통 찻
국내 항공사	สายการบินในประเทศ	싸이 깐빈 나이 쁘라텟
국내선	เครื่องภายในประเทศ	크르엉 파이 나이 쁘라텟
국내여행	การท่องเที่ยวในประเทศ	깐 텅 티여우 나이 쁘라텟
국도(國道)	ถนนหลวง	타논 루엉
국립, 국가의	แห่งชาติ	행 찻
국립공원	อุทยานแห่งชาติ	웃타얀 행 찻
국립대학교	มหาวิทยาลัยรัฐ	마하 윗타야라이 랏
국물	น้ำแกง	남 깽
국민	ประชาชน	쁘라차 촌
국세청	กรมสรรพากร	끄롬 싼파껀

국수	บะหมี่	바미
	ก๋วยเตี๋ยว	꾸어이 띠여우
국악	ดนตรีเกาหลีแบบโบราณ	돈뜨리 까올리 뱁 보란
국어	ภาษาประจำชาติ	파싸 쁘라짬 찻
국왕	พระมหากษัตริย์	프라 마하까쌋
국적	สัญชาติ	싼찻
국제 무역	การค้าระหว่างประเทศ	깐카 라왕 쁘라텟
국제 특급	ไปรษณีย์ด่วนพิเศษ	쁘라이싸니 두언 피쎗
국제운전면허증	ใบขับขี่ระหว่างประเทศ	바이 캅 키 라왕 쁘라텟
국제적인	ระหว่างประเทศ	라왕 쁘라텟
	สากล	싸꼰
국제학교	โรงเรียนนานาชาติ	롱 리안 나나 찻
국화(國花)	ดอกไม้ประจำชาติ	덕 마이 쁘라짬 찻
국화(菊花)	เก๊กฮวย	껙 후어이
국회	รัฐสภา	랏타 싸파
	สภาผู้แทนราษฎร	싸파 푸탠 랏싸던
국회의원	สมาชิกรัฐสภา	싸마칙 랏타싸파
군(郡)	อำเภอ	암프ㅓ
군 캠프, 군 주둔지	ค่ายทหาร	카이 타한
군대	กองทัพ	껑 탑

군사력, 병력	กำลังทหาร	깜랑 타한
군인	ทหาร	타한
군중	ผู้ชุมนุม	푸 춤눔
굳건하다	มั่นคง	만콩
굳다, 경직되다	แข็ง	캥
	แข็งตัว	캥 뚜어
굴	หอยนางรม	허이 낭롬
굴리다	กลิ้ง	끌링
굶다, 굶주리다	อดข้าว	옷 카우
	อดอยาก	옷 약
굶어 죽다	อดตาย	옷 따이
(불에) 굽다	ย่าง	양
	ปิ้ง	삥
(도로 등이) 굽다	โค้ง	콩
궁금하다	สงสัย	쏭싸이
	อยากรู้	약 루
궁전	วัง	왕
(책, 잡지, 과도를 셀 때) 권, 자루	เล่ม	렘
권리	สิทธิ์	씻
권유하다	ชักชวน	착 추언
권투	มวย	무어이
권한, 권력	อำนาจ	암낫

궤도	ราง	랑
	วงโคจร	웡 코쩐
귀	หู	후
귀가 먹은, 청각 장애가 있는	หนวก	누억
귀가 아프다	ปวดหู	뿌엇 후
귀가하다	กลับบ้าน	끌랍 반
귀걸이	ตุ้มหู	뚬 후
	ต่างหู	땅 후
귀엽다, 사랑스럽다	น่ารัก	나 락
귀중품	ของมีค่า	컹 미 카
귀찮게 하다	รบกวน	롭꾸언
귀찮다	เบื่อ	브어
	รำคาญ	람칸
귀하(2인칭)	ท่าน	탄
귀하다, 고귀하다	มีค่า	미 카
귓속말하다	กระซิบ	끄라씹
규율	วินัย	위나이
규정, 원칙	ข้อบังคับ	커 방캅
규정하다	กำหนด	깜놋
규칙	กฎ	꼿
	ข้อบังคับ	커 방캅
	ระเบียบ	라비얍

균형 잡히다	สมดุล	쏨둔
균형감	การรับรู้การทรงตัว	깐 랍루 깐 쏭 뚜어
귤	ส้มจีน	쏨 찐
그(3인칭)	เขา	카오
그, 저	นั้น	난
그 밖에	นอกจากนั้น	넉 짝 난
그것	นั่น	난
그네	ชิงช้า	칭 차
그녀	เธอ	트ㅓ
	หล่อน	런
그늘지다	ร่ม	롬
그다지 ~하지 않다, 별로 ~하지 않다	ไม่ค่อย	마이 커이
그래도	ยังไงก็	양 응아이 꺼
그러나, 하지만	แต่	때
	แต่ว่า	때와
그러면, 그렇다면	ถ้าอย่างนั้น	타 양 난
	งั้น	응안
	ถ้างั้น	타 응안
그러면서	อีกทั้ง	익 탕

그러므로	จึง	쯩
	ฉะนั้น	차난
	เพราะฉะนั้น	프러 차난
	ดังนั้น	당 난
	ด้วยเหตุนี้	두어이 혯 니
그렇게	อย่างนั้น	양 난
그렇지 않으면	มิฉะนั้น	미차난
그루(나무나 기둥을 셀 때)	ต้น	똔
그룹	กลุ่ม	끌룸
	หมู่	무
그릇, 용기	ภาชนะ	파차나
	ชาม	참
	ถ้วย	투어이
그리고	และ	래
그리고 나서, 그러면	แล้ว	래우
그리다	วาด	왓
그리스	กรีซ	끄릿
그림	ภาพ	팝
	รูปภาพ	룹 팝
그림을 그리다	วาดภาพ	왓 팝
그림자	เงา	응아오
그만큼, 그런 정도	ขนาดนั้น	카낫 난

그물	ตาข่าย	따 카이
	แห	해
그분(3인칭)	ท่าน	탄
그저께	เมื่อวานซืน	므어 완쓴
극장	โรงละคร	롱 라컨
	โรงภาพยนตร์	롱 팝파욘
근로자	คนงาน	콘 응안
근로자의 날	วันแรงงาน	완 랭 응안
근무 교대 시간	กะ	까
근무 성적	ผลการทำงาน	폰 깐 탐 응안
근무시간	เวลาทำงาน	웰라 탐 응안
근시	สายตาสั้น	싸이 따 싼
근심, 걱정	ความกังวล	쾀 깡원
근육	กล้ามเนื้อ	끌람 느어
근육 이완제	ยาคลายกล้ามเนื้อ	야 클라이 끌람 느어
근절하다	กำจัด	깜짯
근지럽다	คัน	칸
근처	แถว	태우
글씨, 필적	ลายมือ(ตัวอักษร)	라이 므 (뚜어 악썬)
글자	อักษร	악썬
	ตัวอักษร	뚜어 악썬
긁다	เกา	까오
	ขูด	쿳

긁히다	ถูกขูด	툭 쿳
금, 황금	ทอง	텅
금고	ตู้เซฟ	뚜 쎕
금리	อัตราดอกเบี้ย	앗뜨라 덕비야
금메달	เหรียญทอง	리얀텅
금색	สีทอง	씨 텅
금성	ดาวศุกร์	다우 쑥
금속	โลหะ	로하
금연하다	เลิกบุหรี่	특ㅓ 부리
금요일	วันศุกร์	완 쑥
금융	การเงิน	깐 응은ㅓ
금지구역	เขตหวงห้าม	켓 후엉 함
금지하다	ห้าม	함
급(級), 등급	เกรด	끄렛
급여명세서	สลิปเงินเดือน	쌀립 응은ㅓ 드언
급작스럽게, 갑자기, 즉시	อึกอัก	윽악
급하다	เร่งด่วน	렝 두언
	รีบเร่ง	립 렝
긋다(줄을)	ขีด(เส้น)	킷 쎈
기각하다	ยกฟ้อง	욕 펑
기간, 시기	ช่วง	추엉
	ระยะ	라야
기간 만료일	วันที่หมดอายุ	완 티 못 아유

기계	เครื่องจักร	크르엉 짝
기관	สถาบัน	싸타반
기관장	ผู้อำนวยการ	푸 암누어이 깐
기관지염	โรคหลอดลมอักเสบ	록 럿롬 악쎕
기념우표	แสตมป์ที่ระลึก	싸땜 티 라륵
기념품	ของที่ระลึก	컹 티 라륵
기념하다	เป็นที่ระลึก	뻰 티 라륵
기다, 기어가다	คลาน	클란
기다리다	คอย	커이
	รอ	러
기대하다	คาดหวัง	캇 왕
기도하다	อธิษฐาน	아팃탄
기둥	เสา	싸오
기록하다, 기재하다	บันทึก	반특
기르다	เลี้ยง	리양
(식물을) 기르다	เพาะปลูก	퍼 쁠룩
기름	น้ำมัน	남만
기름을 채우다	เติมน้ำมัน	뜸ㅓ 남만
기름 값	ค่าน้ำมัน	카 남만
기반	ฐาน	탄
기반을 잡다	ก่อร่างสร้างตัว	꺼랑 쌍뚜어
기부하다	บริจาค	버리짝
기분, 감정	อารมณ์	아롬

기분전환하다	แก้กลุ้ม	깨 끌룸
기쁘다	ดีใจ	디 짜이
	ยินดี	인디
	ปลื้มใจ	쁠름 짜이
기쁨, 축하	ความยินดี	쾀 인디
기사(記事), 뉴스	เนื้อข่าว	느어 카우
기생충	พยาธิ	파야티
기소(起訴)	การกล่าวโทษ	깐 끌라우 톳
기소하다	ยื่นฟ้อง	이은 퐁
기숙사	หอพัก	허 팍
기숙학교	โรงเรียนประจำ	롱 리안 쁘라짬
기술	เทคนิค	텍닉
기술자	ช่าง	창
기어(gear)	เกียร์	끼야
기어오르다, 오르다	ไต่	따이
기억하다	จำ	짬
기온	อุณหภูมิ	운하품
기와	กระเบื้อง	끄라브엉
기울다, 젖혀지다	เอียง	이양
기원, 근원	กำเนิด	깜늣ㅓ
기원하다	อธิษฐาน	아팃탄
기입하다, 작성하다	กรอก	끄럭

기자	นักข่าว	낙 카우
기재하다	บันทึก	반특
	จด	쫏
기저귀	ผ้าอ้อม	파 엄
기절하다	สลบ	쌀롭
	เป็นลม	뻰 롬
기준	มาตรฐาน	맛뜨라 탄
	กฎเกณฑ์	꼿껜
기증하다	บริจาค	버리짝
기지(基址)	ฐาน	탄
기지개를 켜다	บิดขี้เกียจ	빗 키 끼얏
기차	รถไฟ	롯 퐈이
기차역	สถานีรถไฟ	싸타니 롯 퐈이
기차표	ตั๋วรถไฟ	뚜어 롯 퐈이
기체	แก๊ส	깻
기초, 토대	ฐาน	탄
	หลัก	락
기초 데이터, 원 데이터	ข้อมูลดิบ	커문 딥
기침약	ยาแก้ไอ	야 깨 아이
기침하다	ไอ	아이
기타(악기)	กีตาร์	끼따
기타, 잡동사니, 자질구레한 것	เบ็ดเตล็ด	벳 딸렛

기획부	แผนกวางแผน	파낵 왕 팬
긴급하다, 시급하다	ด่วน	두언
긴소매 옷	เสื้อแขนยาว	쓰어 캔 야우
긴장이 풀리다, 완화하다	ผ่อนคลาย	펀 클라이
긴장하다	ตื่นเต้น	뜬뗀
	เครียด	크리얏
길	ทาง	탕
길을 건너다	ข้ามถนน	캄 타논
길 좀 비켜달라고 요구하다	ขอทาง	커 탕
길다	ยาว	야우
길게 말하다	พูดยาว	픗 야우
길이	ความยาว	쾀 야우
김[해조류]	สาหร่าย	싸 라이
김밥	ข้าวห่อสาหร่าย	카우 허 싸라이
김치	ผักดองกิมจิ	팍 덩 낌찌
김치찌개	แกงกิมจิ	깽 낌찌
깁다	เย็บ	옙
깁스하다	เข้าเฝือก	카오 프억
깃발	ธง	통
깊다	ลึก	륵
까다롭다	ซับซ้อน	쌉썬

까마귀	กา	까
~까지	ถึง	틍
	จนถึง	쫀 틍
깍쟁이, 구두쇠	คนขี้เหนียว	콘 키 니여우
(껍질을) 깎다	ปอก	뻑
(머리, 손톱을) 깎다, 자르다	ตัด	땃
깜박 잊다	ลืมเสียสนิท	름 씨야 싸닛
깜짝 놀라다	สะดุ้ง	싸둥
깡통	กระป๋อง	끄라뻥
깨[식물]	งา	응아
깨끗하다	สะอาด	싸앗
깨다, 일어나다	ตื่น	뜬
깨닫다	สำนึก	쌈늑
	เข้าใจ	카오 짜이
깨뜨리다	ทำแตก	탐 땍
깨우다	ปลุก	쁠룩
깨지다	แตก	땍
꺼내다	เอาออกไป	아오 억 빠이
꺼지다	ดับ	답
껍질	เปลือก	쁠르억
껍질을 벗기다	ปอกเปลือก	뻑 쁠르억
꼬리	หาง	항
꼬집다	หยิก	익

꼭, 기어이, 기필코	ให้ได้	하̂이 다̂이
꼭대기, 맨 위	ยอด	엿̂
꼴등, 꼴찌	ที่โหล่	티̂ 로̀
꼼꼼하다	พิถีพิถัน	피́티̌피́탄̌
	ละเอียด	라́이̀얏
꼼꼼히	อย่างระมัดระวัง	양̀ 라́맛́ 라́왕
	อย่างละเอียดรอบคอบ	양̀ 라́이̀얏 럽̂ 컵̂
꽂다	ปัก	빡̀
	เสียบ	씨̀얍
꽃	ดอกไม้	덕̀ 마́이
꽃밭	สวนดอกไม้	쑤̌언 덕̀ 마́이
꽉 붙잡다	ยึด	이́읏
꽉 조이다, 몸에 딱 붙다	รัด	랏́
꽹과리	ฆ้องเล็ก	컹́ 렉́
꾸다, 빌리다	ยืม	이̄음
	กู้	꾸̂
꾸미다	ตกแต่ง	똑̀ 땡̀
꿀	น้ำผึ้ง	남́ 픙̂
꿀 피부	ผิวเนียน	피̌우 니̄얀
꿈	ความฝัน	콤̄ 퐌̌
꿈꾸다	ฝัน	퐌̌

꿰매다	เย็บ	옙
끄다	ดับ	답
	ปิด	삣
끊다, 그만두다	เลิก	륵ㅓ
끊다, 절단하다	ตัด	땃
끊임없이 지속되다	หมั่น	만
끌다, 잡아당기다	ลาก	락
끓다, 복받치다	เดือด	드얻
끓이다	ต้ม	똠
끔찍하다	โหดเหี้ยม	홋 히얌
끝	ปลาย	쁠라이
끝나다	จบ	쫍
	เลิก	륵ㅓ
끝내다	เสร็จ	쎗
끝부분을 조금씩 자르다	เล็ม	렘
끼니(식사를 세는 수량사)	มื้อ	므
끼다	หนีบ	닙
	เกี่ยว	끼여우
끼어들다, 참견하다	ยุ่ง	융
끼우다	สอด	썻

ㄴ

나(1인칭, 남녀 모두 사용)	ฉัน	찬
나(남성 1인칭)	ผม	폼
나가다	ออกไป	억 빠이
나그네, 부랑자	คนพเนจร	콘 파네쩐
나날의, 일일	รายวัน	라이 완
나누다	แบ่ง	뱅
나누어 주다	แจกให้	짹 하이
나라	ประเทศ	쁘라텟
나머지	เศษ	쎗
나무	ต้นไม้	똔 마이
	ไม้	마이
나무줄기	ต้น	똔
나무라다	ตำหนิ	땀니
	ดุ	두
나물	ผัก(ภูเขา)	팍(푸카오)
나뭇가지	กิ่งไม้	낑 마이
나비	ผีเสื้อ	피 쓰어
나쁘다	เลว	레우
	ร้าย	라이
나사	สกรู	싸끄루

나오다	ออกมา	�首̀ 마
나이	อายุ	아유̀
나이가 많다	ชรา	차̂라
나중에, 이후에	ภายหลัง	파이 랑̌
	ไว้ทีหลัง	와̂이 티 랑̌
나타나다	ปรากฏ	쁘라꼿̀
나팔	แตร	뜨래
낙담하다	ท้อแท้	터́ 태́
낙엽	ใบไม้ร่วง	바이 마́이 루̂엉
낚시질하다	ตกปลา	똑 쁠라
난, 오키드	กล้วยไม้	끌루̂어이 마́이
난폭하다	ก้าวร้าว	까̂우 라́우
날, 일(日)	วัน	완
날개, 깃	ปีก	삑̀
날다	บิน	빈
날리다	ปลิว	쁠리우
날씨	อากาศ	아깟̀
날씬하다, 마르다	ผอม	펌̌
날짜	วันที่	완 티̂
날카롭다, 예리하다	คม	콤
낡다	เก่า	까오̀
남, 남쪽	ใต้	따̂이

남다	เหลือ	르어
	ตกค้าง	똑 캉
남동생	น้องชาย	넝 차이
남부(南部)	ภาคใต้	팍 따이
남색, 진청색	สีน้ำเงินเข้ม	씨 남 응은ㅓ 켐
남서쪽	ทิศตะวันตกเฉียงใต้	팃 따완 똑 치양 따이
남성, 남자, 신사	บุรุษ	부룻
남아 있다, 완료되지 않다	ค้าง	캉
남아프리카공화국	สาธารณรัฐแอฟริกาใต้	싸타라나 랏 앱프리까 따이
남은 음식	อาหารเหลือ	아한 르어
남자	ชาย	차이
	ผู้ชาย	푸 차이
남자 간호사	บุรุษพยาบาล	부룻 파야반
남자 사람 친구	เพื่อนผู้ชาย	프언 푸차이
남자 상인	พ่อค้า	퍼카
남자 요리사	พ่อครัว	퍼 크루어
남자 화장실	ห้องน้ำชาย	헝남 차이
남쪽	ทิศใต้	팃 따이
남편	สามี	싸미
	ผัว	푸어
남학교	โรงเรียนชายล้วน	롱 리안 차이 루언

납	ตะกั่ว	따꾸어
납부하다	เสีย	씨아
납작하다, 공기가 빠지다	แบน	밴
납품	การขนส่ง	깐 콘쏭
납품자	ผู้ส่งสินค้า	푸 쏭 씬카
낫	เคียว	키여우
(병이) 낫다, (건강이) 회복되다	หาย	하이
(질, 정도, 수준이) 낫다	ดีกว่า	디 꽈
낭비하다	ฟุ่มเฟือย	품 프어이
낮	กลางวัน	끌랑 완
낮다	ต่ำ	땀
(음성을) 낮추다	เบา	바오
낯설다	แปลกหน้า	쁠랙 나
	ไม่คุ้น	마이 쿤
낱말	คำ	캄
낳다, 출산하다	คลอด	클럿
내과	แผนกอายุรกรรม	파낵 아유라깜
내내, 계속	ตลอด	딸럿
내년, 다음 해	ปีหน้า	삐 나
내다, 나가다	ออก	억
내려가다	ลงไป	롱 빠이

내리다	ลง	롱
내리막(길)	ทางลง	탕 롱
내밀다	ยื่น	이은
(입 안에 있는 것을) 내뱉다	บ้วน	부언
내버려두다	ปล่อยไว้	쁠러이 와이
내벽[건축]	ฝาผนัง	퐈 파낭
내용, 메시지	ข้อความ	커쾀
내용물	ของภายใน	컹 파이 나이
내의	เสื้อชั้นใน	쓰어 찬 나이
내일	พรุ่งนี้	프룽 니
냄비, 솥	หม้อ	머
냄새	กลิ่น	끌린
냄새가 나다	เหม็น	멘
냄새를 맡다	ดมกลิ่น	돔 끌린
냅킨	ผ้าเช็ดปาก	파 쳇 빡
냉동실	ช่องฟรีซ	청 퐈릿
냉면	ก๋วยเตี๋ยวเย็น	꾸어이 띠여우 옌
	บะหมี่เย็น	바미 옌
냉방 중	เครื่องปรับอากาศทำงาน	크르엉 쁘랍 아깟 탐 응안
냉장고	ตู้เย็น	뚜 옌
너(2인칭 대명사)	แก	깨

너무, 지나치게	เกินไป	끈ㅓ빠이
넉넉하다	พอ	퍼
	เพียงพอ	피양 퍼
널리 알리다, 퍼뜨리다	แพร่	프래
넓다	กว้าง	꽝
	กว้างขวาง	꽝쾅
넓이	ความกว้าง	쾀 꽝
넘다, 초과하다	เกิน	끈ㅓ
넘어가다	ข้ามไป	캄 빠이
넘어오다	ข้ามมา	캄 마
넘어지다	ล้ม	롬
넝쿨, 덩굴	เครือ	크르어
넣다	ใส่	싸이
네덜란드	เนเธอร์แลนด์	네터랜
네모	สี่เหลี่ยม	씨 리얌
네일	การตกแต่งเล็บ	깐 똑땡 렙
네트워크, 망	เครือข่าย	크르어 카이
네티즌, 누리꾼	ชาวเน็ต	차우 넷
넥타이	เนคไท	넥타이
넷, 4	สี่	씨
넷째	ที่สี่	티 씨
노(櫓)	พาย	파이

노동	แรงงาน	랭 응안
노동 허가증	ใบอนุญาตทำงาน	바이 아누얏 탐응안
노동자	กรรมกร	깜마껀
노란 선	เส้นเหลือง	쎈 르엉
노란색	สีเหลือง	씨 르엉
노랗다	เหลือง	르엉
노래	เพลง	플렝
노래하다	ร้องเพลง	렁 플렝
노력	ความพยายาม	쾀 파야얌
노력하다	พยายาม	파야얌
노련하다	ชำนาญ	참난
노르웨이	นอร์เวย์	너웨
노선	ทาง	탕
	เส้นทาง	쎈 탕
노약자석	ที่นั่งสำหรับคนชรา	티 낭 쌈랍 콘 차라
노인	คนชรา	콘 차라
노처녀이다, 독신녀이다	ขึ้นคาน	큰 칸
노트북	โน้ตบุ๊ค	놋 북
녹다	ละลาย	라 라이
녹차	ชาเขียว	차 키여우
논	นา	나
논두렁	คันนา	칸 나

ㄱ
ㄴ
ㄷ
ㄹ
ㅁ
ㅂ
ㅅ
ㅇ
ㅈ
ㅊ
ㅋ
ㅌ
ㅍ
ㅎ

논평하다, 비판하다	วิจารณ์	위짠
놀다, (악기를) 연주하다, (스포츠를) 하다	เล่น	렌
놀라다	ตกใจ	똑 짜이
놀러 가다	ไปเที่ยว	빠이 티여우
놀리다, 남을 괴롭히다	แกล้ง	끌랭
놀이	การละเล่น	깐 라렌
놀이공원	สวนสนุก	쑤언 싸눅
놀이기구	เครื่องเล่น	크르엉 렌
농구	บาสเกตบอล	밧껫번
농부, 농민	ชาวนา	차우 나
농사	การทำนา	깐 탐나
농악	ดนตรีพื้นบ้านของชาวนา	돈뜨리 픈 반 컹 차우 나
농업	เกษตรกรรม	까쎗뜨라 깜
농작물, 과실류, 곡식	พืชผล	픗폰
농장	ฟาร์ม	팜
	สวน	쑤언
농장주	เจ้าของฟาร์ม	짜오 컹 팜
농촌	หมู่บ้านเกษตรกร	무 반 까쎗뜨라껀
농학(農學)	เกษตรศาสตร์	까쎗뜨라 쌋

높다, 키가 크다	สูง	쑹
높이	ความสูง	쾀 쑹
놓다, 세우다, 설립하다	วาง	왕
(차, 배 등을) 놓치다	พลาด	플랏
	ไม่ทัน	마이 탄
뇌	สมอง	싸멍
누구	ใคร	크라이
누나	พี่สาว	피 싸우
누르다, 억압하다	กด	꼿
누워서 쉬다	นอนพักผ่อน	넌 팍펀
눈(雪)	หิมะ	히마
눈(目)	ตา	따
눈에 띄다	สะดุดตา	싸둣 따
눈을 감다	ปิดตา	삣 따
눈을 뜨다	ลืมตา	름 따
눈이 뜨이다, 사정에 밝다, 깨다	ตื่นตัว	뜬 뚜어
눈꺼풀	เปลือกตา	쁠르억 따
눈물	น้ำตา	남 따
눈병	โรคตา	록 따
	โรคทางตา	록 탕 따
눈보라	พายุหิมะ	파유 히마
눈부시다, 빛나다	แวว	왜우

ㄱ ㄴ ㄷ ㄹ ㅁ ㅂ ㅅ ㅇ ㅈ ㅊ ㅋ ㅌ ㅍ ㅎ

눈빛, 눈초리	แววตา	왜우 따
눈시울	ขอบตา	컵 따
눈썰매	รถลากเลื่อนบนหิมะ	롯 락 르언 본 히마
눈썹	คิ้ว	키우
눈썹을 다듬다	เล็มคิ้ว	렘 키우
눈치를 보다	อ่านใจออก	안 짜이 억
눈치를 채다	รู้ทัน	루 탄
눕다	นอน	넌
뉴질랜드	นิวซีแลนด์	니우씰랜
느끼다	รู้สึก	루쓱
느끼하다	เลี่ยน	리안
느낌, 감각	ความรู้สึก	쾀 루쓱
느리다, 늦다	ช้า	차
느슨하다	หลวม	루엄
늑골	ซี่โครง	씨 크롱
늘리다	ทำให้เพิ่ม	탐 하이 픔ㅓ
	ยืด	이읏
늘이다	ยืด	이읏
늙다, 나이 많다	แก่	깨
능력	ความสามารถ	쾀 싸맛
늦게 자다	นอนดึก	넌 득
늦다	สาย	싸이
늦어도	อย่างช้า	양 차

늦은 밤, 심야	ดึก	득̀
늪	หนองน้ำ	넝̌ 남́
닉네임, 별명, 애칭	ชื่อเล่น	츠̂ 렌̂

ㄱ ㄴ ㄷ ㄹ ㅁ ㅂ ㅅ ㅇ ㅈ ㅊ ㅋ ㅌ ㅍ ㅎ

ㄷ

다, 모두	ทั้งหมด	탕 못
다 허물어져 가는, 금방 무너질 듯한, 황폐한	บุโรทั่ง	부로탕
다가가다	ใกล้เข้าไป	끌라이 카오 빠이
다가오다	ใกล้เข้ามา	끌라이 카오 마
다락	ห้องเก็บของใต้หลังคา	헝 껩 컹 따이 랑카
다르다	แตกต่าง	땍 땅
	ต่างกัน	땅 깐
다른	อื่น	은
다른 것	อย่างอื่น	양 은
다리(橋), 교량	สะพาน	싸판
다리(脚)	ขา	카
다리를 건너다	ข้ามสะพาน	캄 싸판
다리를 꼬다, 책상다리를 하다	ไขว่ห้าง	콰이 항
다리미	เตารีด	따오 릿
다림질하다	รีดผ้า	릿 파
다문화사회	สังคมที่มีความหลากหลายทางวัฒนธรรม	쌍콤 티 미 쾀 락 라이 탕 왓타나탐
다물다	หุบ	훕

다발, 단 (수량사)	มัด	맛
다섯, 5	ห้า	하
다섯째	ที่ห้า	티 하
다시, 또	อีก	익
다시 말해서, 즉	กล่าวคือ	끌라우 크
다시, 새로이	ใหม่	마이
다양한	หลากหลาย	락 라이
다음, 나중에	ต่อไป	떠 빠이
다음 달	เดือนหน้า	드언 나
다음번	คราวหน้า	크라우 나
다음 역	สถานีหน้า	싸타니 나
다음 월요일	วันจันทร์หน้า	완 짠 나
다음 정거장	ป้ายหน้า	빠이 나
다음 주	สัปดาห์หน้า	쌉다 나
	อาทิตย์หน้า	아팃 나
다음 주제	หัวข้อต่อไป	후어 커 떠 빠이
다음과 같이	ดังนี้	당 니
다음의	หน้า	나
다이아몬드	เพชร	펫
다지다	สับ	쌉
다채로운	หลากหลาย	락 라이
다치다	บาดเจ็บ	밧쩹
다투다, 겨루다	แย่งชิง	얭 칭

다하다	หมด	못
닦다	เช็ด	쳇
단가	ราคาต่อหน่วย	라카 떠 누어이
단것	ของหวาน	컹완
단계	ขั้น	칸
단기간	ช่วงเวลาสั้น ๆ	추엉 웰라 싼싼
단념하다	ตัดใจ	땃 짜이
단단하다	แข็ง	캥
단단히, 확고하게	แน่น	낸
단독주택	บ้านเดี่ยว	반 디여우
단순하다	ไม่ยุ่งยาก	마이 융 약
	ง่าย	응아이
단어, 용어	คำศัพท์	캄 쌉
	ศัพท์	쌉
단점, 결점	ข้อเสีย	커 씨야
단정하다	เรียบร้อย	리얍 러이
단지, 다만	เพียงแต่	피양 때
단짝, 친한 친구	เพื่อนซี้	프언 씨
단체	กลุ่ม	끌룸
	คณะ	카나
단체 할인	ส่วนลดสำหรับกรุ๊ป	쑤언 롯 쌈랍 끄룹
단추	กระดุม	끄라둠
단편 소설	เรื่องสั้น	르엉 싼

단풍	ใบไม้เปลี่ยนสี	바이 마이 쁠리얀 씨
닫다	ปิด	삣
달	ดวงจันทร์	두엉 짠
(달력의) 달	เดือน	드언
달걀	ไข่ไก่	카이 까이
달다	หวาน	완
달래다	ปลอบใจ	쁠럽 짜이
달러	เงินดอลล่าร์	응은ㅓ 던라
달려가다	วิ่งไป	윙 빠이
달려 있다	แล้วแต่	래우 때
	ขึ้นอยู่กับ	큰 유 깝
달력	ปฏิทิน	빠띠틴
달리기	การวิ่ง	깐 윙
달리다, 뛰다	วิ่ง	윙
달성하다	บรรลุ	반루
달콤하다	หวาน	완
닭	ไก่	까이
닭 다리	ขาไก่	카 까이
닭고기	เนื้อไก่	느어 까이
닭고기 구이	ไก่ย่าง	까이 양
닮다	เหมือน	므언
담, 벽	กำแพง	깜팽
담그다	แช่	채

담낭, 쓸개	ถุงน้ำดี	퉁 남 디
담다	ใส่เข้าไป	싸이 카오 빠이
담배	บุหรี่	부리
담배 냄새가 나다	เหม็นบุหรี่	멘 부리
담보	ค้ำประกัน	캄 쁘라깐
담요, 모포	ผ้าห่ม	파 홈
담임교사	ครูประจำชั้น	크루 쁘라짬 찬
답답하다	อึดอัดใจ	읏앗 짜이
~당, ~마다	ละ	라
당근	แครอท	캐럿
당기다	ดึง	등
	ดึงออก	등 억
당뇨	เบาหวาน	바오 완
당뇨병	โรคเบาหวาน	록 바오 완
당면	วุ้นเส้น	운쎈
당신, ~씨	คุณ	쿤
당연하다	แน่นอน	내넌
	สมควร	쏨쿠언
당하다(피동)	โดน	돈
당혹스러워하다, 혼란스러워하다	งง	응옹
당황하다	สับสน	쌉쏜
닻	สมอเรือ	싸머 르어

~대(기계를 셀 때)	เครื่อง	크르엉
대강당	หอประชุมใหญ่	허 쁘라춤 야이
대기실	ห้องเตรียมตัว	헝 뜨리얌 뚜어
대기오염	มลภาวะทางอากาศ	몬파와 탕 아깟
대기자 명단	รายชื่อคนรอเรียกรับ บริการ	라이 츠 콘 러 리약 랍 버리깐
	รายชื่อของคนที่รอ คิว	라이 츠 컹 콘 티 러 키우
대나무	ต้นไผ่	똔 파이
대단히, 많이	อย่างมาก	양 막
대답	คำตอบ	캄 떱
대답하다	ตอบ	떱
대도시	เมืองใหญ่	므엉 야이
대략, 약	ประมาณ	쁘라만
대리[직위]	รองหัวหน้าแผนก	렁 후어나 파낵
대리석	หินอ่อน	힌 언
대리인	ตัวแทน	뚜어 탠
대만, 타이완	ไต้หวัน	따이완
대법원	ศาลฎีกา	싼 디까
대변인	โฆษก	코쏙
대부분	ส่วนใหญ่	쑤언 야이
대사(大使)	เอกอัครราชทูต	엑악크라랏차툿
대사관	สถานทูต	싸탄 툿

대신에	แทน	탠
대야, 양푼	กะละมัง	깔라망
대열, 행렬	กระบวน	끄라부언
대접	ชาม	참
대접하다	เลี้ยงอาหาร	리양 아한
대졸자	ผู้ที่จบการศึกษา ระดับปริญญาตรี	푸티쫍 깐쓱싸 라답 빠린야 뜨리
대중교통	ขนส่งมวลชน	콘쏭 무언촌
대처법	แผนรับมือ	팬 랍 므
	วิธีการรับมือ	위티 깐 랍므
대처하다	รับมือ	랍 므
대추	พุทรา	풋싸
대출 이자	ดอกเบี้ยเงินกู้	덕 비야 응은ㅓ 꾸
대출하다	กู้ยืม	꾸 이음
	ให้กู้	하이 꾸
대통령	ประธานาธิบดี	쁘라타나티버디
대폭 줄이다	ทอน	턴
대표, 대리인	ผู้แทน	푸 탠
대표이사	ประธานกรรมการ	쁘라탄 깜마깐
대하다, 마주하다	เข้าหน้า	카오 나
대학	วิทยาลัย	윗타야라이
대학교	มหาวิทยาลัย	마하 윗타야라이
대학생	นักศึกษา	낙 쓱싸

대학생 교복	ชุดนักศึกษา	춧 낙쓱싸
대학원생	นักศึกษาบัณฑิต	낙 쓱싸 반딧
	วิทยาลัย	윗타야라이
대한민국	เกาหลีใต้	까올리 따이
	สาธารณรัฐเกาหลี	싸타라나 랏 까올리
~에 대해 언급하다	กล่าวถึง	끌라우 틍
대화하다	สนทนา	쏜타나
댐	เขื่อน	크언
댓글	คอมเม้นท์	컴멘
더(수량, 정도)	อีก	익
더구나	นอกจากนั้น	넉 짝 난
	ยิ่งกว่านั้น	잉꽈난
더럽다, 더러워지다	สกปรก	쏙까쁘록
	เปื้อน	쁘언
더미, 무더기	กอง	껑
더블 침대	เตียงดับเบิ้ล	띠양 답븐ㅓ
더욱	ยิ่ง	잉
더위	ความร้อน	쾀 런
더하다, 보태다	บวก	부억
더하다, 증가하다	เพิ่ม	픔ㅓ
던지다	โยน	욘
덜 익다	ดิบ	딥
덤을 주다	แถม	탬

덥다	ร้อน	런
덩어리	ก้อน	껀
덮다	คลุม	클룸
덮어씌우다	หุ้ม	훔
데다	ถูกลวก	툭 루억
데려오다, 데리고 오다	พามา	파 마
데리고 가다	พาไป	파 빠이
데리러 가다	ไปรับ	빠이 랍
데우다	อุ่น	운
데쳐 먹다	ลวกทาน	루억 탄
데치다	ลวก	루억
덴마크	เดนมาร์ก	덴막
도[온도 단위]	องศา	옹싸
도[행정구역]	จังหวัด	짱왓
도구, 장치	เครื่องมือ	크르엉 므
	อุปกรณ์	우빠껀
도끼	ขวาน	콴
도난 당하다	ถูกขโมย	툭 카모이
도덕	ศีลธรรม	씬라탐
도둑질하다, 도둑	ขโมย	카모이
도랑	คู	쿠
	คูน้ำ	쿠 남

도로를 보수하다	ซ่อมถนน	썸 타논
도마	เขียง	키양
도망가다, 달아나다	หนีไป	니 빠이
도망하다	หนี	니
도매	การขายส่ง	깐 카이 쏭
도매하다	ขายส่ง	카이 쏭
도박하다	พนัน	파난
도서관, 도서실	ห้องสมุด	헝 싸뭇
도시	เมือง	므엉
도약하다, 높이 뛰다	กระโดด	끄라돗
도움	ความช่วยเหลือ	쾀 추어이 르어
도장	ตรา	뜨라
도장 찍다	ประทับตรา	쁘라탑 뜨라
도정하다, 방아 찧다	นวดข้าว	누엇 카우
도착 시간	เวลาถึงที่หมาย	웰라 틍 티 마이
도착하다	มาถึง	마 틍
	ถึง	틍
도착하지 않다	ไม่ถึง	마이 틍
독(毒)	พิษ	핏
독감, 인플루엔자	ไข้หวัดใหญ่	카이 왓 야이
독백	พูดคนเดียว	풋 콘 디여우
독신의	โสด	쏫

ㄱ ㄴ ㄷ ㄹ ㅁ ㅂ ㅅ ㅇ ㅈ ㅊ ㅋ ㅌ ㅍ ㅎ

독신이다	เป็นโสด	뻰 쏫
독자(讀者)	ผู้อ่าน	푸 안
독촉	การทวง	깐 투엉
독특하다	มีลักษณะเฉพาะ	미 락싸나 차퍼
돈, 금전	เงิน	응은ㅓ
돈을 모으다	เก็บเงิน	껩 응은ㅓ
돈을 벌다, 수익을 얻다	หาเงิน	하 응은ㅓ
	ได้เงิน	다이 응은ㅓ
돈을 빌리다	กู้เงิน	꾸 응은ㅓ
돈을 인출하다	ถอนเงิน	턴 응은ㅓ
	เบิกเงิน	븍ㅓ 응은ㅓ
돈을 찾다	กดเงิน	꼿 응은ㅓ
돌(石)	หิน	힌
돌다, 회전하다	หมุน	문
	เวียน	위얀
	เลี้ยว	리여우
(방향을) 돌리다	เหลียว	리여우
돌보다	ดูแล	두래
돌아가다	กลับ	끌랍
돌아서 가다, 우회해서 가다	อ้อม	엄
돌아오다	กลับมา	끌랍 마
돕다	ช่วย	추어이
	ช่วยเหลือ	추어이 르어

동(동쪽), 동양	ตะวันออก	따완 억
동(행정구역)	แขวง	쾡
동굴, 굴	ถ้ำ	탐
동기, 같은 기수, 또래	รุ่นเดียวกัน	룬 디여우 깐
동남쪽	ทิศตะวันออกเฉียงใต้	팃 따완 억 치양 따이
동년배	คนรุ่นเดียวกัน	콘 룬 디여우 깐
동등하다	เท่ากัน	타오 깐
동맥	เส้นเลือดแดง	쎈 르엇 댕
동메달	เหรียญทองแดง	리얀 텅 댕
동물	สัตว์	쌋
동물원	สวนสัตว์	쑤언 쌋
동북쪽	ทิศตะวันออกเฉียงเหนือ	팃 따완 억 치양 느어
동생	น้อง	넝
동시에, 함께	พร้อมกัน	프럼 깐
동아리	ชมรม	촘롬
동업자	ห้างหุ้นส่วน	항 훈 쑤언
동의서	หนังสือแสดงความยินยอม	낭쓰 싸댕 쾀 인염
동의하다	เห็นด้วย	헨 두어이
	ยอม	염
동의하지 않다	ไม่เห็นด้วย	마이 헨 두어이
동장, 면장	กำนัน	깜난

동전	เหรียญ	리얀
동정심	จิตใจเมตตากรุณา	찟 짜이 멧따 까루나
동정하다, 불쌍히 여기다	เห็นใจ	헨 짜이
동쪽	ทิศตะวันออก	팃 따완 억
동화	นิทานเด็ก	니탄 덱
동화책	หนังสือนิทาน	낭쓰 니탄
돛	ใบเรือ	바이 르어
돼지	หมู	무
돼지갈비	ซี่โครงหมู	씨 크롱 무
돼지갈비 구이	ซี่โครงหมูย่าง	씨 크롱 무 양
돼지고기	เนื้อหมู	느어 무
돼지고기 꼬치구이	หมูปิ้ง	무 삥
돼지 불고기	หมูย่าง	무 양
되돌아가다, 되돌리다	ย้อน	연
된장	เต้าเจี้ยว	따오 찌여우
두 배	สองเท่า	썽 타오
두개골	กะโหลกศีรษะ	깔록 씨싸
두껍다	หนา	나
두께	ความหนา	콤 나
두드러지다	เด่น	덴
두드리다, 노크하다	เคาะ	커

두려워하다	กลัว	끌루̄어
두리안[과일]	ทุเรียน	투́리̄안
두부	เต้าหู้	따̂오후̂
두통	อาการปวดหัว	아̄깐 뿌̀엇 후̌어
두통약	ยาแก้ปวดหัว	야̄ 깨̂ 뿌̀엇 후̌어
둑	ฝั่ง	퐝̀
둘, 2	สอง	썽̌
둘 다	ทั้งคู่	탕́ 쿠̂
둘러싸다, 포위하다, 에워싸다	ล้อม	럼́
둘레	เส้นรอบวง	쎈̂ 럽̂ 웡̄
둘째	ที่สอง	티̂ 썽̌
둥근 물체, 운명	ดวง	두̄엉
둥글다	กลม	끌롬̄
뒤로 물러나다, 감퇴하다	ถอย	터̌이
뒤죽박죽이 되어	เกะกะ	께̀까̀
뒤쪽	ข้างหลัง	캉̂ 랑̌
뒷바퀴	ล้อหลัง	러́ 랑̌
드라마	ละคร	라́컨̄
드라마 촬영지	สถานที่ถ่ายทำละคร	싸̀탄̌티̂ 타̀이 탐̄ 라́컨̄
드라이클리닝 하다	ซักแห้ง	싹́ 행̂
드라이버, 스쿠루드라이버	ไขควง	카̌이 쿠̄엉

드라이하다	ไดร์ผม	다이 폼
드러내다	ปรากฏ	쁘라꼿
듣기 좋다	ไพเราะ	파이 러
듣기에 민망하다	ขายหู	카이 후
듣다	ฟัง	퐝
	ได้ยิน	다이 인
~들(복수)	พวก	푸억
(손에) 들다	ถือ	트
들다, 위로 올리다	ยก	욕
들르다	แวะ	왜
들리다	ได้ยิน	다이 인
들어가다	เข้าไป	카오 빠이
들어오다	เข้ามา	카오 마
등 [신체]	หลัง	랑
등기, 등록	ทะเบียน	타비얀
등대	ประภาคาร	쁘라파칸
등록금	ค่าเล่าเรียน	카 라오 리안
등록처	แผนกลงทะเบียน	파낵 롱 타비얀
등록하다	ลงทะเบียน	롱 타비얀
등수	อันดับ	안답
디저트, 후식	ของหวาน	컹 완
따뜻하다	อุ่น	운
	อบอุ่น	옵 운

따뜻한 물	น้ำอุ่น	남 운
따라, ~대로	ตาม	땀
(뒤를) 따르다	ตาม	땀
(액체를) 따르다	ริน	린
딱 맞다, 알맞다, 적당하다	พอดี	퍼디
딱 좋은, 딱 알맞다	กำลังดี	깜랑 디
딱히	อย่างแน่นอน	양 내넌
딸	ลูกสาว	룩 싸우
딸기	สตรอเบอร์รี่	싸뜨러버리
딸기잼	แยมสตรอเบอร์รี่	얨 싸뜨러버리
땀	เหงื่อ	응으어
땅, 토지	ที่ดิน	티 딘
땅바닥	พื้นดิน	픈 딘
땅콩	ถั่วลิสง	투어리쏭
(각질, 먼지 등의) 때	ขี้ไคล	키 클라이
때(시간), 나절	ตอน	떤
(손바닥, 채찍 등으로) 때리다	ตบ	똡
	ตี	띠
때문에	เนื่องจาก	느엉 짝
	เนื่องด้วย	느엉 두어이
	เพราะ	프러
때에	เมื่อ	므어

땡땡이 치다	โดดเรียน	돗 리안
	หนีเรียน	니 리안
떠나다, 출발하다	ออกจาก	억 짝
떠맡다	รับผิดชอบแทน	랍핏첩 탠
떡	ขนมต็อก	카놈 떡
떨리다, 흔들리다	สั่น	싼
떨어뜨리다	ทำตก	탐 똑
떨어지다, 실패하다	ตก	똑
떫다	ฝาด	퐛
또는	หรือ	르
또한, ~도 역시	ด้วย	두어이
똑같다	เหมือนกัน	므언 깐
똑같은	เดียวกัน	디여우 깐
똑바로	ตรง	뜨롱
똠얌(태국식 수프)	ต้มยำ	똠얌
똥	ขี้	키
	อึ	으
	อุจจาระ	웃짜라
뚫다, 채취하다	เจาะ	쩌
뚱뚱하다	อ้วน	우언
뛰다, 점프하다	โดด	돗
뛰어나다	ดีเด่น	디 덴
뜨거운 물	น้ำร้อน	남 런

뜨겁다	ร้อน	런
(물 위, 하늘에) 뜨다, 띄우다	ลอย	러-이
뜰	ลาน	란-
띠	เชือก	츠^억

ㄹ

~라고, ~인지	ว่า	와
라디오	วิทยุ	윗타유
라디오 방송국	สถานีวิทยุ	싸타니 윗타유
라오스	ลาว	라우
라오스어	ภาษาลาว	파싸 라우
라임[과일]	มะนาว	마나우
람부탄[과일]	เงาะ	응어
래프팅하다	ล่องแพ	렁 패
랜드마크	สถานที่สำคัญ	싸탄티 쌈칸
러시아	รัสเซีย	랏씨야
레스토랑	ภัตตาคาร	팟따칸
	ร้านอาหาร	란 아한
레슬링	มวยปล้ำ	무어이 쁠람
레시피	สูตรอาหาร	쑷 아한
렌즈	เลนส์	렌
렌터카	รถเช่า	롯 차오
렌터카 회사	บริษัทเช่ารถ	버리쌋 차오 롯
~로 가득하다	เต็มไปด้วย	뗌 빠이 두어이
~로 불리다, ~로 명명되다	เรียกว่า	리약 와

~로, ~쪽으로	สู่	쑤
로밍하다	เปิดโรมมิ่ง	쁘ㅓ 롬밍
로봇, 인조인간	หุ่นยนต์	훈 욘
~로부터	จาก	짝
로비	ล็อบบี้	럽비
로즈 애플	ชมพู่	촘푸
로터리	วงเวียน	웡 위얀
롱점퍼	เสื้อจั๊มเปอร์ยาว	쓰어 짬뻐 야우
롱코트	เสื้อโค้ทยาว	쓰어 콧 야우
루마니아	โรมาเนีย	로마 니아
리본	โบ	보
리터(ℓ)	ลิตร	릿
리포터	ผู้สื่อข่าว	푸 쓰 카우
리허설하다, 예행연습하다	ซ้อม	썸
린스	ครีมนวดผม	크림 누엇 폼

ㄱ ㄴ ㄷ ㄹ ㅁ ㅂ ㅅ ㅇ ㅈ ㅊ ㅋ ㅌ ㅍ ㅎ

ㅁ

마늘	กระเทียม	끄라티얌
마련하다, 정리하다	จัด	짯
마루	พื้นกระดาน	픈 끄라단
(동물, 옷, 테이블, 의자, 글자를 셀 때) 마리, 개	ตัว	뚜어
마비	อัมพาต	암마팟
마비되다, 저리다	เหน็บชา	넵 차
마사지, 안마	การนวด	깐 누엇
마사지 크림	ครีมนวด	크림 누엇
마사지 향유	น้ำมันนวด	남 만 누엇
마사지사	พนักงานนวด	파낙 응안 누엇
마사지하다	นวด	누엇
마시다	ดื่ม	듬
마약류	ยาเสพติด	야 쎕 띳
마을	หมู่บ้าน	무 반
마음	ใจ	짜이
	จิตใจ	찟 짜이
마음에 들다	ถูกใจ	툭 짜이
마음을 기울이다	ผูกพัน	푹 판
마음을 끌다	ดึงดูดใจ	등 둣 짜이

마음이 넓다	ใจกว้าง	짜이 꽝
마음이 무겁다	หนักใจ	낙 짜이
마음이 편안하다	สบายใจ	싸바이 짜이
마음이 헤프다	ใจง่าย	짜이 응아이
마일[거리]	ไมล์	마이
마일리지 카드	บัตรสะสมไมล์	밧 싸쏨 마이
마중 나가다	ออกไปเจอเพื่อไปรับ	억 빠이 쯔ㅓ 프어 빠이 랍
마지막	ตอนสุดท้าย	떤 쑷타이
마지막 방송하다	ออกอากาศครั้งสุดท้าย	억 아깟 크랑 쑷 타이
마지막으로	สุดท้าย	쑷 타이
마찬가지	เช่นกัน	첸 깐
마취 의사	วิสัญญีแพทย์	위싼이 팻
마취제	ยาชา	야 차
마치 ~인 듯이, ~인 것처럼	เหมือน	므언
마침	พอดี	퍼디
마침내, 결국	ในที่สุด	나이 티쑷
마카오	มาเก๊า	마까오
마케팅	การตลาด	깐 딸랏
마케팅 전략	กลยุทธทางการตลาด	꼰라윳 탕 깐 딸랏
마흔, 40	สี่สิบ	씨 씹

막걸리	สาโทเกาหลี	싸̌토 까̄올̌리
막다, 틀어막다	อุด	웃̀
막다른 길	ทางตัน	탕̄ 딴̄
막춤	การเต้นฟรีสไตล์	깐̄ 뗀̂ 프̄리 싸̀따̄이
(코가) 막히다	คัด	캇́
~만(정도, 범위)	แค่	캐̂
만, 10000	หมื่น	믄̀
만나다	พบ	폽́
	เจอ	쯔̄ㅓ
만년필	ปากกาหมึกซึม	빡̀까 믁̀ 씀
만들다	ทำ	탐̄
만성	อาการเรื้อรัง	아̄깐̄ 르́어 랑̄
만세, 건배	ไชโย	차̄이 요̄
만약 ~면	ถ้า	타̂
	หาก	학̀
만일에 대비하여, 경우를 대비해서	เผื่อ	프̀어
만장일치	เสียงเอกฉันท์	씨̌양 엑̀까̀찬̌
만족하다	พอใจ	퍼̄ 짜̄이
만지다	แตะ	때̀
~만큼, ~와 같은	เท่า	타̂오
만화	การ์ตูน	까̄뚠̄
만화가	นักเขียนการ์ตูน	낙́ 키̌얀 까̄뚠̄
만회하다	กู้	꾸̂

많다	มีมาก	미 막
많이	เยอะ	여
	เยอะแยะ	여얘
	มาก	막
말(馬)	ม้า	마
말을 더듬다	พูดติดอ่าง	풋 띳 앙
말다, 휘감다	ม้วน	무언
말라리아	มาลาเรีย	말라리아
말레이시아	มาเลเซีย	말레씨야
말린 고기	เนื้อแห้ง	느어 행
말썽을 부리다	สร้างความวุ่นวาย	쌍 쾀 운와이
말하기	การพูด	깐 풋
말하다	พูด	풋
	เล่า	라오
	บอก	벅
	กล่าว	끌라우
맑다	ใส	싸이
	แจ่มใส	쨈 싸이
맛	รส	롯
	รสชาติ	롯 찻
맛보다	ชิม	침
맛있다	อร่อย	아러이
망고	มะม่วง	마무엉

망고스틴	มังคุด	망쿳
망치	ค้อน	컨
맞서 싸우다, 전투하다	ต่อสู้	떠 쑤
맞이하다, 환영하다	รับรอง	랍렁
맡기다, 전하다	ฝาก	팍
맡다, 보관하다	เก็บไว้	껩 와이
	รับฝาก	랍 팍
(일, 책임 등을) 맡다	รับหน้าที่	랍 나티
매년	ทุกปี	툭 삐
매년의, 연례의	ประจำปี	쁘라짬 삐
매니저, 지배인	ผู้จัดการ	푸 짯깐
매다, 묶다	ผูก	푹
매달다	ห้อย	허이
매력, 매혹, 황홀감	เสน่ห์	싸네
매력에 빠지다	หลงเสน่ห์	롱 싸네
매력을 느끼다, 끌리다	ติดอกติดใจ	띳 옥 띳 짜이
매매	การซื้อขาย	깐 쓰 카이
매매하다	ซื้อขาย	쓰 카이
매미	จักจั่น	짝까짠
매번	ทุกครั้ง	툭 크랑

매부	พี่เขย	피̂ 크ㅓ̌이
	น้องเขย	넝́ 크ㅓ̌이
매우	มาก	막̂
매우 기뻐하다	ระเริง	라́ 릉ㅓ̄
매운 소스	ซอสรสเผ็ด	썻́ 롯́ 펫̀
매운탕	แกงเผ็ด	깽̄ 펫̀
매일	ทุกวัน	툭́ 완̄
매주의(주간)	รายสัปดาห์	라̄이 쌉̀ 다̄
매콤하다	เผ็ดร้อน	펫̀ 런́
매트, 돗자리	เสื่อ	쓰̀어
매표소	ที่ขายตั๋ว	티̂ 카̌이 뚜̌어
매형	พี่เขย	피̂ 크ㅓ̌이
매혹적으로	หลงใหล	롱̌ 라̌이
맥박	ชีพจร	칩̂ 파́ 쩐̄
맥주	เบียร์	비̄야
맨밥	ข้าวเปล่า	카̂우 쁠라̀오
맵다	เผ็ด	펫̀
맹물, 생수	น้ำเปล่า	남́ 쁠라̀오
맹수	สัตว์ดุร้าย	쌋̀ 두̀ 라́이
맹장	ไส้ติ่ง	싸̂이 띵̀
맹장염	ไส้ติ่งอักเสบ	싸̂이 띵̀ 악̀ 쎕̀
맹점, 약점	จุดบอด	쭛̀ 벗̀

머리	ศีรษะ	씨싸
	หัว	후어
머리 감다	สระผม	싸폼
머리 염색하다	ย้อมผม	염 폼
머리 탈색하다	ล้างสีผม	랑 씨 폼
머리가 아프다	ปวดหัว	뿌엇 후어
머리를 빗다	หวีผม	위 폼
머리끝	ปลายผม	쁠라이 폼
머리끝을 다듬다	เล็มปลายผม	렘 쁠라이 폼
머리 모양	ทรงผม	쏭 폼
머리 세트 하다	เซ็ทผม	쎗 폼
머리카락	ผม	폼
	เส้นผม	쎈 폼
머리핀	กิ๊บ	낍
머리하다	ทำผม	탐 폼
먹다	กิน	낀
	ทาน	탄
먹이다	ป้อน	뻔
먼저, 앞서, 우선	ก่อน	껀
먼지, 가루, 분말	ฝุ่น	푼
멀다	ไกล	끌라이
멀리 떨어져 있다	ห่าง	항
멀미약	ยาแก้เมา	야 깨 마오

멀미하다	เมา	마오
멈추다	หยุด	윳
멋있다	เท่	테
멍	รอยช้ำ	러이 참
멍든, 타박상을 입은	ฟกช้ำ	폭 참
멍하다	ซึม	씀
메뉴, 차림표	รายการอาหาร	라이 깐 아한
메달	เหรียญ	리얀
메뚜기	ตั๊กแตน	딱까땐
메모	บันทึก	반특
메아리	เสียงก้อง	씨양 껑
(틈을) 메우다, 틀어막다	อุด	웃
메이크업 아티스트	ช่างแต่งหน้า	창 땡나
메일을 보내다	ส่งเมล์	쏭 메
멕시코	เม็กซิโก	멕씨꼬
멘붕(통제 불능)	สติแตก	싸띠 땍
멜로 영화	หนังรักโรแมนติก	낭 락 로맨띡
멜로디, 선율	ทำนอง	탐넝
	ทำนองเพลง	탐넝 플렝
며느리	ลูกสะใภ้	룩 싸파이
면(綿)	ผ้าฝ้าย	파 퐈이
면[행정구역]	ตำบล	땀본

면담하다	สัมภาษณ์	쌈팟
면도기	มีดโกนหนวด	밋 꼰 누엇
면도하다	โกนหนวด	꼰 누엇
면밀하다	ละเอียด	라 이얏
면봉	สำลีก้าน	쌈리 깐
면세점	ร้านปลอดภาษี	란 쁠럿 파씨
	ดิวตี้ฟรี	디우띠 프리
면접관	ผู้สัมภาษณ์	푸 쌈팟
면접시험	สอบสัมภาษณ์	썹 쌈팟
면접을 보다	สัมภาษณ์	쌈팟
면직물, 목화	ฝ้าย	퐈이
면직하다, 파면하다	ปลดออกจากตำแหน่ง	쁠롯 억 짝 땀냉
명단, 리스트	รายชื่อ	라이 츠
명랑하다	สดใส	솟 싸이
명령하다	สั่ง	쌍
명상	สมาธิ	싸마티
명성을 얻다	ได้หน้าได้ตา	다이 나 다이 따
명시하다	ระบุ	라부
명예, 영예	เกียรติ	끼얏
명예교수	ศาสตราจารย์ เกียรติคุณ	쌋싸뜨라짠 끼얏띠쿤
명절	เทศกาล	텟싸깐
명품	สินค้าที่มีชื่อเสียง	씬카 티 미 츠씨양

명함	นามบัตร	남 밧
몇(의문사)	กี่	끼
몇 시(의문사)	กี่โมง	끼 몽
모, 벼의 싹	ต้นกล้า	똔 끌라
모기	ยุง	융
모기장	มุ้ง	뭉
모내기하다	ดำนา	담 나
모델	นางแบบ	낭 뱁
모두	ทั้งหมด	탕 못
	ทั้งนั้น	탕 난
모든	ทุก	툭
모든 것, 모든 종류	ทุกอย่าง	툭 양
모래	ทราย	싸이
모레	มะรืนนี้	마르니
모른 척하다	ทำเป็นไม่รู้จัก	탐 뻰 마이 루짝
모방하다, 흉내내다, 복사하다	ลอก	럭
모서리, 모퉁이	เหลี่ยม	리얌
모순되다	ขัดแย้ง	캇 얭
모양	รูปร่าง	룹 랑
모여들다	แห่	해

모욕하다, 굴욕감을 주다, 창피를 주다	หมิ่น	민
모으다	เก็บ	껩
	สะสม	싸쏨
모음	สระ	싸라
모이다	ชุมนุม	춤눔
모임을 갖다	สังสรรค์	쌍싼
모자	หมวก	무억
모자라다	ขาด	캇
	ไม่พอ	마이 퍼
모조품	ของเทียม	컹 티얌
모퉁이	มุม	뭄
목	คอ	커
목 베개	หมอนรองคอ	먼 렁 커
목걸이	สร้อย	써이
	สร้อยคอ	써이 커
목격하다	มองเห็น	멍 헨
목록, 카탈로그	รายการ	라이 깐
목사	บาทหลวง	밧 루엉
목성	ดาวพฤหัสบดี	다우 파르핫싸버디
목수	ช่างไม้	창 마이
목요일	วันพฤหัสบดี	완 파르핫싸버디
목욕탕	ห้องอาบน้ำรวม	헝 압남 루엄

목욕하다	อาบน้ำ	압 남
목장	ทุ่งเลี้ยงสัตว์	퉁 리양 쌋
목적	วัตถุประสงค์	왓투 쁘라쏭
목적지	จุดหมายปลายทาง	쭛 마이 쁠라이 탕
목표	เป้าหมาย	빠오 마이
목표로 하여 나아 가다, 의도하다	มุ่ง	뭉
목표 삼다, 겨냥하 다, 의도하다	มุ่งหมาย	뭉 마이
몫	ส่วนแบ่ง	쑤언 뱅
몰두하다, 전념하다	ก้มหน้า	꼼 나
몰수	การริบ	깐 립
몸, 신체	ร่างกาย	랑 까이
몸에 해롭다	เป็นอันตรายต่อ ร่างกาย	뻰 안따라이 떠 랑까이
몸을 굽히다	ก้มตัว	꼼 뚜어
몸이 안 좋다, 컨디션이 안 좋다	ไม่สบาย	마이 싸바이
몸살이 나다, 욱신거리다	ปวดเมื่อย	뿌엇 므어이
몸치	คนเต้นแข็ง	콘 뗀 캥
	คนเต้นไม่เป็น	콘 뗀 마이 뻰
몹시	นัก	낙
못	ตะปู	따뿌

못생기다	ขี้เหร่	키 레
	น่าเกลียด	나 끌리얏
묘지	สุสาน	쑤싼
무 [채소]	หัวผักกาด	후어 팍 깟
	หัวไชเท้า	후어 차이 타오
무감각하다, 마비되다, 저리다	ชา	차
무겁다	หนัก	낙
무게, 중량	น้ำหนัก	남 낙
무게를 달다	ชั่ง	창
무관심하다	ไม่สนใจ	마이 쏜짜이
무궁무진, 무제한	การไม่จำกัด	깐 마이 짬깟
	การไม่มีสิ้นสุด	깐 마이 미 씬쑷
무기	อาวุธ	아웃
무기력하다	อ่อนเพลีย	언 플리야
무너지다, 붕괴하다	พังทลาย	팡 탈라이
무늬	ลาย	라이
무대	เวที	웨티
무디다	ทื่อ	트
무례하다	หยาบคาย	얍 카이
무료	ฟรี	프리
무료로 먹다	กินฟรี	낀 프리
무료 입장	เข้าฟรี	카오 프리

무료 통화	การโทรฟรี	깐 토 프리
무릎	เข่า	카오
무릎을 꿇다	คุกเข่า	쿡 카오
무리	ฝูง	풍
무리하다	หักโหม	학 홈
무사하다	ปลอดภัย	쁠럿 파이
	สบายดี	싸바이 디
무서워하다	กลัว	끌루어
무스를 바르다	ทามูส	타 뭇
무시하다	ไม่ใส่ใจ	마이 싸이 짜이
	เพิกเฉย	픅ㅓ 츠ㅓ이
무엇	อะไร	아라이
무역	การค้า	깐 카
무좀	โรคน้ำกัดเท้า	록 남 깟 타오
무지개	รุ้ง	룽
	รุ้งกินน้ำ	룽 낀 남
무호흡	การหยุดหายใจไป ชั่วขณะ	깐 윳 하이 짜이 빠이 추어 카나
묶다	มัด	맛
문	ประตู	쁘라뚜
문구점	ร้านเครื่องเขียน	란 크르엉 키얀
문단속하다	ปิดประตูให้เรียบร้อย	삣 쁘라뚜 하이 리얍 러이

문법	ไวยากรณ์	와이야껀
문어, 문자 언어	ภาษาหนังสือ	파싸 낭쓰
문자	อักษร	악썬
문장	ประโยค	쁘라욕
문장의 간격, 공간	วรรค	왁
문제, 분쟁	ปัญหา	빤하
문제를 일으키다, 분란을 일으키다	เอาเรื่อง	아오 르엉
문제에 직면하다	ประสบปัญหา	쁘라쏩 빤하
문질러 닦다	ถู	투
문학	วรรณคดี	완나카디
문화	วัฒนธรรม	왓타나탐
문화유산	มรดกทางวัฒนธรรม	머라독 탕 왓타나탐
(땅에) 묻다, 매장하다	ฝัง	퐝
묻다, 질문하다	ถาม	탐
물	น้ำ	남
물에 빠지다	ตกน้ำ	똑 남
물에 잠기다, 범람하다	ท่วม	투엄
물에 젖다, 적시다	ชุ่ม	춤
물을 주다	รดน้ำ	롯 남
물건	ของ	컹
물건, 것, 사물	สิ่ง	씽

물놀이하다	เล่นน้ำ	렌 남
물다	กัด	깟
물류회사	บริษัทขนส่งสินค้า	버리쌋 콘쏭 씬카
물리치료	กายภาพบำบัด	까이야팝 밤밧
물병	กระติก	끄라띡
물세탁하다	ซักน้ำ	싹 남
물세탁하다, 정화하다	ฟอก	훡
물소, 버팔로	ควาย	콰이
물약	ยาน้ำ	야 남
물어보다	สอบถาม	썹 탐
물 주전자	กาน้ำ	까 남
물질, 본질	สาร	싼
물집	พุพอง	푸펑
물컵	แก้วน้ำ	깨우 남
물통	ถังน้ำ	탕남
뮤지컬	ละครเวที	라컨 웨티
미(美), 아름다움, 뷰티	ความงาม	쾀 응암
미국	อเมริกา	아메리까
	สหรัฐอเมริกา	싸하랏 아메리까
미국인	อเมริกัน	아메리깐
미끄럼 주의	ระวังลื่น	라왕 른

미끄럽다	ลื่น	른
미네랄	แร่	래
미녀	ผู้หญิงสวย	푸잉 쑤어이
미루다, 연기하다	เลื่อน	르언
미리	ล่วงหน้า	루엉 나
미망인, 과부	หม้าย	마이
미모	หน้าตาที่สวยงาม	나따 티 쑤어이 응암
미소 짓다, 웃다	ยิ้ม	임
미술	จิตรกรรม	찟뜨라깜
미얀마	พม่า	파마
	เมียนมาร์	미얀마
미용사	ช่างทำผม	창 탐폼
	ช่างเสริมสวย	창 씀ㅓ 쑤어이
미용실	ร้านเสริมสวย	란 씀ㅓ 쑤어이
미워하다	เกลียด	끌리얏
	เกลียดชัง	끌리얏 창
	รังเกียจ	랑 끼얏
	ไม่ชอบ	마이 첩
미인, 미인대회 수상자	นางงาม	낭 응암
미치다, 열광하다	บ้า	바
	คลั่งไคล้	클랑 클라이
미터	เมตร	멧

미혼모	แม่ที่มีบุตรแต่ไม่แต่งงาน (เนื่องจากไม่สามารถแต่งงานได้)	매̂ 티̂ 미̄ 붓̀ 때̀ 마̂이 땡̀ 응̄안 (느̄엉 짝̀ 마̂이 싸̌맛̂ 땡̀응̄안 다̂이)
	แม่เลี้ยงเดี่ยว	매̂ 리́양 디̀여우
미혼의	โสด	쏫̀
미혼이다	เป็นโสด	뻬̄ 쏫̀
민낯	หน้าสด	나̂ 쏫̀
민물고기	ปลาน้ำจืด	쁠̄라 남́쯧̀
민사법	กฎหมายแพ่ง	꼿̀ 마̌이 팽̂
민소매 옷	เสื้อแขนกุด	쓰̂어 캔̌ 꿋̀
민족	เชื้อชาติ	츠́어 찻̂
민주주의	ประชาธิปไตย	쁘̀라차̄팁́빠̀따̄이
믿다, 신뢰하다	เชื่อ	츠̂어
	เชื่อถือ	츠̂어 트̌
밀	ข้าวสาลี	카̂우 쌀̌리̄
밀다, 밀치다	ผลัก	플̀락
밀수품	ของเถื่อน	컹̌ 트̀언
밑바탕, 기반	พื้นฐาน	픈́ 탄̌
밑에, 아래에	ใต้	따̂이

ㄱ ㄴ ㄷ ㄹ ㅁ ㅂ ㅅ ㅇ ㅈ ㅊ ㅋ ㅌ ㅍ ㅎ

ㅂ

바깥쪽	ข้างนอก	캉 넉
바꾸다	เปลี่ยน	쁠리얀
	แลก	랙
바나나	กล้วย	끌루어이
바나나 잎	ใบตอง	바이 떵
바나나 잎으로 만든 용기	กระทง	끄라통
바느질	การเย็บผ้า	깐 옙파
바늘	เข็ม	켐
바다	ทะเล	탈레
바다 향기	กลิ่นอายของทะเล	끌린아이 컹 탈레
바닥, 지면, 표면	พื้น	픈
바닷가	ชายทะเล	차이 탈레
바닷가재	กุ้งมังกร	꿍 망껀
바라다	หวัง	왕
	ปรารถนา	쁘랏타나
바라보다	มอง	멍
바람	ลม	롬
바로, 다름 아닌	เอง	엥
바보	คนโง่	콘 응오

바비큐하다, 굽다	ย่าง	양
바쁘다	มีธุระ	미 투라
	ยุ่ง	융
바삭하다	กรอบ	끄럽
바위	ก้อนหินใหญ่	껀힌 야이
바이러스	ไวรัส	와이 랏
바지	กางเกง	깡껭
바퀴	ล้อ	러
박다, 치다, (망치로) 때리다	ตอก	떡
박물관	พิพิธภัณฑ์	피핏타판
박사 학위	ปริญญาเอก	빠린야 엑
박수를 치다	ตบมือ	똡 므
	ปรบมือ	쁘롭 므
박자	จังหวะ	짱와
밖	ด้านนอก	단 넉
반, 절반	ครึ่ง	크릉
	ครึ่งหนึ่ง	크릉 능
반, 학급	ชั้นเรียน	찬 리안
반갑다	ดีใจ	디 짜이
	ยินดี	인디
반대편에	ตรงข้าม	뜨롱 캄
반대하다, 이의를 제기하다	คัดค้าน	캇 칸

반듯하다	ตรง	뜨롱
반바지	กางเกงขาสั้น	깡껭 카싼
반박하다, 응수하다, 되받아치다	ตอกหน้า	떡 나
반복하다	ซ้ำ	쌈
반소매	เสื้อแขนสั้น	쓰어 캔 싼
반영하다	สะท้อน	싸턴
반응	การตอบสนอง	깐 떱 싸넝
반지	แหวน	왠
반찬	กับข้าว	깝 카우
반찬 가게	ร้านกับข้าว	란 깝 카우
반품하다	คืนสินค้า	큰 씬카
	ส่งสินค้าคืน	쏭 씬카 큰
반환	การคืน	깐 큰
반환을 청구하다	ขอคืน	커 큰
반환하다, 돌려주다	คืน	큰
받다	ได้รับ	다이 랍
받아들이다	รับ	랍
발	เท้า	타오
발 마사지하다	นวดเท้า	누엇 타오
발이 걸려 넘어지다	สะดุด	싸둣
발가락	นิ้วเท้า	니우 타오
발가벗다	แก้ผ้า	깨 파

발견하다	ค้นพบ	콘폽
발달하다	เจริญ	짜른ㅓ
	พัฒนา	팟타나
발뒤꿈치	ส้นเท้า	쏜 타오
발랄하다, 쾌활하다	รื่นเริง	른 릉ㅓ
발목	ข้อเท้า	커 타오
발바닥	ฝ่าเท้า	퐈 타오
발사하다, 방아쇠를 당기다	ลั่น	란
발생하다	เกิด	끗ㅓ
발아하다, 싹이 나다	งอก	응억
발음	การออกเสียง	깐 억 씨양
발전하다, 성장하다	พัฒนา	팟타나
	เจริญ	짜른ㅓ
발진	การขึ้นผื่น	깐 큰픈
발톱	เล็บเท้า	렙 타오
발표, 보고	การรายงาน	깐 라이 응안
발표하다	ประกาศ	쁘라깟
	เสนอผลงาน	싸너 폰 응안
	นำเสนอ	남 싸너
(빛이) 밝다	สว่าง	싸왕
밝은색	สีสด	씨 쏫

(발로) 밟다	เหยียบ	이얍
밤(栗)	เกาลัด	까올 랏
밤(夜), 야간	คืน	큰
밤 7시~밤 11시	ทุ่ม	툼
밤새	ตลอดคืน	딸럿 큰
	ทั้งคืน	탕 큰
밤새도록, 새벽까지, 아침까지	โต้รุ่ง	또룽
밤에	ตอนกลางคืน	떤 끌랑 큰
밤중, 야간	กลางคืน	끌랑 큰
밥, 쌀	ข้าว	카우
밧(태국 화폐)	บาท	밧
밥솥	หม้อหุงข้าว	머 훙 카우
방	ห้อง	헝
방광염	กระเพาะปัสสาวะอักเสบ	끄라퍼 빳싸와 악쎕
방귀	ตด	똣
	การผายลม	깐 파이 롬
방귀를 뀌다	ตด	똣
방금, 바로 지금	พึ่ง	픙
방금 ~하다	เพิ่ง	픙ㅓ
방문하다	เยี่ยม	이얌
방법, 방식	วิธี	위티
방사선	รังสี	랑씨

방사선과	แผนกรังสีวิทยา	파낵 랑씨 윗타야
방사선실	ห้องรังสี	헝 랑씨
방석, 쿠션	เบาะ	버
방송	การกระจายเสียง	깐 끄라짜이 씨양
방송하다	กระจายเสียง	끄라짜이 씨양
방수하다	กันน้ำ	깐 남
방울져 떨어지다	หยด	욧
방충망	มุ้งลวด	뭉 루엇
방콕	กรุงเทพฯ	끄룽텝
방학	ปิดเทอม	삣 틈ㅓ
방해하다	ขัดขวาง	캇 쾅
	กีดขวาง	낏 쾅
방향, 쪽	ทิศ	팃
	ทิศทาง	팃 탕
밭	ไร่	라이
배(梨)	ลูกแพร์	룩 패
	ลูกสาลี่	룩 쌀리
배(腹)	ท้อง	텅
배가 아프다	ปวดท้อง	뿌엇 텅
배(船)	เรือ	르어
배를 타다	นั่งเรือ	낭 르어
	ลงเรือ	롱 르어

배고프다	หิว	히̌우
	หิวข้าว	히̌우 카̂우
배관공	ช่างประปา	창̂ 쁘라̀빠̄
배구	วอลเลย์บอล	월̄레̄번̄
배기관	ท่อไอเสีย	터̂ 아̄이 시̌아
배꼽	สะดือ	싸̀드̄
배낭여행	การเที่ยวแบบแบ็กแพ็ค	깐̄ 티̂여우 뱁̀ 백̀팩́
배달하다	ส่งให้	쏭̀ 하̂이
	จัดส่งให้	짯̀ 쏭̀ 하̂이
배드민턴	แบดมินตัน	뱃̀민̄딴̄
배려하다	เอาใจใส่	아̄오 짜̄이 싸̀이
배를 젓다	แจวเรือ	째̄우 르̄어
배부르다	อิ่ม	임̀
배부하다	แจก	짹̀
배설물	มูลสัตว์	문̄ 쌋̀
배송	การส่ง	깐̄ 쏭̀
	การส่งมอบ	깐̄ 쏭̀멉̂
	การส่งสินค้า	깐̄ 쏭̀ 씬̌카́
배송하다	จัดส่งให้	짯̀ 쏭̀ 하̂이
배우	ดารา	다̄라̄
	นักแสดง	낙́ 싸̀댕̄
배우다, 공부하다	เรียน	리̄안

배우자	คู่ครอง	쿠 크렁
배웅하다	ไปส่ง	빠이 쏭
배추	ผักกาดขาว	팍 깟카우
배터리	แบตเตอรี่	뱃뜨ㅓ리
배편	ทางเรือ	탕 르어
배필, 천생연분	เนื้อคู่	느어 쿠
백, 100	ร้อย	러이
백만	ล้าน	란
백만장자, 부호, 부자	เศรษฐี	쎗티
백반	อาหารชุดเกาหลี	아한 춧 까올리
백신	วัคซีน	왁씬
백신 접종	ปลูกฝี	쁠룩 퓌
백합	ดอกลิลลี่	덕 릴리
백화점	ห้างสรรพสินค้า	항 쌉파씬카
뱀	งู	응우
뱉다	ขาก	칵
	ถ่ม	톰
	ถุย	투이
버리다	ทิ้ง	팅
버섯	เห็ด	헷
버스	รถบัส	롯 밧
	รถเมล์	롯 메

버스를 타다	ขึ้นรถเมล์	큰 롯메
	นั่งรถเมล์	낭 롯메
버스 정류장	ป้ายรถเมล์	빠이 롯메
버스 터미널	สถานีขนส่งผู้โดยสาร	싸타니 콘쏭 푸 도이싼
버스표	ตั๋วรถทัวร์	뚜어 롯 투어
버킷 리스트	รายการสิ่งที่อยากทำ ก่อนตาย	라이 깐 씽 티 약 탐 껀 따이
버터	เนย	느 ㅓ이
번, ~회	ครั้ง	크랑
번개	ฟ้าแลบ	퐈 랩
벼락	ฟ้าผ่า	퐈 파
번역가	นักแปล	낙 쁠래
번역하다	แปล	쁠래
번호	เบอร์	브 ㅓ
	รหัส	라핫
	เลข	렉
	หมายเลข	마이 렉
벌, 꿀벌	ผึ้ง	픙
(법률상의) 벌	โทษ	톳
벌금	ค่าปรับ	카 쁘랍
벌레	หนอน	넌
벌목하다	ตัดไม้	땃 마이
벌칙	บทลงโทษ	봇 롱 톳

범죄, 범행	อาชญากรรม	앗차야깜
범퍼	กันชน	깐촌
법, 법률, 법령	กฎหมาย	꼿 마이
법원	ศาล	싼
법학	นิติศาสตร์	니띠쌋
벗, 친구	เพื่อน	프언
	มิตร	밋
벗기다, 깎다	ปอก	뻑
벗다	ถอด	텃
베개	หมอน	먼
베갯잇	ปลอกหมอน	쁠럭 먼
베끼다, 발췌하다	คัด	캇
(풀을) 베다, (잔디를) 깎다	ดาย	다이
베란다	ระเบียง	라비양
베이다	บาด	밧
베이컨	หมูเค็ม	무 켐
베트남	เวียดนาม	위얏남
벨, 종	กริ่ง	끄링
벨트, 허리띠	เข็มขัด	켐 캇
벼	ข้าวเปลือก	카우 쁠르억
벼 이삭	รวงข้าว	루엉 카우
벼락	ฟ้าผ่า	퐈 파
벽	ผนัง	파낭

벽돌공	ช่างก่ออิฐ	창̂ 꺼̀ 잇̀
변경하다	เปลี่ยน	쁠리̀얀
변기	ชักโครก	착́ 크록̂
변명, 사과 말	คำขอโทษ	캄̄ 커̌톳̂
변명하다	แก้ตัว	깨̂ 뚜̄어
변비	ท้องผูก	텅́ 푹̀
변비약	ยาถ่าย	야̄ 타̀이
변소	ส้วม	쑤̂엄
변하다	เปลี่ยน	쁠리̀얀
변함없이 예쁘다	สวยไม่เปลี่ยน	쑤̌어이 마̂이 쁠리̀안
변호사	ทนายความ	타́나̄이 쾀̄
~로 (변화)되다	กลายเป็น	끌라̄이 뻰̄
변화하다	เปลี่ยนแปลง	쁠리̀얀 쁠랭̄
변화해 가다	กลาย	끌라̄이
별	ดวงดาว	두̄엉 다̄우
	ดาว	다̄우
병(瓶)	ขวด	쿠̀엇
병을 앓다, 병이 나다	เป็นโรค	뻰̄ 록̂
병가	ลาป่วย	라̄ 뿌̀어이
병실	ห้องคนไข้	헝̂ 콘̄ 카̂이
병아리	ลูกไก่	룩̂ 까̀이
병원	โรงพยาบาล	롱̄ 파́야̄반̄
보건, 위생	อนามัย	아̀나̄마̄이

보고 싶다, 그립다	คิดถึง	킷틍
보고서	รายงาน	라이 응안
보고하다	รายงาน	라이 응안
보관하다	เก็บ	껩
보급률	อัตราการแพร่ขยาย	앗뜨라 깐 프래 카야이
보내다	ส่ง	쏭
보너스	โบนัส	보낫
보다(見)	ดู	두
~보다(비교급), ~이상으로	กว่า	꽈
보다 많이, ~이상	มากกว่า	막 꽈
보다 적은	น้อยกว่า	너이 꽈
보도, 인도	ทางเท้า	탕 타오
보라색	สีม่วง	씨 무엉
보람	ความไม่เสียแรงเปล่า	쾀 마이 씨아 랭 쁠라오
보리	ข้าวบาร์เลย์	카우 바레
보복하다, 복수하다	แก้เผ็ด	깨 펫
보상금	เงินชดเชย	응은ㅓ 촛 츠ㅓ이
보상하다	ชดเชย	촛 츠ㅓ이
	ทดแทน	톳 탠
보석	พลอย	플러이
	เพชรพลอย	펫 플러이

보수, 사례	ค่าตอบแทน	카 떱탠
보약	ยาบำรุง	야 밤룽
보육원	สถานเลี้ยงเด็ก	싸탄 리양 덱
보이다	มองเห็น	멍 헨
	เห็น	헨
보장하다, 보험 들다	ประกัน	쁘라깐
보조 배터리, 예비 배터리	แบตสำรอง	뱃 쌈렁
보조 침대	เตียงเสริม	띠양 씀ㅓ
보조교사	ครูผู้ช่วย	크루 푸 추어이
보존하다	อนุรักษ์	아누락
보증금	ค่ามัดจำ	카 맛짬
보증서	ใบรับรอง	바이 랍렁
보증하다	รับรอง	랍렁
보통	ปกติ	뽁까띠
	ธรรมดา	탐마다
보통예금	บัญชีธรรมดา	반치 탐마다
보통의, 평범한	สามัญ	싸만
보행기	รถหัดเดินเด็ก	롯 핫 든ㅓ 덱
보행자	คนเดินถนน	콘 든ㅓ 타논
보험	ประกันภัย	쁘라깐 파이
보험 들다	ทำประกันภัย	탐 쁘라깐 파이

보험 증권	กรมธรรม์ประกันภัย	끄롬마탄 쁘라깐 파이
보험 회사	บริษัทประกันภัย	버리쌋 쁘라깐 파이
보호자, 통치자	ผู้ปกครอง	푸 뽁크렁
보호하다	คุ้มครอง	쿰 크렁
복, 덕	บุญ	분
복구하다	เรียกคืน	리약 큰
복사기	เครื่องถ่ายเอกสาร	크르엉 타이 엑까싼
복사용지	กระดาษก๊อบปี้	끄라닷 껍삐
복사하다	ก๊อบปี้	껍삐
	สำเนา	쌈나오
	ถ่าย	타이
복숭아	ลูกท้อ	룩 터
	ลูกพีช	룩 핏
복습하다	ทบทวนบทเรียน	톱 투언 봇 리안
복잡하다	ซับซ้อน	쌉 썬
	ยุ่งยาก	융 약
	วุ่นวาย	운 와이
복지	สวัสดิการ	싸왓디깐
복통	อาการปวดท้อง	아깐 뿌엇 텅
복합기	เครื่องพิมพ์อเนกประสงค์	크르엉 핌 아넥 쁘라쏭
볶다	ผัด	팟
볶음 쌀국수	ก๋วยเตี๋ยวผัด	꾸어이 띠여우 팟

볶음밥	ข้าวผัด	카우 팟
본명	ชื่อจริง	츠 찡
본사	สำนักงานใหญ่	쌈낙 응안 야이
볼, 뺨	แก้ม	깸
볼링	โบว์ลิ่ง	보링
봄	ฤดูใบไม้ผลิ	르두 바이 마이 플리
봉사하다	บริการ	버리깐
	อาสาสมัคร	아싸싸막
봉사활동	กิจกรรมจิตอาสา	낏짜깜 찟 아싸
봉오리	ดอกไม้ตูม	덕 마이 뚬
봉지, 자루	ถุง	퉁
봉투, 케이스, 통, 갑	ซอง	썽
부가가치세	ภาษีมูลค่าเพิ่ม	파씨 문라카 픔ㅓ
부교수	รองศาสตราจารย์	렁 쌋싸뜨라짠
부근, 지역	บริเวณ	버리웬
부끄럽다	อาย	아이
부담스럽다, 부담 갖다	เกรงใจ	끄렝 짜이
부동산	อสังหาริมทรัพย์	아쌍하리마쌉
부드럽다	นิ่ม	님
	นุ่มนวล	눔 누언
부딪치다	ชน	촌

부러워하다, 부럽다	อิจฉา	잇차
부러지다, 꺾다	หัก	학
부르다	เรียก	리약
부리	จะงอยปาก	짜응어이 빡
부모	พ่อแม่	퍼 매
부부	สามีภรรยา	싸미 판라야
부분, 지역, 구역	ภาค	팍
부사장	รองประธานกรรมการ	렁 쁘라탄 깐마깐
부산물	ผลพลอยได้	폰 플러이 다이
부상하다	บาดเจ็บ	밧쩹
부서, 부(部)	แผนก	파낵
부속학교	โรงเรียนสาธิต	롱리안 싸팃
부스럼	โพรงหนอง	프롱 넝
부엌, 주방	ห้องครัว	헝 크루어
부유(富有)하다	รวย	루어이
	มั่งมี	망미
부자(富者)	คนรวย	콘 루어이
부작용	ผลข้างเคียง	폰 캉 키양
부장[직위]	หัวหน้าฝ่าย	후어 나 퐈이
부적	ของดี	컹 디
부전공	วิชาโท	위차 토
부정행위를 하다	ทุจริต	툿짜릿

ㄱ ㄴ ㄷ ㄹ ㅁ ㅂ ㅅ ㅇ ㅈ ㅊ ㅋ ㅌ ㅍ ㅎ

부주의	ความไม่ระวัง	쾀 마이 라왕
부족하다	ไม่พอ	마이 퍼
	ขาดแคลน	캇 클랜
부지런하다, 열심히 하다	ขยัน	카얀
부채춤	ระบำพัดเกาหลี	라밤 팟 까올리
부추	กุยช่าย	꾸이차이
부탁하다	ขอร้อง	커 렁
~부터	ตั้งแต่	땅때
부품	ส่วนประกอบ	쑤언 쁘라껍
	อะไหล่	아 라이
부하	ลูกน้อง	룩 넝
북, 북쪽	เหนือ	느어
북(鼓), 드럼, 장고	กลอง	끌렁
북극	ขั้วโลกเหนือ	쿠어 록 느어
북부	ภาคเหนือ	팍 느어
북서쪽	ทิศตะวันตกเฉียงเหนือ	팃 따완 똑 치양 느어
북쪽	ทิศเหนือ	팃 느어
북한	เกาหลีเหนือ	까올리 느어
(시간의) 분	นาที	나티
분리되다	แยก	액
분만실	ห้องคลอด	헝 클럿

분말	แป้ง	뺑
분명하다	ชัดเจน	찻 쩬
분명히	อย่างแน่นอน	양 내넌
분무기	เครื่องพ่น	크르엉 폰
분배하다	แจกจ่าย	짹 짜이
분사하다	ฉีด	칫
분석	การวิเคราะห์	깐 위크러
분석하다	วิเคราะห์	위크러
분수(噴水)	น้ำพุ	남 푸
분실물	สิ่งของที่หาย	씽컹 티 하이
분실물센터	ศูนย์รับแจ้งของหาย	쑨 랍쨍 컹 하이
분실하다	ทำหาย	탐 하이
(연구, 학문 등) 분야, 쪽(측), 쪽(편), 면	ด้าน	단
분위기	บรรยากาศ	반야깟
분포하다, 분산하다	กระจาย	끄라짜이
분홍	ชมพู	촘푸
분홍색	สีชมพู	씨 촘푸
불	ไฟ	퐈이
불에 닿다, (뜨거운 물에) 데다	ลวก	루억
불에 타다	ไหม้	마이
불을 붙이다	จุดไฟ	쭛 퐈이

불을 켜다	เปิดไฟ	쁫 ㅓ 퐈이
불이 나다	ไฟไหม้	퐈이 마이
불가능하다	เป็นไปไม่ได้	뻰 빠이 마이 다이
불고기	เนื้อย่างเกาหลี	느어 양 까올리
불교	พุทธศาสนา	풋타쌋싸나
	ศาสนาพุทธ	쌋싸나 풋
(바람이) 불다	พัด	팟
(입으로) 불다	เป่า	빠오
불리하다	เสียเปรียบ	씨아 쁘리얍
불만족스럽다	ไม่พอใจ	마이 퍼 짜이
불면증	อาการนอนไม่หลับ	아깐 넌 마이 랍
불법이다	ผิดกฎหมาย	핏 꼿마이
불쑥 말하다	พูดตรง	풋 뜨롱
불운하다, 불행하다	โชคไม่ดี	촉 마이 디
	โชคร้าย	촉 라이
불임수술	การผ่าตัดทำหมัน	깐 파땃 탐만
불편하다	ไม่สะดวก	마이 싸두억
	ไม่สบาย	마이 싸바이
불평하다, 호소하다	ร้องเรียน	렁 리안
붉은 개미	มดแดง	못 댕
붐비다, 가득하다	แน่น	낸
붓	พู่กัน	푸깐
(눈, 얼굴 등이) 붓다	บวม	부엄

(액체 등을) 붓다	ริน	린
붕어	ปลาตะเพียน	쁠라 따피안
붙다, 붙이다	ติด	띳
브라질	บราซิล	브라씬
브레이크	เบรก	브렉
브레이크 등	ไฟเบรก	퐈이 브렉
브로커, 소개인, 중개인	นายหน้า	나이 나
블랙리스트	บัญชีดำ	반치 담
블로그	บล็อก	블럭
블록	ตัวต่อ	뚜어 떠
비	ฝน	폰
비교적	ค่อนข้าง	컨 캉
비교하다	เปรียบ	쁘리압
	เปรียบเทียบ	쁘리압 티압
비난하다	หาว่า	하 와
비누	สบู่	싸부
(시간이) 비다, (공간이) 비다	ว่าง	왕
비둘기	นกพิราบ	녹 피랍
비로 쓸다	กวาด	꽛
비록 ~일지라도	ถึงแม้ว่า	틍매와
	แม้	매
비료	ปุ๋ย	뿌이

비린내 나다	คาว	카-우
비명을 지르다, 외치다, 소리지르다	ส่งเสียง	쏭 씨양
비밀	ความรับ	쾀 랍
비밀을 누설하다	เผย	프ㅓ이
비밀리에, 남이 모르는	ลับ	랍
비비다, 문지르다	ขยี้	카이
비빔 쌀국수	ก๋วยเตี๋ยวแห้ง	꾸어이 띠여우 행
비상구	ทางออกฉุกเฉิน	탕 억 축츤ㅓ
	ประตูฉุกเฉิน	쁘라뚜 축츤ㅓ
비상의, 위급한, 급박한	ฉุกเฉิน	축츤ㅓ
비서	เลขา	레카
	เลขานุการ	레카누깐
비수기	ช่วงนอกฤดูท่อง เที่ยว	추엉 넉 르두 텅 티여우
비스킷	ขนมปังกรอบ	카놈 빵 끄럽
비슷하다, 유사하다	คล้าย	클라이
비싸다	แพง	팽
비애를 느끼다, 애수를 느끼다	อาลัย	알라이
비어 있다	ว่างอยู่	왕 유
비위를 맞추다, 속 달래다	เอาใจ	아오 짜이

비율	อัตรา	앗뜨라
비자	วีซ่า	위싸
비전	วิสัยทัศน์	위싸이 탓
비정규교육	การศึกษานอกระบบ	깐 쓱싸 넉 라봅
비정상, 이상	ผิดปกติ	핏 뽁까띠
비집어 열다, 억지로 열다	งัด	응앗
비추다, 투사하다	ฉาย	차이
비축하다	สำรอง	쌈렁
비치다	ส่องแสง	썽 쌩
	ส่องสว่าง	썽 싸왕
비타민	วิตามิน	위따민
비틀다	บิด	빗
비평가	นักวิจารณ์	낙 위짠
비하인드	เบื้องหลัง	브엉 랑
비행	เที่ยวบิน	티여우 빈
비행기	เครื่องบิน	크르엉 빈
(비행기, 배를 셀 때) ~대	ลำ	람
비행기를 놓치다	ตกเครื่องบิน	똑 크르엉 빈
비행기표	ตั๋วเครื่องบิน	뚜어 크르엉 빈
빈방	ห้องว่าง	헝 왕
빈 좌석	ที่ว่าง	티 왕
빈손	มือเปล่า	므 쁠라오

빌다, 기도하다, 염불하다	สวดมนต์	쑤엇 몬
빌라	ที่พักแบบวิลล่า	티팍 뱁 윈라
빌리다, 꾸다	กู้	꾸
	ขอยืม	커 이음
(머리를) 빗다	หวี	위
빗자루, 비	ไม้กวาด	마이 꽛
빚	หนี้	니
빚을 갚다	จ่ายหนี้	짜이 니
빚다, 조각하다	ปั้น	빤
빛, 광선	แสง	쌩
빛나다, 비추다	ส่อง	썽
빠르다	เร็ว	레우
빤히 쳐다보다, 응시하다	จ้อง	쩡
빨간색	สีแดง	씨 댕
빨갛다, 붉다	แดง	댕
빨대, 튜브	หลอด	럿
빨래	การซักผ้า	깐 싹파
빨래하다	ซักผ้า	싹 파
빨아먹다, 흡수하다	ดูด	둣
빵	ขนมปัง	카놈 빵

빼다	เอาออก	아오 억
	ลบออก	롭 억
빽빽하다, 밀집하다	หนาแน่น	나 낸
뻔뻔하다	หน้าด้าน	나 단
뼈	กระดูก	끄라둑
뽐내다, 자랑하다, 허풍 떨다	โอ้อวด	오 우엇
뽑다	ถอน	턴
	ดึงออก	등 억
뾰족하다	แหลม	램
뿌리	ราก	락
뿌리다	โปรย	쁘로이
삐다	แพลง	플랭
삐뚤게 난 치아	ฟันเก	퐌 께

사각팬티	กางเกงในบ็อกเซอร์	깡껭 나이 벅쓰ㅓ
사거리	สี่แยก	씨 얙
사건, 소송	คดี	카디
사건이 발생하다	เกิดเหตุ	끗ㅓ헷
사격하다	ยิงปืน	잉 쁜
사고(事故)	อุบัติเหตุ	우밧띠헷
사과[과일]	แอปเปิ้ล	앺쁜
사과하다	ขอโทษ	커 톳
	ขออภัย	커 아파이
사교육	การศึกษาเอกชน	깐 쓱싸 엑까촌
	การศึกษานอกโรงเรียน	깐 쓱싸 넉 롱리안
사귀다	คบ	콥
사기	การหลอกลวง	깐 럭 루엉
	การฉ้อโกง	깐 처 꽁
사납다	ดุ	두
사냥꾼	นายพราน	나이 프란
사냥하다	ล่าสัตว์	라 쌋
사다, 구입하다	ซื้อ	쓰
사라지다, 없어지다	หาย	하이

사람	ชาว	차우
사람 (접두어)	ผู้	푸
사람, 명(사람을 세는 수량사)	คน	콘
사랑	ความรัก	쾀 락
사랑에 빠지다	หลงรัก	롱 락
	ตกหลุมรัก	똑 룸 락
사랑니	ฟันกรามซี่สุดท้าย	퐌끄람 씨 쑷타이
사랑스럽다, 매력적이다, 멋지다	น่าเอ็นดู	나 엔두
사랑하다	รัก	락
사립대학교	มหาวิทยาลัยเอกชน	마하 윗타야라이 엑까촌
사립학교	โรงเรียนเอกชน	롱리안 엑까촌
사마귀, 혹	หูด	훗
사무소, 사무실	สำนักงาน	쌈낙 응안
사무원	เสมียน	싸미얀
사무총장	เลขาธิการ	레카티깐
사물, 용품, 물건	สิ่งของ	씽 컹
사상, 사조	มโนคติ	마노 카띠
사소한 일	เรื่องเล็ก	르엉 렉
사슴	กวาง	꽝
사실	ข้อเท็จจริง	커 텟찡
	ความเป็นจริง	쾀 뻰 찡
사악하다	ร้าย	라이

사업	ธุรกิจ	투라낏
사업가	นักธุรกิจ	낙 투라낏
사업 경영	บริหารธุรกิจ	버리한 투라낏
사업을 확장하다	ขยายกิจการ	카야이 낏짜깐
사업 파트너	หุ้นส่วน	훈 쑤언
사용량	ปริมาณที่ใช้	빠리만 티 차이
사용법	วิธีใช้	위티 차이
	วิธีการใช้	위티 깐 차이
사용 중	ไม่ว่าง	마이 왕
사용하다, 이용하다	ใช้	차이
사원, 절, 수도원	วัด	왓
사원증	บัตรประจำตัว พนักงาน	밧 쁘라짬 뚜어 파낙응안
사월, 4월	เมษายน	메싸욘
사위	ลูกเขย	룩 크ㅓ이
사이, 틈, 공백, 격차	ช่องว่าง	청 왕
사이가 나쁘다	ผิดใจ	핏 짜이
사이에, ~중에	ระหว่าง	라왕
사자[동물]	สิงโต	씽또
사장	ประธาน	쁘라탄
	ประธานกรรมการ	쁘라탄 깜마깐
사전(事典)	พจนานุกรม	폿짜나누끄롬

사직하다	ลาออก	라 억
사진	รูป	룹
	รูปถ่าย	룹 타이
	รูปภาพ	룹 팝
사진을 찍는 곳	จุดถ่ายรูป	쭛 타이 룹
사진을 확대하다	ขยายรูป	카야이 룹
사진 찍다	ถ่ายรูป	타이 룹
사진작가, 사진사	ช่างภาพ	창 팝
사촌	ลูกพี่ลูกน้อง	룩 피 룩 넝
사치하다	ฟุ่มเฟือย	품 프어이
사탕	ลูกอม	룩 옴
사탕수수	อ้อย	어이
사테(꼬치구이)	สะเต๊ะ	싸떼
사투리, 방언	ภาษาถิ่น	파싸 틴
사표	ใบลาออก	바이 라억
사회(社會)	สังคม	쌍콤
사회자	พิธีกร	피티 껀
사회학자	นักสังคมวิทยา	낙 쌍콤 윗타야
산(山)	ภูเขา	푸 카오
산과 전문의	สูติแพทย์	쑷 팻
산등성이, 고개	สันเขา	싼 카오
산보하다	ไปเดินเล่น	빠이 든ㅓ렌
산봉우리, 산꼭대기	ยอดดอย	엿 더이

산부인과	แผนกสูตินรีเวช	파낵 쑷 나리웻
산소(酸素)	ออกซิเจน	억씨쩬
산수	เลขคณิต	렉 카닛
산업	อุตสาหกรรม	웃싸하깜
산정하다	ประเมิน	쁘라믄ㅓ
산책하다	เดินเล่น	든ㅓ렌
산행하다, 등산하다	ปีนเขา	삔 카오
산호	ปะการัง	빠까랑
살(나이 : 12세 이하의 아이에게 사용)	ขวบ	쿠업
살다, 의지하다	อาศัย	아싸이
살짝 담그다, 적시다	จิ้ม	찜
살충제	ยาฆ่าแมลง	야 카 말랭
살펴보다	พิจารณาดู	피짜라나 두
살피다	สังเกต	쌍껫
삶, 인생, 목숨	ชีวิต	치윗
삶다	ต้ม	똠
삶은 달걀	ไข่ต้ม	카이 똠
삼각자	ไม้บรรทัด สามเหลี่ยม	마이 반탓 쌈 리얌
삼거리	สามแยก	쌈 액
삼겹살	หมูสามชั้น	무 쌈 찬
삼계탕	ไก่ตุ๋นโสม	까이 뚠 쏨

삼림, 숲	ป่าไม้	빠 마이
삼색, 삼색기 (태국 국기)	ไตรรงค์	뜨라이 롱
3월	มีนาคม	미나콤
삼촌	อา	아
삼키다	กลืน	끌른
삽	พลั่ว	플루어
삽입하다	แทรก	쌕
	สอด	썻
상, 포상	รางวัล	랑완
상기시키다, 경고하다, 주의를 주다	เตือน	뜨언
상담 교사	ครูที่ปรึกษา	크루 티 쁘륵싸
	ครูแนะแนว	크루 내 내우
상담하다	ปรึกษา	쁘륵싸
상무	ผู้จัดการทั่วไป	푸 짯깐 투어 빠이
상사, 보스	หัวหน้า	후어 나
상상하다	จินตนาการ	찐따나깐
상수도	การประปา	깐 쁘라빠
상심하다, 후회하다	เสียใจ	씨아 짜이
상어	ปลาฉลาม	쁠라 찰람
상업	การค้า	깐 카
	พาณิชย์	파닛

ㄱ ㄴ ㄷ ㄹ ㅁ ㅂ ㅅ ㅇ ㅈ ㅊ ㅋ ㅌ ㅍ ㅎ

상영 중	กำลังฉายอยู่	깜랑 차이 유
상영하다	ฉาย	차이
상위(上位)	ระดับสูง	라답 쑹
	ตำแหน่งสูง	땀냉 쑹
	อันดับสูง	안답 쑹
상의	เสื้อ	쓰어
상의하다	ปรึกษาหารือ	쁘륵싸 하르
상자, 박스	กล่อง	끌렁
상처	แผล	플래
상처가 나다	เป็นแผล	뻰 플래
상처를 소독하다	ล้างแผล	랑 플래
상처 입다, 부상하다	ได้รับบาดเจ็บ	다이 랍 밧쩹
상추	ผักกาดหอม	팍 깟험
상쾌하다, 청명하다	สดชื่น	솟츤
상태	สภาพ	싸팝
	สภาวะ	싸파와
상품 수주	การสั่งสินค้า	깐 쌍 씬카
상품 카탈로그	แคตตาล็อกสินค้า	캣딸럭 씬카
상품(상)	ของรางวัล	컹 랑완
상품(제품)	สินค้า	씬카
상품권	บัตรสมนาคุณ	밧 싸마나쿤
	บัตรกำนัล	밧 깜난
(물건이) 상하다	เสีย	씨아

상황	สถานการณ์	싸타나깐
새[조류]	นก	녹
새 단락	ย่อหน้า	여 나
새 상품	สินค้าใหม่	씬카 마이
새것, 새로운 물건	ของใหม่	컹 마이
새기다, 조각하다	แกะสลัก	깨 쌀락
	แกะ	깨
(동물의) 새끼	ลูกสัตว์	룩 쌋
새끼손가락	นิ้วก้อย	니우 꺼이
새다, 누설되다	รั่ว	루어
새롭다	ใหม่	마이
새벽	เช้าตรู่	차오 뜨루
	รุ่งอรุณ	룽 아룬
	เช้ามืด	차오 믓
새우	กุ้ง	꿍
새콤달콤하다	เปรี้ยวหวาน	쁘리여우 완
새해	ปีใหม่	삐 마이
색상	สี	씨
색연필	ดินสอสี	딘써 씨
색칠 공책	สมุดระบายสี	싸뭇 라바이씨
색칠하다	ระบายสี	라바이 씨
생각	ความคิด	쾀 킷
생각을 바꾸다, 맘을 달리 먹다	เปลี่ยนใจ	쁠리얀 짜이

생각하다	คิด	킷
생각해 보다	คิดดู	킷 두
생강	ขิง	킹
생계를 꾸려 나가다, 생활비를 벌다	เลี้ยงชีพ	리양 칩
생과일 주스	น้ำผลไม้ปั่น	남 폰라마이 빤
생기게 하다, 일으키다	ก่อ	꺼
생기 있다, 활기 있다	มีชีวิตชีวา	미 치윗 치와
생리	งานประจำเดือน	응안 쁘라짬 드언
생리대	ผ้าอนามัย	파 아나마이
생리통	ปวดประจำเดือน	뿌엇 쁘라짬 드언
생명보험	ประกันชีวิต	쁘라깐 치윗
생산	การผลิต	깐 팔릿
생산 방식	วิธีการผลิต	위티 깐 팔릿
생산 설비	เครื่องมือในการผลิต	크르엉 므 나이 깐 팔릿
생산가	ราคาต้นทุน	라카 똔툰
생산물, 산물	ผลิตผล	팔릿따폰
생산부	ฝ่ายผลิต	퐈이 팔릿
생산성	กำลังผลิต	깜랑 팔릿
	สภาพการผลิต	싸팝 깐 팔릿
생산자	ผู้ผลิต	푸 팔릿
생산하다, 제조하다	ผลิต	팔릿

생생하다	แจ่มชัด	짬 찻
	สดใส	쏫 싸이
생선	ปลา	쁠라
생선구이	ปลาเผา	쁠라 파오
생선회	ปลาดิบ	쁠라 딥
생수	น้ำแร่	남 래
생일	วันเกิด	완 끗ㅓ
생일 파티	งานวันเกิด	응안 완끗ㅓ
생크림	ครีมสด	크림 쏫
생태계	ระบบนิเวศ	라놉 니웻
생태관광	การท่องเที่ยวเชิงนิเวศ	깐 텅 티여우 층ㅓ 니웻
생활	ความเป็นอยู่	쾀 뻰 유
	การดำรงชีวิต	깐 담롱 치윗
생활비, 물가	ค่าครองชีพ	카 크렁 칩
샤워하다	อาบน้ำ	압 남
샴푸하다	สระผม	싸 폼
서(서쪽), 서양	ตะวันตก	따완 똑
서기관	เลขานุการ	레카누깐
서다	ยืน	이은
서두르다	รีบ	립
서둘러 하다, 재촉하다	เร่ง	렝
서랍	ลิ้นชัก	린착

서로, 함께	กัน	깐
서류, 문서	เอกสาร	엑까싼
서류함	ตู้เก็บเอกสาร	뚜 껩 엑까싼
서른, 30	สามสิบ	쌈 씹
서명하다	เซ็น	쎈
	เซ็นชื่อ	쎈 츠
	ลงชื่อ	롱 츠
서비스	บริการ	버리깐
서비스 요금	ค่าบริการ	카 버리깐
서서히, 드물게, 거의~	ค่อย	커이
서술하다	เล่า	라오
서양인, 서양 사람	คนตะวันตก	콘 따완 똑
서예	การเขียนพู่กัน	깐 키안 푸깐
서운해 하다, 섭섭해 하다	น้อยใจ	너이 짜이
서울	กรุงโซล	끄룽쏜
서재	ห้องอ่านหนังสือ	헝 안 낭쓰
서점	ร้านหนังสือ	란 낭쓰
서쪽	ทิศตะวันตก	팃 따완 똑
서투르다	ไม่ชำนาญ	마이 참난
	ไม่ชิน	마이 친
서핑	กีฬาโต้คลื่น	낄라 또 클른
석가탄신일	วันวิสาขบูชา	완 위싸카부차

석사 학위	ปริญญาโท	빠̀린̄야̄ 토̄
석탄	ถ่าน	탄̀
섞다, 혼합하다	ผสม	파̀쏨̌
선(線)	เส้น	쎈̂
선(善), 선함, 선행, 착함, 덕	ความดี	쾀̄ 디̄
선거	การเลือกตั้ง	깐̄ 르̂억 땅̂
선거하다, 투표하다	เลือกตั้ง	르̂억 땅̂
선글라스	แว่นตากันแดด	왠̂ 따̄ 깐̄ 댓̀
선물	ของขวัญ	컹̌ 콴̌
선물하다	ให้ของขวัญ	하̂이 컹̌ 콴̌
선반, 책꽂이, 가판대, 좌판	หิ้ง	힝̂
선발 시험	การสอบคัดเลือก	깐̄ 썹̀ 캇́ 르̂억
선발하다	คัดเลือก	캇́ 르̂억
선배	รุ่นพี่	룬̂ 피̂
선생님	ครู	크̄루
선수단	ทีมนักกีฬา	팀̄ 낙́ 끼̄라̄
선심	ผู้ช่วยกรรมการ	푸̂ 추̂어이 깜̄마́깐̄
선잠 자다, 잠깐 졸다, 눈 붙이다	งีบหลับ	응̂입 랍̀
선적하다	บรรทุกเรือ	반̄툭́ 르̄아
선택하다	เลือก	르̂억
선풍기	พัดลม	팟́ 롬̄

설, 새해	วันขึ้นปีใหม่	완 큰 삐 마이
설거지하다	ล้างจาน	랑 짠
설득하다	ชวน	추언
설립자, 창립자	ผู้ก่อตั้ง	푸 꺼땅
설립하다, 세우다	สถาปนา	싸타빠나
설명	การอธิบาย	깐 아티바이
설명서	คู่มือ	쿠 므
설명하다	อธิบาย	아티바이
설사	ท้องเสีย	텅 씨아
설사약	ยาแก้ท้องเสีย	야 깨 텅 씨아
설사하다	ท้องเสีย	텅 씨아
설치하다, 설립하다, 건립하다, 조성하다	จัดตั้ง	짯 땅
설탕	น้ำตาล	남 딴
설탕에 재다	เชื่อม	츠엄
섬	เกาะ	꺼
섬유질, 섬유조직, 결	เส้นใย	쎈 야이
섭섭하다	เสียดาย	씨아 다이
	เสียใจ	씨아 짜이
성(姓), 성씨	นามสกุล	남 싸꾼
성(性), 성별	เพศ	펫
성격, 버릇	นิสัย	니싸이
성공, 달성, 완수	ความสำเร็จ	쾀 쌈렛

성공하다	ประสบความสำเร็จ	쁘라솝 쾀 쌈렛
성당	โบสถ์คาทอลิค	봇 카털릭
성대모사	การเลียนแบบเสียง	깐 리안 뱁 씨양
성묘	การไหว้บรรพชน	깐 와이 반파촌
성분	ส่วนประกอบ	쑤언 쁘라껍
성수기	ฤดูท่องเที่ยว	르두 텅 티여우
성실하다	มีความรับผิดชอบ	미 쾀 랍핏첩
성우	นักพากย์	낙 팍
성장하다	เติบโต	뜹ㅓ 또
성적증명서	ใบรับรองผลการศึกษา	바이 랍렁 폰 깐쓱싸
성직자	นักบวช	낙 부엇
성탄절	วันคริสต์มาส	완 크릿맛
성폭력 범죄	อาชญากรรมความรุนแรงทางเพศ	앗차야깜 쾀 룬랭 탕 펫
성형외과	แผนกศัลยกรรมพลาสติก	파낵 싼라야깜 플라싸띡
세 쌍둥이	แฝดสาม	퐷 쌈
세계, 지구	โลก	록
세계 시장	ตลาดโลก	딸랏 록
세계적인, 국제적인, 일반적인	สากล	싸꼰
세관	ศุลกากร	쑨라까껀
세금	ภาษี	파씨

세금을 거두다	เก็บภาษี	껩 파씨
세금을 납부하다	เสียภาษี	씨아 파씨
세다, 계산하다	นับ	납
세대	รุ่น	룬
세력	อำนาจ	암낫
세로	แนวตั้ง	내우 땅
세미나	สัมมนา	쌈마나
세상 모르고 자다, 숙면하다	หลับเป็นตาย	랍 뻰 따이
세수하다	ล้างหน้า	랑나
세우다, 놓다, 설립하다	ตั้ง	땅
세차게, 세게	หนัก	낙
세차하다	ล้างรถ	랑 롯
세탁기	เครื่องซักผ้า	크르엉 싹파
세탁비	ค่าซัก	카 싹
세탁 세제	ผงซักฟอก	퐁 싹퐉
세탁하다	ซัก	싹
세트, 벌(물건이나 옷 세트를 셀 때)	ชุด	춧
센터	ศูนย์	쑨
셀프서비스	บริการด้วยตนเอง	버리깐 두어이 똔 엥
셈, 계산	การนับ	깐 납
셋, 3	สาม	쌈

셋방	ห้องเช่า	헝 차오
셋째	ที่สาม	티 쌈
셔츠	เสื้อเชิ้ต	쓰어 츳ㅓ
소(牛)	วัว	우어
소갈비	ซี่โครงวัว	씨 크롱 우어
소개	การแนะนำ	깐 내남
소개하다, 추천하다	แนะนำ	내남
소고기	เนื้อวัว	느어 우어
소공원	สวนหย่อม	쑤언 염
소금	เกลือ	끌르어
소나기	ฝนไล่ช้าง	폰 라이 창
소나무	ต้นสน	똔 쏜
소녀, 여자아이	เด็กผู้หญิง	덱 푸잉
소년, 남자아이	เด็กผู้ชาย	덱 푸차이
소득, 수입	รายได้	라이 다이
소득세	ภาษีเงินได้	파씨 응은ㅓ 다이
소란 금지	ห้ามส่งเสียง	함 쏭 씨양
소름 끼치다, 털이 곤두서다	ขนลุก	콘 룩
소리	เสียง	씨양
소리가 크다, 시끄럽다	ดัง	당
소리를 줄이다, 음성을 낮추다	เบา	바오

소망을 이루다	สมหวัง	쏨 왕
소매(小賣)	การขายปลีก	깐 카이 쁠릭
(윗옷의) 소매	แขนเสื้อ	캔 쓰어
소매점	ร้านค้าปลีก	란카 쁠릭
소매하다	ขายปลีก	카이 쁠릭
소문	ข่าวลือ	카우 르
	ข่าวโคมลอย	카우 콤 러이
소방관	นักดับเพลิง	낙 답 플릉ㅓ
소방서	หน่วยดับเพลิง	누어이 답 플릉ㅓ
소변	ปัสสาวะ	빳싸와
소비, 소모	การบริโภค	깐 버리폭
소비자	ผู้บริโภค	푸 버리폭
소비하다	บริโภค	버리폭
소설	นวนิยาย	나와 니야이
소속사	ต้นสังกัด	똔 쌍깟
	บริษัทที่สังกัด	버리쌋 티 쌍깟
소송을 제기하다	ฟ้องร้อง	풩 렁
소시지	ไส้กรอก	싸이 끄럭
소식	ข่าว	카우
소식을 듣다	ได้ข่าว	다이 카우
소아과	แผนกกุมารเวช	파낵 꾸마라웻
소아과 의사	กุมารแพทย์	꾸만 팻
소아마비	โรคโปลิโอ	록 뽈리오

소염제	ยาแก้อักเสบ	야 깨 악쎕
소원	ความปรารถนา	쾀 쁘랏타나
소유권	กรรมสิทธิ์	깜마씻
소장(少將)	พลตรี	폰 뜨리
소장(所長), 디렉터, 원장, 관장	ผู้อำนวยการ	푸 암누어이 깐
소재	วัตถุดิบ	왓투 딥
소포	พัสดุ	팟싸두
소풍 가다	ทัศนาจร	탓싸나 쩐
소화불량	อาการไม่ย่อย	아깐 마이 여이
소화하다, 부수다, 분해하다	ย่อย	여이
속눈썹	ขนตา	콘 따
속담	สุภาษิต	쑤파씻
속도	ความเร็ว	쾀 레우
속상하다	ระทมใจ	라톰 짜이
	เจ็บใจ	쩹 짜이
속아서 믿다	หลงเชื่อ	롱 츠어
속어	ภาษาตลาด	파싸 딸랏
속이다, 기만하다	หลอก	럭
	ลวง	루엉
손	มือ	므
손 씻다	ล้างมือ	랑 므

손 없는 날	วันที่ไม่มีสิ่งชั่วร้ายอัปมงคล	완 티 마이 미 씽 추어 라이 압빠몽콘
손으로 먹다	กินมือ	낀 므
손을 내밀다	แบมือ	배 므
손을 담그다	แช่มือ	채 므
손을 들다	ยกมือ	욕 므
손을 맞잡다, 손을 쥐다	จับมือ	짭 므
손가락	นิ้วมือ	니우 므
	นิ้ว	니우
손녀	หลานสาว	란 싸우
손님	แขก	캑
손님을 맞이하다	ต้อนรับแขก	떤랍 캑
손맛	รสมือ	롯 므
손목	ข้อมือ	커 므
손목 시계	นาฬิกาข้อมือ	나리까 커므
손바닥	ฝ่ามือ	퐈 므
손수건	ผ้าเช็ดมือ	파 쳇 므
손실	ความเสียหาย	쾀 씨야 하이
손윗사람	พี่	피
손자	หลานชาย	란 차이
손주, 조카	หลาน	란
손톱	เล็บมือ	렙 므
	เล็บ	렙

손톱 색	สีเล็บ	씨 렙
손톱을 깎다	ตัดเล็บ	땃 렙
손톱을 하다	ทำเล็บมือ	탐 렙 므
손해액	ค่าเสียหาย	카 씨야 하이
솔, 솔로 닦다, 솔로 문지르다	แปรง	쁘랭
솔직하게 말하다	พูดตรงไปตรงมา	풋 뜨롱 빠이 뜨롱 마
솔직하다	เปิดเผย	쁫ㅓ 프ㅓ이
	ตรงไปตรงมา	뜨롱 빠이 뜨롱 마
솔직한	ซื่อ	쓰
솜, 탈지면	สำลี	쌈리
솜씨, 기량, 손재주	ฝีมือ	퓌 므
송곳, 드릴	สว่าน	싸완
송금 수수료	ค่าธรรมเนียมส่งเงิน	카 탐니얌 쏭 응은ㅓ
송금하다	โอนบัญชี	온 반치
송끄란	สงกรานต์	쏭끄란
송별회를 열다	เลี้ยงส่ง	리양 쏭
송이(꽃)	ดอก	덕
쇼크	ช็อก	척
쇼핑몰, 백화점	ห้าง	항
쇼핑센터	ศูนย์การค้า	쑨 깐카
쇼핑하다	ซื้อของ	쓰 컹

수(數)	จำนวน	짬누언
	เลขหมาย	렉 마이
수강 변경 기간	ช่วงระยะเวลาเพิ่มถอนรายวิชา	추엉 라야 웰라 픔 턴 라이 위차
수강 신청	การลงทะเบียนเรียน	깐 롱 타비얀 리안
수건	ผ้าเช็ดหน้า	파 쳇 나
수공예품	หัตถกรรม	핫타깜
수능 (대학수학능력시험)	การสอบเข้ามหาวิทยาลัยของเกาหลี	깐 썹 카오 마하윗타야라이 컹 까올리
수단	วิธีการ	위티깐
수도(水道)	ประปา	쁘라빠
수도(首都)	เมืองหลวง	므엉 루엉
수도꼭지	ก๊อก	꺽
수도료	ค่าน้ำ	카 남
수돗물	น้ำประปา	남 쁘라빠
수두	โรคอีสุกอีใส	록 이쑥이싸이
수령인	ผู้รับ	푸 랍
수레	เกวียน	꾸이얀
수리공	ช่างซ่อม	창 썸
수리비	ค่าซ่อม	카 썸
수리하다	ซ่อม	썸
	ซ่อมแซม	썸 쌤
수면제	ยานอนหลับ	야 넌 랍

수박	แตงโม	땡모
수사관	นักสืบ	낙 씁
수사하다, 조사하다	สอบสวน	썹 쑤언
	สืบสวน	씁 쑤언
수상, 총리	นายกรัฐมนตรี	나욕 랏타몬뜨리
수선하다	ซ่อมแซม	썸 쌤
수성(水星)	ดาวพุธ	다우 풋
수소	ไฮโดรเจน	하이드로쩬
수송하다, 나르다	ขนส่ง	콘 쏭
	ขน	콘
수수료	ค่าธรรมเนียม	카 탐니얌
수술	การผ่าตัด	깐 파땃
수술실	ห้องผ่าตัด	헝 파땃
수술하다	ผ่าตัด	파땃
수습(실무)	การฝึกงาน	깐 픅 응안
수업을 마치다	เลิกเรียน	륵ㅓ 리안
수여하다	มอบให้	멉 하이
수염	หนวด	누엇
수영하다	ว่ายน้ำ	와이 남
수요일	วันพุธ	완 풋
수익	กำไร	깜 라이
수입품, 외국 제품	ของนอก	컹 넉
수정액(화이트)	น้ำยาลบคำผิด	남 야 롭 캄핏

수정하다	แก้ไข	깨̂ 카̌이
수줍어하다	เขินอาย	큰̌ㅓ 아̄이
수줍음을 많이 타다	ขี้อาย	키̂ 아̄이
수증기	ไอน้ำ	아̄이 남́
수직이다	ตั้งฉาก	땅̂착̀
수질오염	มลภาวะทางน้ำ	몬̄파̄와́ 탕̄ 남́
수집하다, 모으다	เก็บหา	껩̀ 하̌
수첩	สมุดบันทึก	싸̀뭇̀ 반̄특́
수출	การส่งออก	깐̄ 쏭̀억̀
수출부	แผนกส่งออก	파̀낵̀ 쏭̀ 억̀
수출하다	ส่งออก	쏭̀ 억̀
수취인	ผู้รับเงิน	푸̂ 랍́ 응̄은ㅓ
수치스럽다	อับอายขายหน้า	압̀ 아̄이 카̌이 나̂
수평	แนวราบ	내̄우 랍̂
수평선, 지평선	ขอบฟ้า	컵̀ 퐈́
수표	เช็ค	첵́
수프	ซุป	쑵́
	น้ำซุป	남́ 쑵́
수필, 작문	เรียงความ	리̄양 쾀̄
수행원, 보좌관	ผู้ติดตาม	푸̂ 띳̀ 땀̄
수행하다, 실시하다	ปฏิบัติ	빠̀띠̀밧̀
수화	ภาษาใบ้	파̄싸̌ 바̂이

수확하다	เก็บเกี่ยว	껩 끼여우
숙녀	สุภาพสตรี	쑤팝 쌋뜨리
숙면을 취하다	นอนหลับสนิท	넌 랍 싸닛
숙식, 기숙	กินนอน	낀 넌
숙제	การบ้าน	깐 반
순서, 차례	ลำดับ	람답
순수하다, 청결하다, 정결하다	บริสุทธิ์	버리쑷
순조롭다, 평탄하다	ราบรื่น	랍른
순종하다, 말을 듣다	เชื่อฟัง	츠어 퐝
순환, 유통	กระแส	끄라쌔
술	เหล้า	라오
술에 취하다	มึนเมา	믄 마오
숨, 호흡	ลมปราณ	롬 쁘란
숨이 막히다	อุดอู้	웃 우
숫자	ตัวเลข	뚜어 렉
	หมายเลข	마이 렉
숨다, 숨기다	ซ่อน	썬
	แอบ	앱
숨바꼭질	ซ่อนหา	썬 하
숨쉬다	หายใจ	하이 짜이
숭늉	น้ำข้าว	남 카우

숲	ป่า	빠
(일을) 쉬다	หยุดพัก	윳 팍
쉬다, 휴식하다	พัก	팍
	พักผ่อน	팍 펀
쉰, 50	ห้าสิบ	하 씹
쉽다	ง่าย	응아이
슈퍼마켓	ซุปเปอร์มาร์เก็ต	쑵빠마껫
스낵	ของกินเล่น	컹 낀렌
스노클링하다	ดำน้ำตื้น	담 남 뜬
스며들다, 배다	ซึม	씀
스물, 20	ยี่สิบ	이 씹
스스로	ด้วยตัวเอง	두어이 뚜어 엥
스승의 날	วันครู	완 크루
스웨덴	สวีเดน	싸위덴
스위스	สวิตเซอร์แลนด์	싸윗쓰ㅓ랜
(차가) 스쳐 지나가다	เฉี่ยว	치여우
스카치 테이프	สก๊อตเทป	싸껏 텝
스카프	ผ้าพันคอ	파 판 커
스캔하다	สแกน	싸깬
스케쥴	ตารางงาน	따랑 응안
스쿠버다이빙하다	ดำน้ำลึก	담 남 륵
스쿨버스	รถโรงเรียน	롯 롱리안
스크린	จอภาพ	쩌 팝

스키	สกี	싸끼
스타	ดารา	다라
스타일, 모양	ทรง	쏭
	แบบ	뱁
스타킹	ถุงน่อง	퉁 넝
스테이플러	ที่เย็บกระดาษ	티 옙 끄라닷
	เครื่องเย็บกระดาษ	크르엉 옙 끄라닷
스트레스 받다	เครียด	크리얏
스파게티	สปาเกตตี	싸빠껫띠
스팸 메일	สแปมเมล์	싸뺌 메
스페인	สเปน	싸뻰
스포츠, 운동	กีฬา	낄라
스푼	ช้อน	천
스프레이 뿌리다	ฉีดสเปรย์	칫 싸쁘레
슬리퍼	รองเท้าแตะ	렁 타오 때
슬프다	เศร้า	싸오
	เสียใจ	씨아 짜이
습도, 습기	ความชื้น	쾀 츤
습하다	ชื้น	츤
승객	ผู้โดยสาร	푸 도이 싼
승낙하다	ตกลง	똑롱
승려	พระ	프라
승리를 거두다, 이기다	เอาชนะ	아오 차나

승마	ขี่ม้า	키마
승마장	สนามขี่ม้า	싸남 키마
	สนามฝึกขี่ม้า	싸남 픅 키마
승인	การรับรอง	깐 랍렁
승진	การเลื่อนชั้น	깐 르언 찬
승진 시험	การสอบเลื่อนขั้น	깐 썹 르언 칸
	การสอบเลื่อนตำแหน่ง	깐 썹 르언 땀냉
승진하다	เลื่อนขั้น	르언 칸
승차권, 표	บัตรโดยสาร	밧 도이싼
승합차, 롯뚜(밴)	รถตู้	롯 뚜
시(詩)	บทกวี	봇 까위
시(時)	โมง	몽
시(市)	เทศบาล	텟싸반
시간	ชั่วโมง	추어 몽
	เวลา	웰라
시간에 맞추어서, 최신의	ทัน	탄
시간을 소비하다, 시간을 낭비하다	เสียเวลา	씨아 웰라
시간이 걸리다, 소요되다	ใช้เวลา	차이 웰라
	กินเวลา	낀 웰라
시간이 없다, 사용 중	ไม่ว่าง	마이 왕

시계	นาฬิกา	나리까
시계를 세는 수량사	เรือน	르언
시골	ชนบท	촌나봇
시금치	ผักขม	팍 콤
시급(時給)	ค่าจ้างรายชั่วโมง	카 짱 라이 추어몽
시끄러운	หนวกหู	누억 후
시끄럽다, 시끌벅적하다	อึกทึก	윽까특
시기하다, 질투하다	อิจฉา	잇차
시내	ตัวเมือง	뚜어 므엉
시내 지도	แผนที่ตัวเมือง	팬티 뚜어 므엉
	แผนที่ในเมือง	팬티 나이 므엉
(맛이) 시다	เปรี้ยว	쁘리여우
시대	ยุค	육
	สมัย	싸마이
시도하다	ลอง	렁
	ทดลอง	톳 렁
시들다	โรย	로이
	เหี่ยว	히여우
시력	สายตา	싸이 따
시멘트	ปูนซีเมนต์	뿐 씨멘
시민	พลเรือน	폰라르언

시비하다, 일을 만들다	หาเรื่อง	하 르엉
시식 코너	ซุมชิม	쑴침
시식하다	ลองชิม	렁 침
시어머니	แม่ผัว	매 푸어
시외버스	รถบัสวิ่งระหว่างเมือง	롯 밧 윙 라왕 므엉
시원하고 편안하다	เย็นสบาย	옌 싸바이
시원하다	เย็น	옌
10월	ตุลาคม	뚤라콤
시위, 데모	การเดินขบวน	깐 든ㅓ 카부언
시의원	เทศมนตรี	텟싸몬뜨리
시인	กวี	까위
	นักกวี	낙 까위
시작하다	เริ่ม	름ㅓ
	เริ่มต้น	름ㅓ 똔
시장	ตลาด	딸랏
시장 가격	ราคาตลาด	라카 딸랏
시장 동향	แนวโน้มตลาด	내우놈 딸랏
시청	ศาลากลางจังหวัด	쌀라 끌랑 짱왓
시청자	ผู้ชม	푸 촘
시체	ศพ	쏩
시큰거리며 아프다	เสียว	씨여우

시키다	สั่ง	쌍
	ให้ทำ	하이 탐
시트, 납작한 것을 셀 때(~장)	ผืน	픈
시험 문제	ข้อสอบ	커 썹
시험, 시험 보다	สอบ	썹
시험에 떨어지다	สอบตก	썹 똑
시험에 합격하다	สอบได้	썹 다이
	สอบผ่าน	썹 판
시험 교재	หนังสือเตรียมสอบ	낭쓰 뜨리얌 썹
식당, 레스토랑	ร้านอาหาร	란 아한
식도	หลอดอาหาร	럿 아한
식료품	ของบริโภค	컹 버리폭
식목일	วันปลูกต้นไม้	완 쁠룩 똔마이
식물, 초목	พืช	픗
식중독	อาหารเป็นพิษ	아한 뻰 핏
식초	น้ำส้มสายชู	남 쏨 싸이 추
식탁	โต๊ะอาหาร	또 아한
	โต๊ะกินข้าว	또 낀 카우
식품, 먹을거리	ของกิน	컹 낀
식후	หลังอาหาร	랑 아한
신, 여신, 천사	เทวดา	테와다
신경	ประสาท	쁘라쌋
신경 쓰다	ห่วง	후엉

신경과	แผนกโรคประสาท	파낵 록 쁘라쌋
신경통	อาการปวดประสาท	아깐 뿌엇 쁘라쌋
신고하다	แจ้งความ	쨍 쾀
신기하다	แปลกใหม่	쁠랙 마이
신나다	ร่าเริง	라 릉ㅓ
신년, 설날	วันปีใหม่	완 삐 마이
신념	ความเชื่อมั่น	쾀 츠어 만
신다	ใส่	싸이
신랑	เจ้าบ่าว	짜오 바우
신뢰, 신뢰성, 신뢰도	ความน่าเชื่อถือ	쾀 나 츠어 트
신문	หนังสือพิมพ์	낭쓰픰
신문사	บริษัทหนังสือพิมพ์	버리쌋 낭쓰픰
신발	รองเท้า	렁 타오
신발을 신다	ใส่รองเท้า	싸이 렁 타오
신부(新婦)	เจ้าสาว	짜오 싸우
신분, 지위, 자격	ฐานะ	타나
신분증	บัตรประจำตัว	밧 쁘라짬 뚜어
신사	สุภาพบุรุษ	쑤팝 부룻
신선하다, 싱싱하다	สด	쏫
신선한 우유	นมสด	놈 쏫
신용카드	บัตรเครดิต	밧 크레딧
신용카드를 만들다	ทำบัตรเครดิต	탐 밧 크레딧

신음소리를 내다, 애통하다	ครวญคราง	크루언 크랑
신임하다, 신뢰하다	ไว้วางใจ	와이 왕 짜이
	วางใจ	왕 짜이
신입사원	พนักงานใหม่	파낙 응안 마이
신장(腎臟)	ไต	따이
신청서	ใบคำร้อง	바이 캄렁
신청하다, 지원하다	สมัคร	싸막
신체, 몸	ร่างกาย	랑 까이
신호	สัญญาณ	싼얀
신호등	สัญญาณไฟ	싼얀 파이
신호위반	ฝ่าไฟแดง	퐈 파이 댕
신혼여행	ฮันนีมูน	한니문
싣다, 적재하다	บรรทุก	반툭
	ใส่	싸이
실내 장식, 인테리어 장식	การตกแต่งภายใน	깐 똑땡 파이 나이
실망하다	ผิดหวัง	핏 왕
실수, 잘못, 오류	ความผิด	쾀 핏
실수하다	ผิดพลาด	핏 플랏
실습, 수습	การทดลองงาน	깐 톳렁 응안
실업	การว่างงาน	깐 왕 응안
실업률	อัตราว่างงาน	앗뜨라 왕 응안

실적 평가	การประเมินผลงาน	깐 쁘라믄ㅓ 폰 응안
실직하다	ตกงาน	똑 응안
실크	ผ้าไหม	파 마이
실패하다	ล้มเหลว	롬 레우
실행 불가능하다, 쓸모없다	ใช้การไม่ได้	차이 깐 마이 다이
싫다	ไม่ชอบ	마이 첩
	ไม่เอา	마이 아오
싫어하다	ไม่ชอบ	마이 첩
심다, 세우다	ปลูก	쁠룩
심란하다, 우울하다	กลุ้มใจ	끌룸 짜이
심장, 마음	หัวใจ	후어 짜이
심장병	โรคหัวใจ	록 후어 짜이
심하다	หนัก	낙
	รุนแรง	룬 랭
십만	แสน	쌘
십이월, 12월	ธันวาคม	탄와콤
십일월, 11월	พฤศจิกายน	프룻싸찌까욘
싱가포르	สิงคโปร์	씽카뽀
싱겁다, (맛이) 심심하다	จืด	쯧
싱글 룸	ห้องเตียงเดี่ยว	헝 띠양 디여우
싱싱하다	สด	쏫

싱크로나이즈드 스위밍	ระบำใต้น้ำ	라밤 따이 남
싸다, 값이 저렴하다	ถูก	툭
(천, 종이 등으로) 싸다	ห่อ	허
싸우다	ทะเลาะ	탈러
	ต่อสู้	떠 쑤
싹이 트다	ผลิ	플리
쌀	ข้าวสาร	카우 싼
쌀로 만든 소면	ขนมจีน	카놈 찐
쌀겨	รำข้าว	람 카우
쌀국수	ก๋วยเตี๋ยว	꾸어이 띠여우
쌍둥이	แฝด	퐷
쌍방향	ปฏิสัมพันธ์	빠띠 쌈판
쌍방향 소통	การสื่อสารแบบสองทาง	깐 쓰싼 뱁 썽 탕
쌓다, 쌓아 올리다	กอง	껑
	ทับถม	탑톰
썩다, 부패하다	เน่า	나오
썰다	หั่น	한
쏘다	ยิง	잉
쏟아지다	หก	혹
(맛이) 쓰다	ขม	콤
쓰다, 적다	เขียน	키안

쓰다, 착용하다	สวม	쑤̌엄
	ใส่	싸̀이
쓰러지다	เป็นล้ม	뻰̄ 롬
쓰레기	ขยะ	카̀야̀
쓰레기 봉투	ถุงขยะ	퉁̌ 카̀야̀
쓰레기 분리	การคัดแยกขยะ	깐̄ 캇́얙̂ 카̀야̀
쓰레기통	ถังขยะ	탕̌ 카̀야̀
쓰리다, 따끔거리다	แสบ	쌥̀
쓸 만하다, 괜찮다	ใช้ได้	차́이 다̂이
쓸모없다, 이익이 없다, 소용없다	ไร้ประโยชน์	라́이 쁘라̀욧̀
쓸모 있다, 쓸 만하다	ใช้การได้	차́이 깐̄ 다̂이
쓸쓸하다, 외롭다	เหงา	응아̌오
	ว้าเหว่	와́ 웨̀
씨, 낱알, 열매, 알약을 세는 수량사	เม็ด	멧́
씨앗, 알맹이	เมล็ด	말렛́
씩씩하다	องอาจ	옹̄앗̀
	ผ่าเผย	파̀ 프ㅓ̌이
씹다	เคี้ยว	키여́우
씻다	ล้าง	랑́
	เช็ด	쳇́

ㅇ

아가미	เหงือกปลา	응으억 쁠라
아가씨	หญิงสาว	잉 싸우
아기	ทารก	타록
아깝다, 아쉽다	เสียดาย	씨아 다이
아끼다	ประหยัด	쁘라얏
아나운서	ผู้ประกาศข่าว	푸 쁘라깟 카우
아내	ภรรยา	판라야
	เมีย	미야
아니다	ไม่ใช่	마이 차이
아들	ลูกชาย	룩 차이
아랍	อาหรับ	아랍
아래쪽	ข้างล่าง	캉 랑
	ด้านล่าง	단 랑
아래쪽의	ล่าง	랑
아르바이트하다	ทำงานพิเศษ	탐 응안 피쎗
아르헨티나	อาร์เจนตินา	아쩬띠나
아름답게 하다, 꾸미다, 단장하다	เสริมสวย	씀ㅓ 쑤어이
아름답다, 멋지다	สวยงาม	쑤어이 응암
	งาม	응암

아마 ~할 것이다, ~일지도 모른다	คง	콩
아마도	กระมัง	끄라망
아마추어, 비전문가	มือสมัครเล่น	므 싸막 렌
아무 말도 못하다	อึกอัก	윽악
아버지	คุณพ่อ	쿤 퍼
	พ่อ	퍼
아스팔트	กระเบื้องยาง	끄라브엉 양
아스피린	แอสไพริน	앳 파이 린
아양을 떨다, 애교를 떨다	แอ๊บแบ๊ว	앱 배우
아연	สังกะสี	쌍까씨
아이	เด็ก	덱
아이스커피	กาแฟเย็น	까패 옌
아이스크림	ไอศกรีม	아이싸끄림
아저씨	ลุง	룽
아점	อาหารมื้อเช้าควบกลางวัน	아한 므 차오 쿠업 끌랑 완
아주	มาก ๆ	막 막
아주 작다, 적다	นิดเดียว	닛 디여우
아주, 정말(구어체)	จัง	짱
아주머니	ป้า	빠
아직	ยัง	양

아첨하다, 비행기 태우다	**ยกยอ**	욕 여
아침	**เช้า**	차오
아침 일찍	**แต่เช้า**	때 차오
아침 식사	**อาหารเช้า**	아한 차오
아킬레스건	**เอ็นร้อยหวาย**	엔 러이 와이
아프다	**เจ็บ**	쩹
	ป่วย	뿌어이
	ปวด	뿌엇
아홉, 9	**เก้า**	까오
아홉째	**ที่เก้า**	티 까오
아흔, 90	**เก้าสิบ**	까오 씹
악(惡)	**ความชั่ว**	쾀 추어
악기	**เครื่องดนตรี**	크르엉 돈뜨리
악보	**โน้ตดนตรี**	놋 돈뜨리
악어	**จระเข้**	쩌라케
악의, 고의	**เจตนาร้าย**	쩻따나 라이
안개	**หมอก**	먹
안건	**ข้อเสนอ**	커 싸너
안경	**แว่นตา**	왠따
안경테	**กรอบแว่น**	끄럽 왠
안과 의사	**จักษุแพทย์**	짝쑤 팻
안내	**การแนะนำ**	깐 내남

ㄱ
ㄴ
ㄷ
ㄹ
ㅁ
ㅂ
ㅅ
ㅇ
ㅈ
ㅊ
ㅋ
ㅌ
ㅍ
ㅎ

안내원	พนักงานให้คำแนะนำ	파낙 응안 하이 캄 내남
안내판, 정거장	ป้าย	빠이
안내하다	แนะนำ	내 남
안녕	สวัสดี	싸왓디
안녕(친구끼리)	หวัดดี	왓 디
안녕하다, 편안하다	สบายดี	싸바이 디
안녕하세요 (아침 인사)	อรุณสวัสดิ์	아룬 싸왓
안다, 끌어안다	กอด	껏
	อุ้ม	움
안마사	หมอนวด	머 누엇
안마하다	นวด	누엇
안약	ยาหยอดตา	야 엿 따
안전 운전하다	ขับขี่ปลอดภัย	캅 키 쁠럿 파이
안전모	หมวกนิรภัย	무억 니라파이
안전벨트	เข็มขัดนิรภัย	켐 캇 니라파이
안전하다	ปลอดภัย	쁠럿 파이
안전화	รองเท้านิรภัย	렁 타오 니라 파이
안정되다	มั่นคง	만콩
안쪽	ข้างใน	캉 나이
앉다	นั่ง	낭
알(卵)	ไข่	카이
알고 싶어하다, 궁금하다	อยากรู้	약 루

알고 있다, 인식하다	รู้จัก	루짝
알다	รู้	루
	รู้จัก	루짝
	ทราบ	쌉
알레르기	ภูมิแพ้	품 패
	อาการแพ้	아깐 패
알레르기성	ลักษณะการแพ้	락싸나 깐 패
알레르기 성분	ส่วนประกอบที่ก่อให้เกิดอาการแพ้	쑤언 쁘라껍 티 꺼 하이 끗ㅓ 아깐 패
알려 주다	บอกเล่า	벅 라오
알리다	แจ้งให้ทราบ	쨍 하이 쌉
알림판, 간판	ป้ายประกาศ	빠이 쁘라깟
알맞다, 적합하다, 합당하다	เหมาะสม	머쏨
알아듣다	รู้เรื่อง	루 르엉
알아차리다	สำนึก	쌈늑
알약	ยาเม็ด	야 멧
알코올	แอลกอฮอล์	앤꺼허
알파벳	ตัวอักษร	뚜어 악썬
암(癌)	มะเร็ง	마렝
암시장	ตลาดมืด	딸랏 뭇
압력	ความกดดัน	쾀 꼿 단
	แรงดัน	랭 단

압박하다, 억압하다	กดดัน	꼿 단
압축하다	อัด	앗
앞바퀴	ล้อหน้า	러 나
앞서 언급한	ดังกล่าว	당 끌라우
앞	หน้า	나
앞쪽	ข้างหน้า	캉 나
	ด้านหน้า	단 나
애교를 부리다	แสดงท่าทางน่ารัก	싸댕 타탕 나락
	แสดงท่าทางแอ๊บแบ๊ว	싸댕 타탕 앱배우
애완동물	สัตว์เลี้ยงดูเล่น	쌋 리양 두 렌
애원하다, 간청하다	อ้อนวอน	언 원
애인, 연인	แฟน	퐨
애정 영화	หนังรัก	낭 락
	หนังโรแมนติก	낭 로맨띡
애정소설	นิยายรักโรแมนติก	니야이 락 로맨띡
애타다	ร้อนใจ	런 짜이
애태우다, 조바심 내다	เดือดเนื้อร้อนใจ	드엇 느어 런 짜이
애호박	ซุกินี	쑤끼니
애호하다, 좋아하다	นิยม	니욤
액젓	น้ำปลา	남 쁠라
야광봉	แท่งไฟที่ใช้สำหรับเชียร์	탱 퐈이 티 차이 쌈랍 치야

야구	เบสบอล	벳 번
야근하다	ทำงานล่วงเวลา	탐 응안 루엉 웰라
야기하다	ทำให้เกิด	탐 하이 끗ㅓ
	ก่อให้เกิด	꺼 하이 끗ㅓ
야단치다	ดุ	두
야드(yard)	หลา	라
야생동물	สัตว์ป่า	쌋 빠
야영하다	ตั้งแคมป์	땅 캠
야자 즙	กะทิ	까티
야채를 데치다	ลวกผัก	루억 팍
약	ยา	야
약국	ร้านขายยา	란 카이 야
약물 알레르기가 있다, 약물 부작용이 있다	แพ้ยา	패 야
약사	เภสัชกร	페쌋차껀
약속	การนัดหมาย	깐 낫마이
약속하다	นัด	낫
	สัญญา	싼야
약점	จุดอ่อน	쭛 언
약지	นิ้วนาง	니우 낭
약하다, 허약하다	อ่อน	언
	อ่อนแอ	언 애
약혼	การหมั้น	깐 만

약혼하다	หมั้น	만
얇다, 엷다	บาง	방
얌(태국식 무침 요리)	ยำ	얌
얌전하다	เรียบร้อย	리얍 러이
	สงบเสงี่ยม	싸응옵 싸응이얌
양(羊)	แกะ	깨
양, 수량	ปริมาณ	빠리만
양궁	การยิงธนู	깐 잉 타누
양녀	ลูกสาวบุญธรรม	룩 싸우 분탐
양념	เครื่องปรุงรส	크르엉 쁘룽 롯
양말	ถุงเท้า	퉁 타오
양방 진료	การรักษาแบบตะวันตก	깐 락싸 뱁 따완똑
양배추	กะหล่ำปลี	깔람 쁠리
양복	ชุดสากล	춧 싸꼰
	เสื้อสูท	쓰어 쑷
양수(羊水)	น้ำคร่ำ	남 크람
양식, 서양 요리	อาหารฝรั่ง	아한 파랑
양식(樣式), 형식	แบบ	뱁
양육하다, 키우다	เลี้ยง	리양
양초	เทียน	티얀
양파	หอมใหญ่	험 야이
	หัวหอมใหญ่	후어 험 야이

양푼, 대야	อ่าง	앙
얕다	ตื้น	뜬
얘기	เรื่องเล่า	르엉 라오
얘깃거리	เรื่องที่เล่า	르엉 티 라오
어깨	บ่า	바
	ไหล่	라이
어느 날	วันหนึ่ง	완 능
어두운 색	สีมืด	씨 믓
어둑하다, 흐릿하다, 침침하다	มัว	무어
어둡다, 캄캄하다	มืด	믓
어디, 어느	ไหน	나이
어디에	ที่ไหน	티 나이
어떻게	ยังไง	양 응아이
	อย่างไร	양 라이
	ไง	응아이
어떻든, 하여간, 어쨌든	อย่างไรก็ตาม	양 라이 꺼 땀
	อย่างไรก็ดี	양 라이 꺼 디
어려 보이다	ดูเด็ก	두 덱
어렵다	ยาก	약
	ลำบาก	람박
어른	ผู้ใหญ่	푸 야이
(나이가) 어리다	อายุน้อย	아유 너이

어리다, 미숙하다	ยังเด็ก	양 덱
	อ่อน	언
어리석다, 바보 같다, 멍청하다	โง่	응오
	งี่เง่า	응이 응아오
어린애 같은, 유치한	เด็ก	덱
어린이날	วันเด็ก	완 덱
어린이용	สำหรับเด็ก	쌈랍 덱
어머니	คุณแม่	쿤 매
(동물의) 어미	แม่ของสัตว์	매 컹 쌋
어민, 어부	ชาวประมง	차우 쁘라몽
어버이날	วันพ่อแม่	완 퍼매
어업	การประมง	깐 쁘라몽
어울리다	เหมาะสม	머쏨
	เข้ากัน	카오 깐
어이가 없다, 무슨 말을 해야 할지 모르다	พูดไม่ออก	풋 마이 억
어장	แหล่งปลาชุม	랭 쁠라춤
어제	เมื่อวาน	므어 완
	เมื่อวานนี้	므어완 니
어젯밤	เมื่อคืน	므어 큰
어지럽다	วิงเวียน	윙 위얀
	เวียนหัว	위안 후어

어지럽다, 어수선하다	สับสน	쌉쏜
어쨌든	อย่างไรก็ตาม	양 라이 꺼 땀
어촌	หมู่บ้านชาวประมง	무 반 차우 쁘라몽
어휘	ศัพท์	쌉
억(億)	ร้อยล้าน	러이 란
억누르다	กดใจ	꼿 짜이
억류하다, 격리하다	กัก	깍
억압하다, 탄압하다, 압제하다, 우울하게 만들다	กดขี่	꼿 키
억양, 어조	สำเนียง	쌈니양
언급하다	กล่าว	끌라우
언니	พี่สาว	피 싸우
언덕	เนิน	느ㅓㄴ
	เนินเขา	느ㅓㄴ 카오
언어	ภาษา	파싸
언쟁을 하다, 다투다, 싸우다	ทะเลาะ	탈러
언제	เมื่อไร	므어 라이
얻다	ได้	다이
	ได้รับ	다이 랍
얼, 영혼, 정신	วิญญาณ	윈얀

얼굴	หน้า	나
	หน้าตา	나 따
	ใบหน้า	바이 나
얼굴 마스크	มาร์คหน้า	막 나
얼다	แข็งตัว	캥 뚜어
얼룩	รอยเปื้อน	러이 쁘언
얼룩말	ม้าลาย	말 라이
얼른, 급히	รีบ	립
얼마	เท่าไร	타오 라이
얼음	น้ำแข็ง	남 캥
얽매다	ผูกพัน	푹 판
엄마	แม่	매
엄지	นิ้วโป้ง	니우 뽕
엄지발가락	นิ้วโป้งเท้า	니우 뽕 타오
업무	กิจการ	낏짜깐
	ธุรกิจ	투라낏
	การงาน	깐 응안
업신여기다, 얕보다, 경시하다, 모욕하다	ดูหมิ่น	두 민
없다	ไม่มี	마이 미
엉덩이	ก้น	꼰
	ตะโพก	따폭
엎드려 절하다	กราบ	끄랍

~에 관하여	ถึง	틍
~에 관한	เกี่ยวกับ	끼여우 깝
~에 달려 있다	อยู่กับ	유 깝
~에 대해, ~을 위해	สำหรับ	쌈랍
에너지	พลังงาน	팔랑 응안
에너지 드링크	เครื่องดื่มชูกำลัง	크르엉 듬 추 깜랑
~에도 불구하고	ทั้ง ๆ ที่	탕 탕 티
에메랄드 사원	วัดพระแก้ว	왓 프라깨우
에서(장소)	ใน	나이
	ที่	티
에어컨	แอร์	애
	เครื่องปรับอากาศ	크르엉 쁘랍 아깟
에어컨을 달다	ติดแอร์	띳 애
에어컨을 켜다	เปิดแอร์	쁫ㅓ 애
에티켓, 매너, 예의범절	มารยาท	마라얏
엑스레이	เอกซเรย์	엑싸레
엔지니어	วิศวกร	윗싸와껀
엔진오일	น้ำมันเครื่อง	남 만 크르엉
엘리베이터	ลิฟต์	립
여객선	เรือโดยสาร	르어 도이싼
여권	หนังสือเดินทาง	낭쓰 든ㅓ탕

ㄱ ㄴ ㄷ ㄹ ㅁ ㅂ ㅅ ㅇ ㅈ ㅊ ㅋ ㅌ ㅍ ㅎ

여기, 이곳	**ตรงนี้**	뜨롱 니
	ที่นี่	티 니
여기다, 간주하다	**นับ**	납
여덟, 8	**แปด**	뺏
여덟째	**ที่แปด**	티 뺏
여동생	**น้องสาว**	넝 싸우
여드름	**สิว**	씨우
여든, 80	**แปดสิบ**	뺏 씹
여러 가지, 각양각색	**หลายอย่าง**	라이 양
여론	**มติมหาชน**	마띠 마하촌
여론조사	**การสำรวจประชามติ**	깐 쌈루엇 쁘라차 마띠
여름	**ฤดูร้อน**	르두 런
	หน้าร้อน	나 런
여름 학기, 2학기	**ภาคปลาย**	팍 쁠라이
여보, 자기야	**ที่รัก**	티 락
여분	**เศษ**	쎗
여섯, 6	**หก**	혹
여섯째	**ที่หก**	티 혹
여자 기숙사	**หอพักหญิง**	허 팍 잉
여자 상인	**แม่ค้า**	매 카
여자 요리사	**แม่ครัว**	매 크루어

여자, 여성	ผู้หญิง	푸잉
	สตรี	싸뜨리
	หญิง	잉
여자 사람 친구	เพื่อนผู้หญิง	프언 푸잉
여자 화장실	สุขาหญิง	쑤카잉
여행 일정	กำหนดการเดินทาง	깜놋 깐 든ㅓ탕
여행자수표	เช็คเดินทาง	첵 든ㅓ탕
여행하다	ไปเที่ยว	빠이 티여우
	ท่องเที่ยว	텅 티여우
	เดินทาง	든ㅓ탕
여행할 만하다, 놀기 좋다	น่าเที่ยว	나 티여우
역(驛)	สถานี	싸타니
역도	ยกน้ำหนัก	욕 남낙
역사(歷史)	ประวัติศาสตร์	쁘라왓띠쌋
역주행하다	ขับรถย้อนศร	캅 롯 연썬
연	ว่าว	와우
연결하다	เชื่อม	츠엄
	ประสาน	쁘라싼
	ต่อ	떠
연고(軟膏)	ยาขี้ผึ้ง	야 키 픙
연구	การศึกษา	깐 쓱싸
	วิจัย	위짜이
연구원, 연구자	นักวิจัย	낙 위짜이

연구하다	วิจัย	위짜이
	ศึกษา	쓱싸
연극, 드라마	ละคร	라컨
연금(年金)	เงินบำนาญ	응은ㅓ 밤난
연기, 증기	ควัน	콴
연기자	นักแสดง	낙 싸댕
연꽃	ดอกบัว	덕 부어
연두부	เต้าหู้อ่อน	따오후 언
연두색	สีเขียวอ่อน	씨 키여우 언
연락하다	ติดต่อ	띳 떠
연령, 나이, 시기	วัย	와이
연말	ปลายปี	쁠라이 삐
	สิ้นปี	씬 삐
연못	สระ	싸
	สระน้ำ	싸남
연발하다, 지연되다	ออกช้า	억 차
연분홍색	สีชมพูอ่อน	씨 촘푸 언
연사, 화자	ผู้พูด	푸 풋
연소득, 연봉	รายได้ประจำปี	라이 다이 쁘라짬 삐
연습하다, 훈련하다	ฝึกหัด	픅 핫
	ฝึก	픅
	หัด	핫
연장, 갱신	การต่ออายุ	깐 떠 아유

연장자, 손윗사람	อาวุโส	아우쏘
연장하다	ยืด	이읏
	ต่อ	떠
연차 휴가	ลาพักร้อน	라 팍런
연착하다	ถึงช้า	틍 차
연청색	สีน้ำเงินอ่อน	씨 남 응은ㅓ 언
연초(年初)	ต้นปี	똔 삐
연필	ดินสอ	딘써
연필깍이	เครื่องเหลาดินสอ	크르엉 라오 딘써
연하다, 부드럽다	นุ่ม	눔
	อ่อน	언
연회비	ค่ารายปี	카 라이 삐
연휴	วันหยุดยาว	완 윳 야우
열(熱)	ไข้	카이
열이 나다	เป็นไข้	뻰 카이
	ตัวร้อน	뚜어 런
열이 있다	มีไข้	미 카이
(물체의) 열	ความร้อน	쾀 런
열, 10	สิบ	씹
열넷, 14	สิบสี่	씹 씨
열다섯, 15	สิบห้า	씹 하
열둘, 12	สิบสอง	씹 썽
열셋, 13	สิบสาม	씹 쌈

열아홉, 19	สิบเก้า	씹 까오
열여덟, 18	สิบแปด	씹 뺏
열여섯, 16	สิบหก	씹 혹
열일곱, 17	สิบเจ็ด	씹 쩻
열하나, 11	สิบเอ็ด	씹 엣
열다	เปิด	쁫ㅓ
열대 국가	เมืองร้อน	므엉 런
열등감을 느끼다	น้อยหน้า	너이 나
열쇠	กุญแจ	꾼째
열쇠고리, 열쇠 뭉치	พวงกุญแจ	푸엉 꾼째
열정적으로 하다	กระตือรือร้น	끄라뜨르론
열째	ที่สิบ	티 씹
염색	สีย้อม	씨 염
염색하다	ย้อม	염
염소	แพะ	패
염증	อาการอักเสบ	아깐 악쎕
염증이 생기다	อักเสบ	악쎕
영감을 주다	ดลใจ	돈 짜이
영국	อังกฤษ	앙끄릿
영리하다, 똑똑하다	ฉลาด	찰랏
영사(領事)	กงสุล	꽁쑨
영사관	สถานกงสุล	싸탄 꽁쑨
영상통화	การโทรวีดีโอ	깐 토 위디오

영수증	ใบเสร็จ	바이 쎗
영양분을 공급하다, 보살피다, 키우다, 유지하다	บำรุง	밤룽
영양크림	ครีมบำรุง	크림 밤룽
영어	ภาษาอังกฤษ	파싸 앙끄릿
영업부	แผนกการค้า	파낵 깐 카
영주권	สิทธิอาศัยถาวร	씻티 아싸이 타원
영토	แผ่นดิน	팬 딘
영향	อิทธิพล	잇티 폰
	ผลกระทบ	폰 끄라톱
영향을 미치다	กระทบกระเทือน	끄라톱 끄라트언
영향을 주다	กระทบ	끄라톱
영혼	วิญญาณ	윈얀
영화	ภาพยนตร์	팝파욘
	หนัง	낭
영화감독	ผู้กำกับภาพยนตร์	푸 깜깝 팝파욘
영화관	โรงหนัง	롱 낭
	โรงภาพยนตร์	롱 팝파욘
영화배우	นักแสดงภาพยนตร์	낙 싸댕 팝파욘
영화표	ตั๋วหนัง	뚜어 낭
옅은색	สีอ่อน	씨 언
옆쪽에	ข้าง ๆ	캉 캉
예금	เงินฝาก	응은ㅓ 퐉

ㄱ ㄴ ㄷ ㄹ ㅁ ㅂ ㅅ ㅇ ㅈ ㅊ ㅋ ㅌ ㅍ ㅎ

예금하다	ฝากเงิน	퐉 응은ㅓ
예능	วาไรตี้	와라이띠
	วาไรตี้โชว์	와라이띠 초
예를 들면	เช่น	첸
	ยกตัวอย่าง	욕 뚜어 양
	อาทิ	아티
예방접종	การฉีดวัคซีน	깐 칫 왁씬
예방주사	การฉีดวัคซีนป้องกัน	깐 칫 왁씬 뻥깐
예방하다	ป้องกัน	뻥깐
예쁘다	สวย	쑤어이
예산	งบประมาณ	응옵 쁘라만
예상하다, 기대하다, 예측하다	คาด	캇
예수	เยซู	예수
예순, 60	หกสิบ	혹 씹
예술, 미술	ศิลปะ	씬라빠
예술가	นักศิลปะ	낙 씬라빠
	จิตรกร	찟뜨라껀
예약하다	จอง	쩡
예언하다	ทำนาย	탐 나이
예외	ข้อยกเว้น	커 욕웬
예의 바르다	สุภาพ	쑤팝
예의범절	กิริยามารยาท	끼리야 마라얏
예측, 예견, 예보	พยากรณ์	파야껀

예측하다, 짐작하다	กะ	까̀
옛 친구, 오랜 친구	เพื่อนเก่า	프̂언 까̀오
옛날, 과거	สมัยก่อน	싸̀마̌이 껀̀
오곡밥	ข้าวผสมธัญพืช 5 ชนิด	카̂우 파̀쏨 탄̄야́픗̂ 하̂ 차́닛́
오늘	วันนี้	완̄ 니́
오늘 아침	เช้านี้	차́오 니́
	เมื่อเช้า	므̂어 차́오
오늘 오후	บ่ายนี้	바̀이 니́
오늘 저녁	เย็นนี้	옌̄ 니́
오늘밤	คืนนี้	큰̄ 니́
오다	มา	마̄
오락	บันเทิง	반̄틍̄ㅓ
오락가락, 왔다 갔다, 앞뒤로	ขวักไขว่	콱̀ 콰̀이
오락실	ห้องสันทนาการ	헝̂ 싼̌타́나̄깐̄
오래 기다리다	รอนาน	러̄ 난̄
오랜, 긴, 오랫동안	นาน	난̄
오렌지	ส้ม	쏨̂
오렌지색	สีส้ม	씨̌ 쏨̂
오렌지 주스	น้ำส้ม	남́ 쏨̂
오류, 실수	ข้อผิดพลาด	커̂ 핏̀ 플랏̂
오르간	ออร์แกน	어̄깬̄
오르다, 타다	ขึ้น	큰̂

오르막길, 활주로	ทางขึ้น	탕 큰
오른손	มือขวา	므 콰
오른쪽	ทางขวา	탕 콰
	ข้างขวา	캉 콰
오른쪽의, 우측의	ขวา	콰
오른팔	แขนขวา	캔 콰
오른편	ขวามือ	콰 므
오른편에	ข้างขวามือ	캉 콰 므
오리	เป็ด	뻿
오리 고기	เนื้อเป็ด	느어 뻿
오리엔테이션	ปฐมนิเทศ	빠톰 니텟
오빠	พี่ชาย	피 차이
오스트리아	ออสเตรีย	엇뜨리야
오염	มลภาวะ	몬파와
오월, 5월	พฤษภาคม	프릇싸파콤
오이	แตงกวา	땡 꽈
오전	ก่อนเที่ยง	껀 티양
	ช่วงเช้า	추엉 차오
오직, ~만	เพียง	피양
	เท่านั้น	타오 난
	อย่างเดียว	양 디여우
오징어	ปลาหมึก	쁠라 믁
오토바이	มอเตอร์ไซค์	머뜨ㅓ 싸이

오토바이 택시 (태국의 교통수단)	มอเตอร์ไซค์รับจ้าง	머뜨ㅓ 싸이 랍짱
오퍼레이터, 교환원	โอเปอเรเตอร์	오뻐레뜨ㅓ
오픈 티켓	ตั๋วเปิด	뚜어 쁘ㅓㅅ
오한이 들다	หนาวสั่น	나우 싼
오해하다	เข้าใจผิด	카오 짜이 핏
오후	บ่าย	바이
	หลังเที่ยง	랑 티양
오후 시간대	ช่วงบ่าย	추엉 바이
옥수수	ข้าวโพด	카우폿
옥외, 야외, 노천	หาว	하우
온기, 따뜻함	ความอบอุ่น	쾀 옵운
온도	อุณหภูมิ	운하품
온몸	ทั่วตัว	투어 뚜어
온수기	เครื่องทำน้ำอุ่น	크르엉 탐 남 운
온천	บ่อน้ำแร่ร้อน	버 남래 런
온화하다, 순하다	อ่อนโยน	언 욘
올라가다	ขึ้นไป	큰 빠이
올라오다	ขึ้นมา	큰 마
올리양(태국 전통 아이스 블랙커피)	โอเลี้ยง	올 리양
올챙이	ลูกอ๊อด	룩 엇
올해	ปีนี้	삐 니

ㄱ ㄴ ㄷ ㄹ ㅁ ㅂ ㅅ ㅇ ㅈ ㅊ ㅋ ㅌ ㅍ ㅎ

옮기다, 이동하다	ย้าย	야́이
옳다, 맞다	ถูก	툭̀
	ถูกต้อง	툭̀ 떵̂
옷	เสื้อ	쓰̂어
	เสื้อผ้า	쓰̂어 파̂
옷을 입다	ใส่เสื้อ	싸̀이 쓰̂어
옷을 차려입다	แต่งตัว	땡̀ 뚜̄어
옷장	ตู้เสื้อผ้า	뚜̂ 쓰̂어 파̂
~와 함께, ~와(과)	กับ	깝̀
완결되다	เกษียณ	까̀씨̌얀
완두콩	ถั่วลันเตา	투̀어 란̄따̄오
완료하다, 끝마치다, 종결되다	จบ	쫍̀
완벽하다, 완전하다	สมบูรณ์แบบ	쏨̌분̄ 뱁̀
	ครบรอบ	크롭́ 럽̂
완성하다	สำเร็จ	쌈̌렛̀
왔다 갔다, 앞뒤로	ไป ๆ มา ๆ	빠̄이 빠̄이 마̄ 마̄
왕복	ไปกลับ	빠̄이 끌랍̀
왕복표	ตั๋วไปกลับ	뚜̌어 빠̄이 끌랍̀
왕조, 왕실, 왕족	ราชวงศ์	랏̂차́웡̄
왕족, 승려, 불상을 세는 수량사	องค์	옹̄
왜	ทำไม	탐̄ 마̄이
왜곡하다, 비틀다	บิดเบือน	빗̀브̄언

외과	แผนกศัลยกรรม	파낵 싼야깜
	ศัลยกรรม	싼야깜
외과 의사	ศัลยแพทย์	싼야 팻
외교	การทูต	깐 툿
외교관	นักการทูต	낙 깐툿
외국	ต่างประเทศ	땅 쁘라텟
	เมืองนอก	므엉 넉
외국 항공사	สายการบินต่างประเทศ	싸이 깐빈 땅 쁘라텟
외국어	ภาษาต่างประเทศ	파싸 땅 쁘라텟
외국어 서적	หนังสือภาษาต่างประเทศ	낭쓰 파싸 땅 쁘라텟
외국인	คนต่างชาติ	콘 땅 찻
	คนต่างด้าว	콘 땅 다우
	ชาวต่างประเทศ	차우 땅 쁘라텟
외국인 근로자	แรงงานต่างชาติ	랭 응안 땅찻
외국인 등록증	ใบต่างด้าว	바이 땅 다우
	บัตรประจำตัวคนต่างด้าว	밧 쁘라짬 뚜어 콘 땅 다우
외국인 등록처	แผนกลงทะเบียนคนต่างชาติ	파낵 롱 타비얀 콘 땅 찻
외도를 하다, 바람을 피다, 추파를 던지다	เจ้าชู้	짜오 추
외동	ลูกคนเดียว	룩 콘 디여우

외롭다	เหงา	응아오
	โดดเดี่ยว	돗 디여우
외면하다	หันหน้าไป	한 나 빠이
외벌이 부부	คู่สามีภรรยาที่ทำงานแค่คนเดียว	쿠 싸미 판라야 티 탐 응안 캐 콘 디여우
외부, 겉	ด้านนอก	단 넉
외삼촌	ลุง	룽
	น้า	나
외식하다	ทานอาหารนอกบ้าน	탄 아한 넉 반
외우다	ท่องจำ	텅 짬
	ท่อง	텅
외증조모	ยายทวด	야이 투엇
외증조부	ตาทวด	따 투엇
외출하다	ออกไปข้างนอก	억 빠이 캉 넉
외치다	ตะโกน	따꼰
외투	เสื้อนอก	쓰어 넉
외할머니	คุณยาย	쿤 야이
	ยาย	야이
외할아버지	คุณตา	쿤 따
	ตา	따
왼손	มือซ้าย	므 싸이
왼쪽	ข้างซ้าย	캉 싸이
	ซ้าย	싸이

왼팔	แขนซ้าย	캔 싸이
왼편	ซ้ายมือ	싸이 므
왼편에	ข้างซ้ายมือ	캉 싸이 므
요 전날	วันก่อนนี้	완 껀 니
요구하다	ขอ	커
	ขอร้อง	커 렁
요리	การปรุงอาหาร	깐 쁘룽 아한
요리하다	ทำอาหาร	탐 아한
	ปรุงอาหาร	쁘룽 아한
요양원	สถานพักฟื้น	싸탄 팍픈
요점	ข้อสำคัญ	커 쌈칸
요즘	ช่วงนี้	추엉 니
	สมัยนี้	싸마이 니
요청하다	เรียกร้อง	리약 렁
요통	โรคปวดหลัง	록 뿌엇 랑
욕실	ที่อาบน้ำ	티 압남
욕심, 탐욕	ความโลภ	쾀 롭
욕조	อ่างอาบน้ำ	앙 압남
욕하다	ด่า	다
용	มังกร	망껀
용감하다, 대담하다, 용기 있다	กล้า	끌라
	กล้าหาญ	끌라한
용건, 용무	ธุระ	투라

용기	ความกล้าหาญ	쾀 끌라한
용기를 내다	ปลุกความกล้า	쁠룩 쾀 끌라
용량, 부피	ความจุ	쾀 쭈
	ปริมาตร	빠리맛
용서하다	ยกโทษ	욕 톳
용접공	ช่างบัดกรี	창 밧끄리
우기, 장마철	ฤดูฝน	르두 폰
	หน้าฝน	나 폰
우리(1인칭 복수 대명사)	เรา	라오
우리, 우리들(남성에게만 사용)	พวกผม	푸억 폼
우물	บ่อน้ำ	버 남
우박	ลูกเห็บ	룩 헵
우비	เสื้อฝน	쓰어 폰
우산	ร่ม	롬
우산을 펴다	กางร่ม	깡 롬
우선, 무엇보다 먼저	ก่อนอื่น	껀 은
우아하다, 세련되다, 교양 있다	หรูหรา	루 라
우연히	โดยบังเอิญ	도이 방은ㅓ
우울하다, 비참하다, 낙담하다	ห่อเหี่ยว	허 히여우
우유	นม	놈

우정, 친선, 호의	ไมตรี	마이뜨리
우주	อวกาศ	아와깟
우체국	ไปรษณีย์	쁘라이싸니
우체부	บุรุษไปรษณีย์	부룻 쁘라이싸니
우측	ด้านขวา	단 콰
우측 차선	เลนขวา	렌 콰
우측통행	ชิดขวา	칫 콰
우편엽서	ไปรษณียบัตร	쁘라이싸니야밧
우표	แสตมป์	싸땜
우회전 금지	ห้ามเลี้ยวขวา	함 리여우 콰
우회전하다	เลี้ยวขวา	리여우 콰
운(運), 운수	โชค	촉
운이 좋다, 다행스럽다	โชคดี	촉 디
운동	การออกกำลังกาย	깐 억 깜랑 까이
운동선수	นักกีฬา	낙 낄라
운동장	สนามกีฬา	싸남 낄라
	สนาม	싸남
운동하다	ออกกำลังกาย	억 깜랑 까이
운동화	รองเท้ากีฬา	렁 타오 낄라
	รองเท้าผ้าใบ	렁 타오 파바이
운동회	กิจกรรมกีฬา	낏짜깜 낄라

운영하다	จัดการ	짯깐
	บริหาร	버리한
	ดำเนินการ	담는ㅓ깐
운전기사, 운전사	คนขับรถ	콘 캅 롯
운전기사 임금	ค่าจ้างคนขับรถ	카 짱 콘캅롯
운전면허증	ใบขับขี่	바이 캅 키
운전하다	ขับรถ	캅 롯
울다	ร้อง	렁
	ร้องไห้	렁 하이
울퉁불퉁하다	ขรุขระ	크루크라
움직이다	ขยับ	카얍
움켜잡다	ยึด	이읏
웃기다	ทำให้หัวเราะ	탐 하이 후어 러
	ตลก	딸록
웃다	หัวเราะ	후어 러
	ยิ้ม	임
웃음이 나다	ยิ้มออกมา	임 억 마
웅장하다	ใหญ่โตมโหฬาร	야이 또 마호란
원, 원형	วงกลม	웡 끌롬
원금	ต้นเงิน	똔 응은ㅓ
원래, 기존	เดิม	듬ㅓ
원샷	หมดแก้ว	못 깨우
원수를 갚다, 복수하다	แก้แค้น	깨 캔

원숭이	ลิง	링
원시(遠視)	สายตายาว	싸이 따 야우
원예사, 정원사	นักจัดสวน	낙 짯 쑤언
원인, 이유	สาเหตุ	싸헷
원천, 근원	แหล่ง	랭
원칙, 원리	หลักการ	락 깐
원하다	ต้องการ	떵깐
	หวัง	왕
	ปรารถนา	쁘랏타나
	ประสงค์	쁘라쏭
원화(한국의 화폐)	เงินวอน	응은ㅓ 원
(달력의) 월	เดือน	드언
월경	ประจำเดือน	쁘라짬 드언
월급, 급여	เงินเดือน	응은ㅓ 드언
월말	สิ้นเดือน	씬 드언
월세	ค่าเช่าเดือนละ	카 차오 드언 라
월요일	วันจันทร์	완 짠
웬만하다	ใช้ได้	차이 다이
	พอสมควร	퍼 쏨 쿠언
위(胃)	กระเพาะ	끄라퍼
위궤양	แผลในกระเพาะอาหาร	플래 나이 끄라퍼 아한
위로, 위안	การปลอบใจ	깐 쁠럽 짜이

ㄱ ㄴ ㄷ ㄹ ㅁ ㅂ ㅅ **ㅇ** ㅈ ㅊ ㅋ ㅌ ㅍ ㅎ

ㅇ

위로하다	ปลอบใจ	쁠럽 짜이
위생	สุขอนามัย	쑥 아나마이
위생시설	สุขาภิบาล	쑤카피반
위성	ดาวเทียม	다우 티얌
위에	บน	본
	เหนือ	느어
위염	กระเพาะอักเสบ	끄라퍼 악쎕
위원	กรรมการ	깜마깐
위원회	คณะกรรมการ	카나 깜마깐
위임장	หนังสือมอบอำนาจ	낭쓰 멉 암낫
위자료	ค่าปลอบขวัญ	카 쁠럽 콴
위장병	โรคกระเพาะ	록 끄라퍼
위조품, 모조품	ของปลอม	컹 쁠럼
위쪽, 위층	ข้างบน	캉 본
위탁하다, (일, 책임 등을) 맡기다	มอบหมาย	멉 마이
위풍당당하다	สง่างาม	싸응아 응암
위해서, 위하여	เพื่อ	프어
위험	ภัย	파이
	อันตราย	안따라이
위험성	ความเสี่ยง	쾀 씨양
위험하다, 위태롭다	อันตราย	안따라이
윗부분, 상부	ด้านบน	단 본

윙크하다	ขยิบตา	카입 따
유감이다	เสียใจด้วย	씨아 짜이 두어이
유교	ลัทธิขงจื๊อ	랏티 콩쯔
유대감	ความรู้สึกเชื่อมโยง	쾀 루쓱 츠엄 용
유람선	เรือสำราญ	르어 쌈란
유럽 연합	สหภาพยุโรป	싸하팝 유롭
유령, 귀신	ผี	피
유리(琉璃)	กระจก	끄라쪽
유리하다	ได้เปรียบ	다이 쁘리얍
유명하다	ชื่อดัง	츠 당
	มีชื่อ	미 츠
	มีชื่อเสียง	미 츠 씨양
유모차	รถเข็นเด็ก	롯 켄 덱
유방	เต้านม	따오 놈
유산	มรดก	머라독
유산, 낙태, 임신중절	การทำแท้ง	깐 탐탱
유산균	จุลินทรีย์ในนม	쭐린씨 나이 놈
유산하다	แท้ง	탱
	แท้งลูก	탱 룩
유아	ทารก	타록

유연성	ลักษณะที่นุ่มนวล	락싸나 티 눔누언
	ลัษณะที่ไหวพลิ้ว	락싸나 티 와이 플리우
	ลักษณะที่อ่อนพลิ้ว	락싸나 티 언 플리우
	ลักษณะที่อ่อนโยน	락싸나 티 언욘
유용	ประโยชน์	쁘라욧
유월, 6월	มิถุนายน	미투나욘
유의하다, 주의를 기울이다, 관심을 두다	เอาใจใส่	아오 짜이 싸이
유일한, 단 하나의	เดียว	디여우
유적지	โบราณสถาน	보란 싸탄
유제품	อาหารที่ทำจากนม	아한 티 탐 짝 놈
유지시키다, 유지하다, 지속시키다	ดำรง	담롱
유지하다, 지키다	รักษา	락싸
유치원	โรงเรียนอนุบาล	롱 리안 아누반
유턴	ทางกลับรถ	탕 끌랍 롯
유학 비자	วีซ่านักเรียน	위싸 낙리안
유학생	นักเรียนนอก	낙 리안 넉
유학하다, 학업을 계속하다	เรียนต่อ	리안 떠
유행, 패션	แฟชั่น	패찬
유흥업소	สถานบันเทิง	싸탄 반틍ㅓ

태국어 단어

육교	สะพานลอย	싸판 러이
육군	ทหารบก	타한 복
육로	ทางบก	탕 복
육류	เนื้อสัตว์	느어 쌋
육상(경기)	กรีฑา	끄리타
육지	บก	복
육포	เนื้อเค็มแห้ง	느어 켐 행
	เนื้อตากแห้ง	느어 딱 행
~으로, ~로, ~에 의하여	โดย	도이
으스대다, 과시하다, 자랑하다	อวด	우엇
은메달	เหรียญเงิน	리얀 응언
은색	สีเงิน	씨 응은ㅓ
은행(銀行)	ธนาคาร	타나칸
	แบงก์	뱅
은행원	พนักงานธนาคาร	파낙 응안 타나칸
은혜	บุญคุณ	분 쿤
~을 면하다, ~이 없다	ปลอด	쁠럿
음료수	เครื่องดื่ม	크르엉 듬
음성 메시지	ข้อความเสียง	커쾀 씨양
음식	อาหาร	아한
음식을 먹을 수 없었다	กินไม่ลง	낀 마이 롱

ㄱ ㄴ ㄷ ㄹ ㅁ ㅂ ㅅ ㅇ ㅈ ㅊ ㅋ ㅌ ㅍ ㅎ

음식 찌꺼기	เศษอาหาร	쎗 아한
음식물 자국	คราบอาหาร	크랍 아한
음식 박물관	พิพิธภัณฑ์อาหาร	피핏타판 아한
음악	ดนตรี	돈뜨리
음악을 연주하다	เล่นดนตรี	렌 돈뜨리
음악가	นักดนตรี	낙 돈뜨리
음주 운전하다	เมาแล้วขับ	마오 래우 캅
응급실	ห้องฉุกเฉิน	헝 축츤ㅓ
응답	คำตอบ	캄 떱
응답하다	โต้ตอบ	또 떱
응시하다, 빤히 쳐다보다	เพ่ง	펭
응용하다	นำไปใช้	남 빠이 차이
	ประยุกต์	쁘라육
응원	การเชียร์	깐 치야
응원 용품	อุปกรณ์ที่ใช้ในการเชียร์	우빠껀 티 차이 나이 깐 치야
응원가	เพลงเชียร์	플렝 치야
응원하다	เชียร์	치야
응접실	ห้องรับแขก	헝 랍 캑
의견	ความเห็น	쾀 헨
	ความคิดเห็น	쾀 킷헨
의논하다	ปรึกษาหารือ	쁘륵싸 하르
의료보험	ประกันสุขภาพ	쁘라깐 쑥카팝

의료 관광	การท่องเที่ยวเชิงสุขภาพ	깐 텅 티여우 층ㅓ 쑥카팝
의료보험료	ค่าประกันสุขภาพ	카 쁘라깐 쑥카팝
의료보험증	บัตรประกันสุขภาพ	밧 쁘라깐 쑥카팝
의무	หน้าที่	나 티
의무 교육	การศึกษาภาคบังคับ	깐 쓱싸 팍 방캅
의미	ความหมาย	쾀 마이
의미하다	หมายความ	마이 쾀
	หมายถึง	마이 틍
의복	เสื้อผ้า	쓰어 파
의사	หมอ	머
	แพทย์	팻
의사 선생님	คุณหมอ	쿤 머
의사소통을 하다	สื่อสาร	쓰싼
의식(儀式), 식	พิธี	피티
의식을 잃다	หมดสติ	못 싸띠
의아해하다, 놀라다, 생각 밖이다	ประหลาดใจ	쁘라랏 짜이
의자	เก้าอี้	까오이
의존하다, 기대다	พึ่ง	픙
의지, 용기, 사기	กำลังใจ	깜랑 짜이
의학	การแพทย์	깐 팻
의회	สภา	싸파
이(지시형용사)	นี้	니

이가 아프다	ปวดฟัน	뿌엇 퐌
이를 닦다	แปรงฟัน	쁘랭 퐌
이 근처	แถวนี้	태우 니
이것	นี่	니
이기다, 승리하다	ชนะ	차나
이기적이다	เห็นแก่ตัว	헨 깨 뚜어
이내에	ภายใน	파이 나이
이념	ลัทธิ	랏티
~이다	คือ	크
	เป็น	뻰
이동, 여행, 출장	การเดินทาง	깐 든ㅓ탕
이동하다, 움직이다	เคลื่อนไหว	클르언 와이
이득	ผลประโยชน์	폰 쁘라욧
~이든	ก็ดี	꺼 디
이들	เหล่านี้	라오 니
이라크	อิรัก	이락
이란	อิหร่าน	이란
이러한 이유로	ด้วยเหตุนี้	두어이 헷 니
이런!	อุ๊ยตาย	우이 따이
이렇게	อย่างนี้	양 니
이루다	สำเร็จ	쌈렛
이륙	การบินขึ้น	깐 빈 큰

이름	ชื่อ	츠
	นาม	남
이마	หน้าผาก	나 팍
이메일	อีเมล์	이 메
이모	ป้า	빠
	น้า	나
이민국, 출입국관리사무소	สำนักงานตรวจคนเข้าเมือง	쌈낙 응안 뜨루엇 콘 카오 므엉
이발소	ร้านตัดผม	란 땃 폼
이발하다	ตัดผม	땃 폼
이번 금요일	วันศุกร์นี้	완 쑥 니
이번 달	เดือนนี้	드언 니
이번 주	สัปดาห์นี้	쌉다 니
	อาทิตย์นี้	아팃 니
이비인후과	แผนกตรวจหูคอจมูก	파낵 뜨루엇 후 커 짜묵
	แผนกหูจมูกคอ	파낵 후 짜묵 커
이사(직위)	กรรมการ	깜마깐
이사 가다	ย้ายออก	야이 억
이사 오다	ย้ายเข้ามา	야이 카오 마
	ย้ายมา	야이 마
이사하다	ย้ายบ้าน	야이 반
이삭	รวง	루엉
이산화탄소	แก๊สคาร์บอนไดออกไซด์	깻 카번다이억싸이

이삿짐센터	บริษัทย้ายบ้าน	버리쌋 야이 반
이상하게 들리다	ผิดหู	핏 후
이상하게 생각하다	แปลกใจ	쁠랙 짜이
이상하다, 기이하다	แปลก	쁠랙
	ประหลาด	쁘라랏
이성, 신중	ความสุขุม	쾀 쑤쿰
이스라엘	อิสราเอล	잇싸라엔
이슬	น้ำค้าง	남 캉
이슬람교, 회교	อิสลาม	잇쌀람
이슬비	ฝนปรอย	폰 쁘러이
이야기	เรื่องราว	르엉 라우
이야기하다	คุย	쿠이
이양하다	โอน	온
이웃	เพื่อนบ้าน	프언 반
이월, 2월	กุมภาพันธ์	꿈파판
이윤, 이익	กำไร	깜 라이
이자	ดอกเบี้ย	덕 비야
이전에, 전에, 앞에	เมื่อก่อน	므어 껀
이점, 장점	ข้อได้เปรียบ	커 다이 쁘리얍
	ข้อดี	커 디
이중으로 행동하다	ตีสองหน้า	띠 썽나
이질(痢疾)	โรคบิด	록 빗
이집트	อียิปต์	이입

이쪽	ทางนี้	탕 니
이체하다	โอนเงิน	온 응은 ㅓ
이해하다	เข้าใจ	카오 짜이
이행하다	ดำเนินการ	담는ㅓ 깐
이혼 소송을 제기하다	ฟ้องหย่า	풩 야
이혼하다	หย่า	야
익다, 숙성하다	สุก	쑥
익숙하다	เคยชิน	크ㅓ이 친
	คุ้น	쿤
익히 알다, 소상히 알고 있다	รู้ดี	루 디
인간	มนุษย์	마눗
인격	บุคลิกภาพ	북카릭까팝
인구, 시민, 주민	ประชากร	쁘라차 껀
	พลเมือง	폰라므엉
인기	ความนิยม	쾀 니욤
인내하다	อดทน	옷 톤
	ทน	톤
인도(印度)	อินเดีย	인디야
인도네시아	อินโดนีเซีย	인도니씨야
인두, 인후	คอหอย	커 허이
인력	กำลังคน	깜랑 콘

인사말	การทักทาย	깐 탁타이
	คำกล่าวทักทาย	캄 끌라우 탁타이
인사부	ฝ่ายทรัพยากรบุคคล	파이 쌉파야건 북콘
인사하다	ทักทาย	탁 타이
인삼	โสม	쏨
인색하다, 구두쇠이다	ขี้เหนียว	키 니여우
인쇄소, 출판사	สำนักพิมพ์	쌈낙 핌
인쇄하다	พิมพ์	핌
인정, 온정, 심성, 마음	น้ำใจ	남 짜이
인정받다	ได้รับการยอมรับ	다이 랍 깐 염랍
인출	การถอนเงิน	깐 턴 응은ㅓ
인출하다	ถอน	턴
인터넷	อินเทอร์เน็ต	인터넷
인터넷에 접속하다	ต่ออินเทอร์เน็ต	떠 인터넷
인터넷 뱅킹	ธุรกรรมทาง อินเทอร์เน็ต	투라깜 탕 인터넷
인터넷 속도	ความเร็ว อินเทอร์เน็ต	쾀 레우 인터넷
인턴	แพทย์ฝึกหัด	팻 픅 핫
인턴사원	พนักงานทดลอง	파낙 응안 톳렁
	พนักงานฝึกงาน	파낙 응안 픅 응안
인플레이션	เงินเฟ้อ	응은ㅓ 풔

인하하다	ลด	롯
인형	ตุ๊กตา	뚝까따
인후염	คออักเสบ	커 악쎕
~일 것이다(조동사)	จะ	짜
~일 것이다, 좋을 것이다	น่าจะ	나 짜
일(사건), 일(문제)	เรื่อง	르엉
일(임무)	การงาน	깐 응안
일곱, 7	เจ็ด	쩻
일곱째	ที่เจ็ด	티 쩻
일기예보	พยากรณ์อากาศ	파야껀 아깟
일기장	สมุดไดอารี่	싸뭇 다이아리
일년 내내	ตลอดปี	딸럿 삐
일단정지	หยุดก่อน	윳 껀
일러바치다	ฟ้อง	풩
일반적으로	โดยทั่วไป	도이 투어 빠이
일방통행	รถวิ่งทางเดียว	롯 윙 탕 디여우
	วันเวย์	완웨
일방통행 도로	ถนนเดินรถทางเดียว	타논 든ㅓ 롯 탕 디여우
일본	ญี่ปุ่น	이뿐
일본어	ภาษาญี่ปุ่น	파싸 이뿐
일부분, 부분	ส่วน	쑤언
일부의, 어느 정도	บาง	방

일산화탄소	ก๊าซคาร์บอนมอนอกไซด์	깟 카번 머넉싸이
일상생활	ชีวิตประจำวัน	치윗 쁘라짬 완
일식(日食)	อาหารญี่ปุ่น	아한 이뿐
(자리에서) 일어나다	ลุกขึ้น	룩 큰
(잠자리에서) 일어나다	ตื่นขึ้น	뜬 큰
일요일	วันอาทิตย์	완 아팃
일월, 1월	มกราคม	목까라콤
일정	กำหนดการ	깜놋 깐
~일지도 모른다	อาจ	앗
일하다	ทำงาน	탐 응안
일흔, 70	เจ็ดสิบ	쩻 씹
읽다	อ่าน	안
(길, 방향 등을) 잃다	หลง	롱
잃다, 사라지다	ทำหาย	탐 하이
	สูญเสีย	쑨 씨아
임금(賃金), 노임	ค่าจ้าง	카 짱
	ค่าแรงงาน	카 랭 응안
임대 계약서	สัญญาเช่า	싼야 차오
임대인	ผู้ให้เช่า	푸 하이 차오
임시 여권	หนังสือเดินทางชั่วคราว	낭쓰 든ㅓ탕 추어 크라우
임신을 하다	ตั้งครรภ์	땅 칸
임원	ผู้บริหาร	푸 버리한

임차하다	เช่า	차오
입	ปาก	빡
입에 맞다	ถูกปาก	툭 빡
입을 다물다	ปิดปาก	삣 빡
	หุบปาก	훕 빡
입이 근질근질하다	คันปาก	칸 빡
입고 가격	ราคานำเข้า	라카 남 카오
입구	ทางเข้า	탕 카오
입국, 수입	ขาเข้า	카 카오
입국카드	บัตรขาเข้า	밧 카 카오
입국하다	เข้าประเทศ	카오 쁘라텟
(옷을) 입다	สวม	쑤엄
	ใส่	싸이
입다, 가리다	นุ่ง	눙
입덧	อาการแพ้ท้อง	아깐 패 텅
입덧하다	แพ้ท้อง	패 텅
입사 지원자	ผู้สมัครงาน	푸 싸막 응안
입술	ริมฝีปาก	림 퓌 빡
입양기관	สถานสงเคราะห์เด็กกำพร้า	싸탄 쏭크러 덱 깜프라
입원실	หอผู้ป่วย	허 푸 뿌어이
입원하다	นอนโรงพยาบาล	넌 롱 파야반
입장권	บัตรผ่านประตู	밧 판 쁘라뚜

입장료	ค่าเข้าชม	카 카오 촘
입주하다	เข้าอยู่	카오 유
	ย้ายเข้ามาอยู่	야이 카오 마 유
입증하다, 증명하다	พิสูจน์	피쑷
입학	การเข้าเรียน	깐 카오 리안
잇몸	ปุ่มเหงือก	뿜 응으억
	เหงือก	응으억
있다, 가지고 있다	มี	미
있다, 살다	อยู่	유
잉크	หมึก	믁
잊다	ลืม	름
잎, 나뭇잎	ใบไม้	바이 마이

ㅈ

자(尺)	ไม้บรรทัด	마이 반탓
자갈	กรวด	끄루엇
자격	คุณสมบัติ	쿤나쏨밧
자격증	ประกาศนียบัตร	쁘라깟싸니야밧
자격증을 따다	ได้ประกาศนียบัตร	다이 쁘라깟싸니야밧
자국, 흔적, 흠집	รอย	러이
자궁	มดลูก	못 룩
자기만족	ความพึงพอใจส่วนตัว	쾀 픙 퍼 짜이 쑤언 뚜어
자기소개서	เอกสารแนะนำตัวเอง	엑까싼 내남 뚜어 엥
자기소개하다	แนะนำตัวเอง	내남 뚜어 엥
자녀, 자식	บุตร	붓
자다, 취침하다	นอนหลับ	넌 랍
자동적으로	โดยอัตโนมัติ	도이 앗따노맛
자동차, 승용차	รถยนต์	롯 욘
자동차 바퀴	ล้อรถ	러 롯
자동차 보닛	กระโปรงหน้ารถ	끄라쁘롱 나 롯
자동차 정비공	ช่างซ่อมรถ	창 썸 롯

ㄱ ㄴ ㄷ ㄹ ㅁ ㅂ ㅅ ㅇ ㅈ ㅊ ㅋ ㅌ ㅍ ㅎ

자동차 정비소	โรงซ่อมรถ	롱 썸 롯
	อู่ซ่อมรถ	우 썸 롯
자동차등록증	สมุดทะเบียนรถ	싸뭇 타비얀 롯
자동차세	ภาษีรถ	파씨 롯
자두	ลูกพรุน	룩 프룬
	ลูกพลัม	룩 플람
자라다, 크다	โต	또
	เติบโต	뜹ㅓ 또
자랑스러워하다	ภาคภูมิใจ	팍 품 짜이
자랑스러워하다, 의기양양해 하다	ภูมิใจ	품 짜이
자료, 정보	ข้อมูล	커문
자르다	ตัด	땃
자매	พี่น้อง	피 넝
자몽, 포멜로	ส้มโอ	쏨 오
자문위원, 컨설턴트	ที่ปรึกษา	티 쁘륵싸
자백하다	สารภาพ	싸라팝
자본	ทุน	툰
자비롭다	เมตตากรุณา	멧따 까루나
자세하다	ละเอียด	라 이얏
자손, 후손	ลูกหลาน	룩 란
자식	ลูก	룩
자신, 자기 자신	ตัวเอง	뚜어 엥
	ตนเอง	똔 엥

자신감이 있다	**มั่นใจ**	만 짜이
자연	**ธรรมชาติ**	탐마찻
자연 미인	**สวยธรรมชาติ**	쑤어이 탐마찻
자영업자	**ผู้ทำธุรกิจส่วนตัว**	푸 탐 투라낏 쑤언 뚜어
자원	**ทรัพยากร**	쌉파야껀
자유	**อิสรภาพ**	잇싸라팝
자유롭다	**เสรี**	쎄리
자전거	**จักรยาน**	짝끄라얀
자정, 밤 12시	**เที่ยงคืน**	티양 큰
자주, 종종	**บ่อย**	버이
자주권, 독립, 자립	**เอกราช**	엑까랏
자판기	**ตู้จำหน่ายสินค้าอัตโนมัติ**	뚜 짬나이 씬카 앗따노맛
작가	**นักเขียน**	낙 키얀
	นักประพันธ์	낙 쁘라판
작곡	**การแต่งเพลง**	깐 땡 플렝
작곡가	**นักแต่งเพลง**	낙 땡 플렝
	นักประพันธ์เพลง	낙 쁘라판 플렝
작년, 지난해	**ปีที่แล้ว**	삐 티 래우
작다, 사소하다	**เล็ก**	렉
작문하다	**เรียงความ**	리양 쾀
작별인사를 하다	**อำลา**	암라

작별하다	ลา	라
작사	การแต่งเนื้อเพลง	깐 땡 느어 플렝
작은 가지	กิ่ง	낑
작은, 소량의	กิ่งก้อย	낑 꺼이
작품	ผลงาน	폰 응안
잔가지	กิ่ง	낑
잔돈	แบงก์ย่อย	뱅 여이
잔인하다, 인정 없다, 매정하다	ใจดำ	짜이 담
잔잔하다	สงบ ๆ	싸응옵 싸응옵
잔치	งานฉลอง	응안 찰렁
잘 살다, 놀고 먹다	นั่งกินนอนกิน	낭 낀 넌 낀
잘 어울리다, 호흡이 맞다	เข้ากันได้ดี	카오 깐 다이 디
잘 잊어버리다	ขี้ลืม	키 름
	ได้หน้าลืมหลัง	다이 나 름 랑
잘 지내다	สบายดี	싸바이 디
잘, 훌륭하게, 능숙하게	เก่ง	껭
잘못 누르다	กดผิด	꼿 핏
잘못되다, 틀리다	ผิด	핏
잘생기다, 멋지다	หล่อ	러
잘하다	เก่ง	껭
잠	การนอนหลับ	깐 넌 랍

잠그다	ล็อค	럭
잠깐	แป๊บเดียว	뺍 디여우
잠수하다, 다이빙하다	ดำน้ำ	담 남
잠시	สักครู่	싹 크루
잠시 후에, 잠시	เดี๋ยว	디여우
잠에서 깨다, 일어나다	ตื่นนอน	뜬 넌
잠을 잘 수 없다, 잠을 못 이루다	นอนไม่หลับ	넌 마이 랍
잠이 들다	หลับ	랍
잠자리[곤충]	แมลงปอ	말랭 뻐
잡다, 만지다	จับ	짭
잡무	งานเบ็ดเตล็ด	응안 벳딸렛
잡비	ค่าใช้จ่ายเบ็ดเตล็ด	카 차이 짜이 벳딸렛
잡아당기다, 가로채다	กระชาก	끄라착
잡지	นิตยสาร	닛따야싼
잡화	สินค้าเบ็ดเตล็ด	씬카 벳딸렛
장(腸), 창자	ลำไส้	람 싸이
	ไส้	싸이
장, 낱장(종이, 유리, 레코드 셀 때 쓰는 수량사)	แผ่น	팬
장거리 전화	โทรทางไกล	토 탕 끌라이

장관(長官)	รัฐมนตรี	랏타몬뜨리
장구[타악기]	กลองสองหน้า	끌렁 썽 나
장기(將棋)	หมากกระดาน	막 끄라단
장난감	ของเล่น	컹 렌
장난꾸러기이다, 가만히 있지 못하다	อยู่ไม่สุข	유 마이 쑥
장난이 심하다, 짓궂다	ซน	쏜
장단점	ข้อดีข้อเสีย	커 디 커 씨아
장례, 장례식	งานศพ	응안 쏩
장마철	หน้าฝนตกหนัก	나 폰 똑 낙
장모	แม่ยาย	매 야이
장미	กุหลาบ	꿀랍
장 보다	จ่ายตลาด	짜이 딸랏
장사	การค้าขาย	깐 카 카이
장성하다	เติบโต	뜹 ㅓ또
장소	สถาน	싸탄
	สถานที่	싸탄 티
장식	การตกแต่ง	깐 똑땡
장식하다	ตกแต่ง	똑 땡
장악하다	ยึด	이읏
장애	อุปสรรค	우빠싹
장애자	คนพิการ	콘 피깐
장어	ปลาไหล	쁠라 라이

장인	พ่อตา	퍼̂ 따̄
장점	ข้อดี	커̂ 디̄
	จุดแข็ง	쭛̀ 캥̌
장편소설, 긴 이야기	เรื่องยาว	르̂엉 야̄우
장학금	ทุนการศึกษา	툰̄ 깐̄ 쓱̀싸̌
장학생	นักเรียนทุน	낙́ 리̄안 툰̄
재	เถ้า	타̂오
	ขี้เถ้า	키̂ 타̂오
재계약	การทำสัญญาอีกครั้ง	깐̄ 탐̄ 싼̌야̄ 익̀ 크랑́
재단	มูลนิธิ	문̄라́니́티́
재료	วัสดุ	왓́싸̀두̀
재무(財務)	การเงิน	깐̄ 응̄은ㅓ
재미	ความสนุกสนาน	쾀̄ 싸̀눅̀ 싸̌난̌
재미없다	ไม่น่าสนใจ	마̂이 나̂ 쏜̌짜̄이
	ไม่สนุก	마̂이 싸̀눅̀
재미있다	น่าสนใจ	나̂ 쏜̌ 짜̄이
	น่าสนุก	나̂ 싸̀눅̀
	สนุก	싸̀눅̀
재산, 자산, 소유물	ทรัพย์สิน	쌉́ 씬̌
재수강하다	เรียนซ้ำ	리̄안 쌈́
재스민	มะลิ	말́리́

재입국 허가	การอนุญาตให้กลับเข้าประเทศได้อีกครั้ง	깐 아누얏 하이 끌랍 카오 쁘라텟 다이 익 크랑
재정, 금융	การคลัง	깐 클랑
재정 지원자	สปอนเซอร์	싸뻔쓰ㅓ
재직 증명서	หนังสือรับรองการทำงาน	낭쓰 랍렁 깐 탐 응안
재채기하다	จาม	짬
재킷	เสื้อแจ็คเก็ต	쓰어 짹껫
재활용	การนำกลับมาใช้	깐 남 끌랍 마 차이
잭 후르츠	ขนุน	카눈
잼	แยม	얨
쟁기	เครื่องไถนา	크르엉 타이나
쟁반, 접시	ถาด	탓
저(지시형용사)	โน้น	논
저(여성 1인칭)	ดิฉัน	디찬
저가 항공사	สายการบินต้นทุนต่ำ	싸이 깐빈 똔툰 땀
저것	โน่น	논
저기, 저곳	ที่โน่น	티 논
저녁	เย็น	옌
저녁, 밤, 야간	ค่ำ	캄
저녁 식사	อาหารเย็น	아한 옌
저당하다, 저당잡히다	จำนอง	짬넝

저당	การจำนอง	깐 짬넝
저리다, 욱신거리다	เมื่อย	므어이
저소득층	ชนชั้นรายได้ต่ำ	촌 찬 라이 다이 땀
저수지	แหล่งเก็บน้ำ	랭 껩 남
저울	เครื่องชั่ง	크르엉 창
저지하다	กั้น	깐
	ระงับ	라응압
저축	การเก็บเงิน	깐 껩 응은ㅓ
	เงินฝากออมทรัพย์	응은ㅓ 퐉 엄쌉
저축예금	บัญชีออมทรัพย์	반치 엄쌉
저축하다	ออม	엄
저혈압	ความดันโลหิตต่ำ	쾀 단 로힛 땀
적, 원수	ศัตรู	쌋뜨루
적다, 쓰다	จด	쫏
	เขียน	키얀
	บันทึก	반특
적다, 작다	น้อย	너이
적색등	ไฟแดง	퐈이 댕
적성	ความถนัด	쾀 타낫
적용하다, 맞추다	ประยุกต์ใช้	쁘라육 차이
적응하다	ปรับตัว	쁘랍 뚜어
적임자	คนเหมาะสมที่สุด	콘 머쏨 티쑷
적자	การขาดทุน	깐 캇툰

적자이다, 손해보다	ขาดทุน	캇 툰
적재하다, 싣다	บรรทุก	반툭
적지 않게, 꽤 많은	ไม่น้อย	마이 너이
적합하다, 적절하다	สมควร	쏨 쿠언
전 세계, 글로벌	ทั่วโลก	투어 록
전공	วิชาเอก	위차 엑
전국	ทั่วประเทศ	투어 쁘라텟
전기	ไฟฟ้า	퐈이 퐈
전기공학	วิศวกรรมไฟฟ้า	윗싸와깜 퐈이 퐈
전기공학과	สาขาวิชาวิศวกรรมไฟฟ้า	싸카 위차 윗싸와깜 퐈이 퐈
전기세, 전기료	ค่าไฟฟ้า	카 퐈이 퐈
전기용품	เครื่องไฟฟ้า	크르엉 퐈이 퐈
전단, 유인물	ใบปลิว	바이 쁠리우
전당포	โรงจำนำ	롱 짬남
전등	โคมไฟฟ้า	콤 퐈이퐈
전략	กลยุทธ์	꼰라윳
전력	กำลังไฟฟ้า	깜랑 퐈이 퐈
전력공사	การไฟฟ้า	깐 퐈이 퐈
전무	กรรมการผู้จัดการ	깜마깐 푸짯깐
전문가	ผู้เชี่ยวชาญ	푸 치여우찬
전문의	แพทย์ผู้เชี่ยวชาญ	퍳 푸 치여우찬
전보, 전신	โทรเลข	토라렉

전복	เป๋าฮื้อ	빠오 흐
	หอยเป๋าฮื้อ	허이 빠오 흐
전부, 다	ทั้งหมด	탕 못
	ทั้งสิ้น	탕 씬
전선	สายไฟ	싸이 퐈이
전시하다	จัดแสดง	짯 싸댕
전시회	นิทรรศการ	니탓싸깐
전에	ก่อน	껀
전염병	โรคติดต่อ	록 띳떠
전율을 느끼다	สยิว	싸이우
전임 강사	อาจารย์ประจำ	아짠 쁘라짬
전자 기타	กีตาร์ไฟฟ้า	끼따 퐈이퐈
전자공학	วิศวกรรม อิเล็กทรอนิกส์	윗싸와깜 일렉트러닉
전자레인지	ไมโครเวฟ	마이크로웹
전쟁	สงคราม	쏭크람
전적으로 신뢰하다, 굳게 믿다	ตายใจ	따이 짜이
전조등	ไฟหน้า	퐈이 나
전진하다, 앞으로 나가다, 발을 내딛다	ก้าว	까우
전철, 지상철	รถไฟฟ้า	롯 퐈이 퐈
전통	ประเพณี	쁘라페니

전통 마사지하다	**นวดแผนโบราณ**	누엇 팬 보란
전통 문화	**วัฒนธรรมพื้นบ้าน**	왓타나탐 픈반
전투하다, 맞서 싸우다	**รบ**	롭
전하다, 중계하다	**ถ่ายทอด**	타이 텃
전혀	**เลย**	르ㅓ이
전화	**โทรศัพท์**	토라쌉
전화로 약속하다	**โทรนัด**	토 낫
전화를 끊다	**วางหู**	왕 후
전화 잘못 걸다	**โทรผิด**	토 핏
전화기	**เครื่องโทรศัพท์**	크르엉 토라쌉
전화번호	**เบอร์โทรศัพท์**	브ㅓ 토라쌉
전화번호부	**สมุดโทรศัพท์**	싸뭇 토라쌉
전화선, 선	**สาย**	싸이
전화 케이스	**เคสโทรศัพท์**	켓 토라쌉
전화하다	**โทรศัพท์**	토라쌉
절구	**ครก**	크록
절대로	**เด็ดขาด**	뎃 캇
	โดยเด็ดขาด	도이 뎃캇
	เป็นอันขาด	뻰 안 캇
절망하다	**สิ้นหวัง**	씬 왕
절약하다	**ประหยัด**	쁘라얏
절차, 단계	**ขั้นตอน**	칸 떤
젊다	**เป็นหนุ่มเป็นสาว**	뻰 눔 뻰 싸우

젊다(여성에게만 사용)	สาว	싸우
(나이보다) 젊다, 젊어 보이다 (남성에게만 사용)	หนุ่ม	눔
점	จุด	쭛
(피부의) 점, 사마귀	ไฝ	퐈이
점수, 득점, 포인트	คะแนน	카낸
점심 식사	อาหารกลางวัน	아한 끌랑 완
	อาหารเที่ยง	아한 티양
점잖다	สุภาพ	쑤팝
점진적으로	ค่อย ๆ	커이 커이
점차	เรื่อย ๆ	르어이 르어이
접는 칼	มีดพับ	밋 팝
접다, 개다	พับ	팝
접시	จาน	짠
접촉하다	สัมผัส	쌈팟
젓가락	ตะเกียบ	따끼얍
정각이다	ตรง	뜨롱
정강이	หน้าแข้ง	나 캥
정교하다	ประณีต	쁘라닛
정규 교육	การศึกษาในระบบ	깐 쓱싸 나이 라봅
정규직	พนักงานประจำ	파낙 응안 쁘라짬
정기예금	เงินฝากประจำ	응은 ㅓ 퐉 쁘라짬

정기적으로	เป็นประจำ	뻰 쁘라짬
정년	อายุเกษียณ	아유 까씨얀
정당, 단체	พรรค	팍
정도	สัก	싹
정렬하다, 정돈하다	เรียง	리양
정보	ข่าวสาร	카우싼
정부	รัฐบาล	랏타반
정비 공장	โรงซ่อม	롱 썸
정비사	ช่างซ่อมบำรุง	창 썸 밤룽
정서(情緒)	ความรู้สึกทางใจ	쾀 루쓱 탕 짜이
정수기	ที่กรองน้ำ	티 끄렁 남
정숙하다	สงบ	싸응옵
정시에, 제시간에	ตรงเวลา	뜨롱 웰라
정신	จิตใจ	찟 짜이
	วิญญาณ	윈얀
정신과 의사	จิตแพทย์	찟따팻
정신병	โรคจิต	록 찟
정신병원	โรงพยาบาลประสาท	롱 파야반 쁘라쌋
정오	เที่ยง	티양
정원, 공원	สวน	쑤언
정원사	คนสวน	콘 쑤언
정제염	เกลือบริสุทธิ์	끌르어 버리쑷
정지하다	หยุดนิ่ง	윳 닝

정직한	ซื่อ	쓰
	ซื่อตรง	쓰 뜨롱
	ซื่อสัตย์	쓰 쌋
	สุจริต	쑷짜릿
정책	นโยบาย	나요바이
정치	การเมือง	깐 므엉
정치인	นักการเมือง	낙 깐 므엉
정형외과	แผนกศัลยกรรม กระดูก	파낵 싼야깜 끄라둑
정확하다	แน่ชัด	내 찻
	ชัดเจน	찻 쩬
정확한	แม่นยำ	맨 얌
젖다, 적시다	เปียก	삐약
	เปียกน้ำ	삐약 남
제거하다	เอาออก	아오 억
	กำจัด	깜짯
	ขจัด	카짯
제공하다	อำนวย	암누어이
	ให้	하이
제과점	ร้านขนมปัง	란 카놈 빵
제로, 영(0)	ศูนย์	쑨
제방	เขื่อน	크언
제비[조류]	นกนางแอ่น	녹 낭 앤

ㄱ
ㄴ
ㄷ
ㄹ
ㅁ
ㅂ
ㅅ
ㅇ
ㅈ
ㅊ
ㅋ
ㅌ
ㅍ
ㅎ

제사	การไหว้บรรพบุรุษ	깐 와이 반파부룻
제산제	ยาลดกรด	야 롯 끄롯
제습제	สารดูดความชื้น	싼 둣 쾀츤
제시간에	ทันเวลา	탄 웰라
제시간에 못하다	ไม่ทัน	마이 탄
제안	การเสนอ	깐 싸너
제안하다	เสนอ	싸너
제외하고	ยกเว้น	욕웬
제외하다	เว้น	웬
제자	ลูกศิษย์	룩 씻
제정신이 들다	ได้สติ	다이 싸띠
제지하다	ระงับ	라응압
제출하다	ยื่น	이은
제품, 산물	ผลิตภัณฑ์	팔릿따판
제헌절	วันรัฐธรรมนูญ	완 랏타탐마눈
젤을 바르다	ทาเจล	타 쩬
조각, 개(빵, 고기, 쿠키의 일부분을 셀 때)	ชิ้น	친
조각하다	แกะสลัก	깨 쌀락
조개	หอย	허이
조건	เงื่อนไข	응으언 카이
조교수	ผู้ช่วยศาสตราจารย์	푸 추어이 쌋싸뜨라짠

조금	นิดหน่อย	닛 너이
	เล็กน้อย	렉 너이
조금 더	อีกหน่อย	익 너이
조금 좋아지다, 조금 나아지다	ยังชั่ว	양 추어
조금, 약간의, 일부의	บ้าง	방
조급해 하다	ร้อนใจ	런 짜이
조기 유학	การเรียนต่อที่ต่าง ประเทศระดับประถม	깐 리안 떠 티 땅 쁘라텟 라답 쁘라톰
조끼	เสื้อกล้าม	쓰어 끌람
	เสื้อกั๊ก	쓰어 깍
조류 독감	ไข้หวัดนก	카이 왓 녹
조리(쌀을 이는 기 구)	ที่กรองข้าวสาร	티 끄렁 카우싼
조리법	วิธีการปรุง	위티 깐 쁘룽
조리하다	ปรุง	쁘룽
조사하다	สำรวจ	쌈루엇
	ตรวจสอบ	뜨루엇 썹
	สอบสวน	썹 쑤언
	สืบสวน	씁 쑤언
조상, 선조	บรรพบุรุษ	반파부룻
조세, 과세	ภาษีอากร	파씨 아껀
조수, 보조원	ผู้ช่วย	푸 추어이

조심하다, 주의하다	ระวัง	라왕
조언	คำแนะนำ	캄 내남
조언하다, 충고하다	ให้คำแนะนำ	하이 캄 내남
조용하다	เงียบ	응이얍
	เงียบสงบ	응이얍 싸응옵
조절하다, 조정하다	ปรับ	쁘랍
조제실	ห้องทำยาชุด	헝 탐 야 춧
조종사, 파일럿	นักบิน	낙 빈
조직, 기관	องค์กร	옹껀
~조차도	แม้	매
조항	มาตรา	맛뜨라
조화를 이루다	เข้ากันได้	카오 깐 다이
조회수	จำนวนผู้เข้าชม	짬누언 푸 카오 촘
족발	ขาหมู	카 무
존경하다	เคารพ	카오 롭
	นับถือ	납 트
존경할 만한, 존중할 만한	น่านับถือ	나 납트
졸리다, 졸음이 오다	ง่วง	응우엉
	ง่วงนอน	응우엉 넌
졸업하다	เรียนจบ	리안 쫍
	สำเร็จการศึกษา	쌈렛 깐쓱싸

좀, 조금	สักหน่อย	싹 너이
	หน่อย	너이
좁다, 협소하다	แคบ	캡
종	ระฆัง	라캉
	กระดิ่ง	끄라딩
종교	ศาสนา	쌋싸나
종기	เนื้องอก	느어 응억
종류	ประเภท	쁘라펫
	ชนิด	차닛
종아리	น่อง	넝
종업원	ลูกจ้าง	룩 짱
종이	กระดาษ	끄라닷
종이, 가방, 접시, 모자를 셀 때 (~개, ~장)	ใบ	바이
종이컵	แก้วกระดาษ	깨우 끄라닷
종족	เผ่า	파오
종지(작은 그릇)	ถ้วยใบเล็ก	투어이 바이 렉
종합 우승	ชนะคะแนนรวม	차나 카낸 루엄
좋다	ดี	디
좋아하다, 즐겨 하다	ชอบ	첩
좌석	ที่นั่ง	티 낭
좌측	ด้านซ้าย	단 싸이

ㄱ
ㄴ
ㄷ
ㄹ
ㅁ
ㅂ
ㅅ
ㅇ
ㅈ
ㅊ
ㅋ
ㅌ
ㅍ
ㅎ

좌측통행	ชิดซ้าย	칫 싸이
좌회전 금지	ห้ามเลี้ยวซ้าย	함 리여우 싸이
좌회전하다	เลี้ยวซ้าย	리여우 싸이
죄, 죄악	บาป	밥
주 고객	ลูกค้าหลัก	룩카 락
주, 일주일	สัปดาห์	쌉다
	อาทิตย์	아팃
주기(週期)	รอบ	럽
주다	ให้	하이
주로	เป็นหลัก	뻰 락
주로 ~하곤 하다	มัก	막
주말	สุดสัปดาห์	쑷 쌉다
	เสาร์อาทิตย์	싸오 아팃
주머니	กระเป๋าเสื้อ	끄라빠오 쓰어
주먹	กำปั้น	깜 빤
주먹을 쥐다	กำหมัด	깜 맛
주문 견적서	ใบประเมินการสั่งสินค้า	바이 쁘라믄ㅓ 깐 쌍 씬카
주민등록번호	เลขประจำตัวประชาชน	렉 쁘라짬 뚜어 쁘라차촌
주민등록증	บัตรประชาชน	밧 쁘라차촌
주민센터	ศูนย์ให้บริการประชาชน	쑨 하이 버리깐 쁘라차촌
주방장	หัวหน้าพ่อครัว	후어 나 퍼 크루어

주변, 둘레	ปริมณฑล	빠리몬톤
주사를 맞다	ฉีดยา	칫 야
주사위	ลูกเต๋า	룩 따오
주석, 주해	หมายเหตุ	마이 헷
주소	ที่อยู่	티 유
주스	น้ำผลไม้	남 폰라마이
주식(株式)	หุ้น	훈
주식회사	บริษัทจำกัด	버리쌋 짬깟
주심	กรรมการใหญ่	깜마깐 야이
주위에 모여들다	มุง	뭉
주유소	ปั๊มน้ำมัน	빰 남만
주의를 기울이다	ใส่ใจ	싸이 짜이
주의를 촉구하다, 자극하다	กระตุ้น	끄라뚠
주의사항, 유의사항	ข้อควรระวัง	커 쿠언 라왕
주인	เจ้าของ	짜오 컹
주임[직위]	หัวหน้าส่วน	후어 나 쑤언
주장(主將)	การเสนอความคิดเห็น	깐 싸너 쾀 킷헨
주장(主張)하다	ยืนยัน	이은 얀
	อ้าง	앙
주전자	กาต้มน้ำ	까 똠 남
주제	หัวข้อ	후어 커

주주	ผู้ถือหุ้น	푸 트 훈
주중	กลางสัปดาห์	끌랑 쌉다
	ทุก ๆ วันธรรมดา	툭툭 완 탐마다
주차권	บัตรจอดรถ	밧 쩟 롯
주차 금지	ห้ามจอด	함 쩟
주차 금지구역	เขตห้ามจอด	켓 함쩟
주차 요금	ค่าจอดรถ	카 쩟 롯
주차장	ที่จอดรถ	티 쩟 롯
주차하기 어렵다	จอดลำบาก	쩟 람박
주차하다	จอด	쩟
주초(週初)	ต้นสัปดาห์	똔 쌉다
주최자	เจ้าภาพ	짜오 팝
주택, 주거	เรือน	르언
죽	ข้าวต้ม	카우 똠
죽다, 사망하다, 돌아가시다	ตาย	따이
	เสียชีวิต	씨야 치윗
죽순	หน่อไม้	너 마이
죽음	ความตาย	쾀 따이
죽이다	ฆ่า	카
준결승	รอบรองชนะเลิศ	럽 렁 차나 릇ㅓ
준비가 되다	พร้อม	프럼
준비하다	เตรียม	뜨리얌
(사람 등의) 줄	แถว	태우

줄거리	เรื่องย่อ	르엉 여
줄기	ก้าน	깐
줄다	เล็กลง	렉 롱
	ลดลง	롯 롱
줄어들다, 수축하다	หด	홋
줄을 서다	ต่อคิว	떠 키우
	เข้าคิว	카오 키우
(소리를) 줄이다	เบา	바오
줄이다, 줄다	ลด	롯
줌, 움큼	กำ	깜
줍다, 습득하다	เก็บตก	껩 똑
중간 가르마	แสกกลาง	쌕 끌랑
중간, 중앙	กลาง	끌랑
중간 시험	สอบกลางภาค	썹 끌랑 팍
중개인	คนกลาง	콘 끌랑
	นายหน้า	나이 나
중고등학교	โรงเรียนมัธยม	롱 리안 맛타욤
중국	จีน	찐
중국식 만두	เกี๊ยว	끼여우
중국어	ภาษาจีน	파싸 찐
중국인	คนจีน	콘 찐
중독성이 있는	เสพติด	쎕 띳
중매결혼하다	คลุมถุงชน	클룸퉁촌

ㄱ ㄴ ㄷ ㄹ ㅁ ㅂ ㅅ ㅇ ㅈ ㅊ ㅋ ㅌ ㅍ ㅎ

중부	ภาคกลาง	팍 끌랑
중소기업	วิสาหกิจขนาดกลางและขนาดย่อม	위싸하낏 카낫 끌랑 래 카낫 염
중순	กลางเดือน	끌랑 드언
중앙, 가운데, 중간	ตอนกลาง	떤 끌랑
중앙 우체국	ไปรษณีย์กลาง	쁘라이싸니 끌랑
중요하다, 소중하다	สำคัญ	쌈칸
중졸자	ผู้ที่จบการศึกษาระดับมัธยมต้น	푸티쫍 깐쓱싸 라답 맛타욤 똔
중풍	อัมพาต	암마팟
중학생	นักเรียนมัธยมต้น	낙 리안 맛타욤 똔
중환자실	ห้องไอซียู	헝 아이씨유
쥐	หนู	누
즉, 고로	ได้แก่	다이 깨
즉시	ทันที	탄 티
즐거워하다	ร่าเริง	라 릉ㅓ
즐겁게	อย่างสนุก	양 싸눅
즐겁다	สนุกสนาน	싸눅 싸난
즐기다	ชอบ	첩
	เพลิดเพลิน	플릇ㅓ 플른ㅓ
증가시키다	ทำให้เพิ่มขึ้น	탐 하이 픔ㅓ 큰
증가하다	เพิ่มขึ้น	픔ㅓ 큰
	งอกเงย	응억 응으ㅓ이

증거, 증언, 입증	หลักฐาน	락 탄
증권 중개인	นายหน้าซื้อขายหุ้น	나이 나 쓰 카이 훈
증기, 스팀	ไอ	아이
증류하다, 정제하다	กลั่น	끌란
증명서	หนังสือรับรอง	낭 쓰 랍 렁
	ใบรับรอง	바이 랍 렁
증상, 증세	อาการ	아 깐
증손	เหลน	렌
증손녀	เหลนผู้หญิง	렌 푸 잉
증손자	เหลนผู้ชาย	렌 푸 차이
증언하다, 진술하다	ให้การ	하이 깐
증인	พยาน	파얀
증정품, 사은품	ของแถม	컹 탬
증조모	ย่าทวด	야 투엇
증조부	ปู่ทวด	뿌 투엇
지각, 감각, 의식	สติ	싸띠
지갑	กระเป๋าเงิน	끄라빠오 응은ㅓ
	กระเป๋าสตางค์	끄라빠오 싸땅
지구 온난화	สภาวะโลกร้อน	싸파와 록 런
지구, 지역	ย่าน	얀
지금, 이제	เดี๋ยวนี้	디여우 니
	ตอนนี้	떤 니
	บัดนี้	밧 니

지나가다	ผ่านไป	판 빠이
지나치다	เกินไป	끈ㅓ 빠이
지난달	เดือนที่แล้ว	드언 티 래우
지난주	สัปดาห์ที่แล้ว	쌉다 티 래우
	อาทิตย์ที่แล้ว	아팃 티 래우
지난 토요일	วันเสาร์ที่แล้ว	완 싸오 티 래우
지난 학기	เทอมที่แล้ว	틈ㅓ 티 래우
지능, 지적 능력	ความฉลาด	쾀 찰랏
지다, 떨어지다	ร่วง	루엉
지도	แผนที่	팬티
지도 교수	อาจารย์ที่ปรึกษา	아짠 티 쁘륵싸
지도자	ผู้นำ	푸 남
지루하다, 심심하다	เบื่อ	브어
지름	เส้นผ่านศูนย์กลาง	쎈 판 쑨 끌랑
지름길	ทางลัด	탕 랏
지리학, 지리	ภูมิศาสตร์	푸미쌋
지면, 토지	พื้นที่	픈 티
지방, 기름	ไขมัน	카이 만
지방, 시골	ต่างจังหวัด	땅 짱왓
지불	การชำระ	깐 참라
지불하다, 돈 내다	จ่าย	짜이
	ชำระ	참라
지붕을 덮다, 짚으로 이다	มุง	뭉

지상철역	สถานีรถไฟฟ้า	싸타니 롯 파이퐈
지상철을 타다	นั่งรถไฟฟ้า	낭 롯 파이퐈
지식	ความรู้	쾀 루
지압	การกดจุด	깐 꼿 쭛
지역	ภูมิภาค	푸미팍
지연(遲延)	ล่าช้า	라 차
지옥	นรก	나록
지우개	ยางลบ	양 롭
지우다	ลบ	롭
	เอาออก	아오 억
지원하다, 돕다	ช่วยเหลือ	추어이 르어
지위	ตำแหน่ง	땀냉
지점	สาขา	싸카
지출	การจ่าย	깐 짜이
지키다	เฝ้า	퐈오
지탱하다, 유지하다	ประคอง	쁘라컹
지팡이	ไม้เท้า	마이 타오
지폐	ธนบัตร	타나밧
지하	ชั้นใต้ดิน	찬 따이 딘
지하 주차장	ที่จอดรถชั้นใต้ดิน	티 쩟 롯 찬 따이 딘
지하철	รถไฟใต้ดิน	롯 퐈이 따이 딘
지하철역	สถานีรถไฟใต้ดิน	싸타니 롯 퐈이 따이 딘
지혜	ปัญญา	빤야

지휘하다	กำกับ	깜깝
직불카드	บัตรเดบิต	밧 데빗
직선	เส้นตรง	쎈 뜨롱
직업	อาชีพ	아칩
직업관	มุมมองเกี่ยวกับอาชีพ	뭄멍 끼여우 깝 아칩
직원	เจ้าหน้าที่	짜오 나티
	พนักงาน	파낙 응안
직위	ตำแหน่ง	땀냉
직장	ที่ทำงาน	티 탐 응안
직장 동료	เพื่อนร่วมงาน	프언 루엄 응안
직접	โดยตรง	도이 뜨롱
	ทางตรง	탕 뜨롱
직접세	ภาษีทางตรง	파씨 탕 뜨롱
직항	เที่ยวบินตรง	티여우 빈 뜨롱
	บินตรง	빈 뜨롱
진공 포장	การห่อบรรจุภัณฑ์แบบสุญญากาศ	깐 허 반쭈판 뱁 쑨야깟
진공청소기	เครื่องดูดฝุ่น	크르엉 둣푼
진급, 승진	การเลื่อนชั้น	깐 르언 찬
진단	การวินิจฉัย	깐 위닛차이
진단서	ใบรับรองแพทย์	바이 랍렁 팻
진료실	ห้องตรวจ	헝 뜨루엇
진보하다, 전진하다	ก้าวหน้า	까우 나

진실	ความจริง	쾀 찡
진실을 말하다	พูดจริง	풋 찡
진실한	ซื่อสัตย์	쓰 쌋
	สัตย์	쌋
진심	ความจริงใจ	쾀 찡 짜이
진짜 친구, 참된 친구	เพื่อนตาย	프언 따이
진짜로, 정말로	จริงๆ	찡찡
진짜의, 진짜로	จริง	찡
진통제	ยาแก้ปวด	야 깨 뿌엇
	ยาระงับปวด	야 라응압 뿌엇
진품, 진본	ของจริง	컹 찡
	ของแท้	컹 태
진풍경	ทิวทัศน์อันน่า มหัศจรรย์	티우 탓 안 나 마핫싸짠
진한 색	สีเข้ม	씨 켐
진흙	โคลน	클론
질문	คำถาม	캄 탐
질문하다	ถาม	탐
질병, 병	โรค	록
질투하다	ริษยา	릿싸야
	หึง	흥
질환	ความไม่สบาย	쾀 마이 싸바이
짊어지다, 지다	แบก	백

짐, 수하물	สัมภาระ	쌈파라
짐표	ใบรับกระเป๋า	바이 랍 끄라빠오
집	บ้าน	반
집을 보다	เฝ้าบ้าน	퐈오 반
집을 짓다	สร้างบ้าน	쌍 반
집다	หยิบ	입
	คีบ	킵
집단	หมู่	무
집 안, 집 내부	ข้างในบ้าน	캉 나이 반
집요하게 계속하다, 인내하며 계속하다	เพียร	피얀
집주인	เจ้าของบ้าน	짜오 컹 반
집중하다, 전념하다	จดจ่อ	쫏 쩌
집착하다	ยึดติด	이읏 띳
집행자	ผู้ปฏิบัติการ	푸 빠띠밧 깐
집회	การชุมนุม	깐 춤눔
짓다, 끓이다	หุง	훙
징	ฆ้องใหญ่	컹 야이
짖다, 떠들다	เห่า	하오
짙다	เข้มข้น	켐 콘
짜내다, 압착하다	คั้น	칸
	บีบ	빕
(맛이) 짜다	เค็ม	켐

(천, 옷감 등을) 짜다, 짜서 만들다, (바구니 등을) 엮다	ทอ	터
짜증	ความรำคาญ	쾀 람칸
짜증나다	รำคาญ	람칸
	น่ารำคาญ	나 람칸
짝, 쌍	คู่	쿠
짝사랑	แอบรักข้างเดียว	앱 락 캉 디여우
짧다	สั้น	싼
쨍쨍하다	แสงสว่างจ้า	쌩 싸왕짜
쪼그라들다	เหี่ยว	히여우
~쪽으로, ~방향으로	ทางด้าน	탕 단
쪽지	กระดาษโน้ต	끄라닷 놋
쫓다, 몰다	ไล่	라이
쫓아내다, 몰아내다	ไล่ออก	라이 억
쬐다, 쐬다, 널어 말리다	ตาก	딱
쭈그리다, 엎드리다, 굽실거리다	หมอบ	멉
찌개	แกง	깽
찌그러지다, 으그러지다	บุบ	붑
찌꺼기	กาก	깍

ㄱ ㄴ ㄷ ㄹ ㅁ ㅂ ㅅ ㅇ ㅈ ㅊ ㅋ ㅌ ㅍ ㅎ

(칼 등 뾰족한 것으로) 찌르다, 따끔거리게 하다	ทิ่มแทง	팀̂ 탱̄
찌르다, 꽂다, 박다, 뚫다, 밀다, 밀치다	ทิ่ม	팀̂
찌르다, 끼우다	เสียบ	씨̀얍
(사진을) 찍다	ถ่าย	타̀이
찍다, 부착하다	ประทับ	쁘̀라탑́
찐빵	ซาลาเปา	싸̄라̄빠̄오
찢다	ฉีก	칙̀

ㅊ

차(車), 차량	รถ	롯
차가 막히다	รถติด	롯 띳
차를 놓치다	ตกรถ	똑 롯
차를 반납하다	คืนรถ	큰 롯
차를 빌리다	เช่ารถ	차오 롯
차를 셀 때 (~대)	คัน	칸
차 트렁크	กระโปรงท้ายรถ	끄라쁘롱 타이 롯
차(茶), 티	ชา	차
	น้ำชา	남 차
차갑다	เย็น	옌
차고	โรงรถ	롱 롯
(발로) 차다	เตะ	떼
(날씨 등이) 차다	เย็น	옌
차단하다, 막다	บัง	방
차량, 탈것	พาหนะ	파하나
차량 등록	ทะเบียนรถ	타비얀 롯
차량등록번호	เลขทะเบียนรถ	렉 타비얀 롯
차분하다, 고요하다, 평온하다	นิ่ง	닝
차비	ค่าโดยสาร	카 도이싼

차옌 (밀크 티)	ชาเย็น	차 옌
차장(버스)	กระเป๋ารถ	끄라빠오 롯
차장(조직의 계급)	รองหัวหน้าฝ่าย	렁 후어나 퐈이
차츰, 점점	เรื่อย	르어이
착륙	การบินลง	깐 빈 롱
착수금	มัดจำ	맛짬
착하다	ดี	디
	จิตใจดี	찟짜이 디
찬성하다	เห็นด้วย	헨 두어이
참가자	ผู้เข้าร่วม	푸 카오 루엄
참가하다, 참여하다, 참석하다	เข้าร่วม	카오 루엄
참견하다	สอดแทรก	썻 쌕
	ก้าวก่าย	까우 까이
참다	ทน	톤
	อด	옷
	อดทน	옷 톤
참여하다, 참가하다	ร่วม	루엄
참외	แตงเกาหลี	땡 까올리
참치	ปลาทูน่า	쁠라 투나
찹쌀밥	ข้าวเหนียว	카우 니여우
창가 좌석	ที่นั่งริมหน้าต่าง	티 낭 림 나땅
창고	โกดัง	꼬당
	ห้องเก็บของ	헝 껩 컹

창구	ช่อง	청
창문	หน้าต่าง	나 땅
창백하다	ซีด	씻
창작하다, 짓다	ประพันธ์	쁘라판
창조하다	สร้าง	쌍
창피 당하다	ขายหน้า	카이 나
찾다, 탐색하다	ค้น	콘
	ค้นหา	콘 하
	หา	하
찾아가다	ไปหา	빠이 하
찾지 못하다, 보이지 않다	หาไม่เจอ	하 마이 쯔ㅓ
채(집을 세는 수량사)	หลัง	랑
채널	ช่อง	청
채소	ผัก	팍
채용 박람회	นิทรรศการการรับสมัครงาน	니탓싸깐 깐 랍 싸막 응안
	นิทรรศการการสรรหางาน	니탓싸깐 깐 싼하 응안
채우다	เติม	뜸ㅓ
채팅하다	แชท	챗
책, 글	หนังสือ	낭쓰
책상	โต๊ะหนังสือ	또 낭쓰
책상보, 테이블보	ผ้าปูโต๊ะ	파 뿌 또

책임	ความรับผิดชอบ	쾀 랍핏첩
책임자, 담당자	เจ้าหน้าที่ที่รับผิดชอบ	짜오나티 티 랍핏첩
책임지다	รับผิดชอบ	랍핏첩
처녀	สาวโสด	싸우 쏫
~처럼	อย่าง	양
처리하다	จัดการ	짯 깐
	บริหาร	버리한
처방	การสั่งยา	깐 쌍야
처방전	ใบสั่งแพทย์	바이 쌍 팻
	ใบสั่งยา	바이 쌍 야
처방하다	สั่งยา	쌍 야
처신하다	ประพฤติตัว	쁘라프릇 뚜어
	ทำตัว	탐 뚜어
처음	ครั้งแรก	크랑 랙
처음에	ตอนแรก	떤 랙
처음에는, 처음부터	ทีแรก	티 랙
처음으로	เป็นครั้งแรก	뻰 크랑 랙
척추	กระดูกสันหลัง	끄라둑 싼랑
천, 1000	พัน	판
천, 옷감	ผ้า	파
천국, 천당	สวรรค์	싸완
천둥	ฟ้าร้อง	파 렁
천만(千萬)	สิบล้าน	씹 란

천연 재료	วัตถุดิบจากธรรมชาติ	왓투딥 짝 탐마찻
천의 질, 질감	เนื้อผ้า	느어 파
천장	เพดาน	페단
천천히	ช้า	차
	ช้า ๆ	차차
철	เหล็ก	렉
철거하다, 무너뜨리다, 허물다	รื้อถอน	르 턴
철도	ทางรถไฟ	탕 롯 퐈이
철도 건널목	ทางข้ามรถไฟ	탕 캄 롯 퐈이
철사	ลวด	루엇
철자를 말하다	สะกด	싸꼿
첨부파일	ไฟล์แนบ	퐈이 냅
첨부하다	แนบ	냅
첫 방송하다	ออกอากาศตอนแรก	억 아깟 떤 랙
첫 주	สัปดาห์แรก	쌉다 랙
첫, 첫째의, 처음의	แรก	랙
첫눈에 반하다	ตกหลุมรักตั้งแต่แรกเห็น	똑 룸 락 땅때 랙 헨
첫돌	วันเกิดครบรอบ 1 ขวบ	완껏ㅓ 크롭 럽 능 쿠업
첫째	ที่หนึ่ง	티 능
청년	หนุ่ม	눔
청량음료	น้ำอัดลม	남 앗롬

청명하다	แจ่มใส	쨈 싸이
	สดใส	솟 싸이
청소년	เยาวชน	야오와촌
청소하다	ทำความสะอาด	탐 쾀 싸앗
청재킷	แจ็กเก็ตยีนส์	쨱껫 인
청중, 청자, 청취자	ผู้ฟัง	푸 퐝
체계, 체제	ระบบ	라봅
체력	กำลังกาย	깜랑 까이
체온계	ปรอท	쁘럿
체육(교과명)	พลศึกษา	파라쓱싸
체육(운동)	การกีฬา	깐 낄라
체육대회	การแข่งขันกีฬา	깐 캥칸 낄라
	พลศึกษา	파라쓱싸
체조	ยิมนาสติก	임나싸띡
체조 선수	นักกีฬายิมนาสติก	낙 낄라 임나싸띡
체코	สาธารณรัฐเช็ก	싸타라나 랏 첵
체포 영장	หมายจับ	마이 짭
(시간의) 초	วินาที	위나티
초(初), 시작	ต้น	똔
초과근무, 잔업	ล่วงเวลา	루엉 웰라
	การทำงานล่วงเวลา	깐 탐 응안 루엉 웰라
초과근무 수당	เงินล่วงเวลา	응은ㅓ 루엉 웰라
초급의, 기초의	ประถม	쁘라톰

초대장	บัตรเชิญ	밧 츠ㅓ
초대하다	เชิญ	츠ㅓ
초등교육	ประถมศึกษา	쁘라톰 쓱싸
초등학생	นักเรียนประถม	낙 리안 쁘라톰
초래하다	ก่อให้เกิด	꺼 하이 끗ㅓ
초록색	สีเขียว	씨 키여우
초밥	ซูชิ	쑤치
초보자	มือใหม่	므 마이
초순	ต้นเดือน	똔 드언
초원, 초지	ทุ่งหญ้า	퉁 야
초인종	กระดิ่ง	끄라딩
	กริ่ง	끄링
초저녁	หัวค่ำ	후어 캄
초콜릿	ช็อกโกแลต	척꼬랫
총	ปืน	쁜
총각	หนุ่มโสด	눔 쏫
총무부	แผนกธุรการ	파낵 투라깐
총영사관	สถานกงสุลใหญ่	싸탄 꽁쑨 야이
총인구	ประชากรทั้งหมด	쁘라차껀 탕못
총장	อธิการบดี	아티깐버디
총재, 지도자, 대표	ผู้ว่าการ	푸 와 깐
총지배인	ผู้จัดการทั่วไป	푸 짯깐 투어 빠이
촬영을 끝내다	ปิดกล้อง	삣 끌렁

최고 속도	ความเร็วสูงสุด	쾀 레우 쑹쏫
최고의	สุดยอด	쏫 엿
최고이다(계급, 위치면에서)	สูงสุด	쑹 쏫
최소한, 적어도	อย่างน้อย	양 너이
최소화하다	ทำให้เล็กลง	탐 하이 렉 롱
최신	ล่าสุด	라 쏫
최신 모델	รุ่นล่าสุด	룬 라쏫
최저	ต่ำสุด	땀 쏫
최종	ครั้งสุดท้าย	크랑 쏫 타이
추구하다	แสวง	싸왱
추리소설	นิยายสืบสวน	니야이 씁쑤언
추석	วันไหว้พระจันทร์	완 와이 프라짠
추수	การเก็บเกี่ยวข้าว	깐 껩 끼여우 카우
추억	ความทรงจำ	쾀 쏭 짬
추월 구간	เขตแซง	켓 쌩
추월 금지	ห้ามแซง	함 쌩
추월하다, 끼어들다	แซง	쌩
추위	ความหนาว	쾀 나우
추적하다	แกะรอย	깨 러이
추천서	ใบรับรอง	바이 랍렁
추하다, 못생기다	น่าเกลียด	나 끌리얏
축구	ฟุดบอล	풋번

축소하다	ย่อ	여
축적하다	สะสม	싸쏨
축제	เทศกาล	텟싸깐
축하하다	แสดงความยินดี	싸댕 쾀 인디
	อวยพร	우어이 펀
축하한다	ยินดีด้วย	인디 두어이
출가하다	บวช	부엇
출구	ทางออก	탕 억
출국하다	ออกประเทศ	억 쁘라텟
출발	การออกเดินทาง	깐억 든ㅓ탕
출발 시간	เวลาออกเดินทาง	웰라억 든ㅓ탕
출발하다, 시작하다	สตาร์ท	싸땃
출산의 통증을 느끼다	เจ็บท้องคลอด	쩹 텅 클럿
출산 휴가	ลาคลอด	라 클럿
출생 증명서	ใบสูติบัตร	바이 쑤띠밧
출생지	สถานที่เกิด	싸탄티 끗ㅓ
출생하다	เกิด	끗ㅓ
	กำเนิด	깜늣ㅓ
출시하다	วางตลาด	왕 딸랏
출입 금지	ห้ามเข้า	함 카오
출입국관리사무소	ด่านตรวจคนเข้าเมือง	단 뜨루엇 콘 카오 므엉
	ต.ม.	떠머

출입문	ประตูทางเข้าออก	쁘라뚜 탕 카오 억
출장 가다	เดินทางไปทำงาน	든ㅓ탕 빠이 탐 응안
출퇴근하다	เข้าออกงาน	카오 억 응안
출판하다	ตีพิมพ์	띠 핌
출혈하다	ตกเลือด	똑 르엇
춤, 댄스, 무용	ระบำ	라밤
춤추다	เต้นรำ	뗀 람
춥다	หนาว	나우
충격	แรงกระแทก	랭 끄라택
충격, 쇼크	ช็อก	척
충돌하다	ชน	촌
충분하다	พอ	퍼
충성	ความจงรักภักดี	쾀 쫑락 팍디
충전 카드	บัตรเติมเงิน	밧 뜸ㅓ응은ㅓ
충전하다	ชาร์จ	찻
충치	ฟันผุ	퐌 푸
취미	งานอดิเรก	응안 아디렉
취소	การยกเลิก	깐 욕 륵ㅓ
취소하다, 철회하다	ยกเลิก	욕 륵ㅓ
취업 비자	วีซ่าทำงาน	위 싸 탐 응안
취직하다	ได้งานทำ	다이 응안 탐
측면, 옆	ด้านข้าง	단 캉
측정하다, 재다	วัด	왓

층(건물의 층, 기차나 비행기 좌석의 등급)	ชั้น	찬́
치과병원	โรงพยาบาลทันตกรรม	롱̄파́야̄반 탄̄따̀깜̄
치과 의사	ทันตแพทย์	탄̄따̀ 팻̂
치다, 때리다	ชก	촉́
	ต่อย	떠̀이
	ตี	띠̄
치료법	วิธีการรักษา	위́티̄ 깐̄ 락́싸̌
치료하다	รักษา	락́싸̌
	รักษาให้หาย	락́싸̌ 하̂이 하̌이
치마	กระโปรง	끄̀라̀쁘̄롱
치매	ความจำเสื่อม	콤̄ 짬̄ 쓰̀엄
치석	คราบหินปูน	크̂랍 힌̌ 뿐̄
치아	ฟัน	퐌̄
치아 교정	การจัดฟัน	깐̄ 짯̀ 퐌̄
치약	ยาสีฟัน	야̄ 씨̌ 퐌̄
치장하다	ตกแต่ง	똑̀ 땡̀
	แต่งตัว	땡̀ 뚜̄어
치즈	ชีส	칫̂
	เนยแข็ง	느̄ㅓ이 캥̌
치즈 케이크	ชีสเค้ก	칫̂ 켁́
치질	โรคริดสีดวงทวารหนัก	록̂ 릿́씨̌두̄엉 타́완̄ 낙̀

치통	อาการปวดฟัน	아̄깐̄ 뿌̀엇 퐌
친구	เพื่อน	프̂언
친구들	เพื่อน ๆ	프̂언 프̂언
친숙하다, 익숙하다	คุ้นเคย	쿤́ 크ㅓ̄이
친아들	ลูกชายแท้ ๆ	룩̂ 차̄이 태́태́
친절하다	ใจดี	짜̄이 디̄
친척	ญาติ	얏̂
친하다	สนิท	싸̀닛̀
칠레	ชิลี	칠́리̄
칠부 바지	กางเกง 7 ส่วน	깡̄껭̄ 쩻̀ 쑤̀언
칠월, 7월	กรกฎาคม	까̀라́까̀다̄콤̄
칠하다, 바르다	ทา	타̄
침, 타액	น้ำลาย	남́ 라̄이
침대	เตียง	띠̄양
침대차	รถนอน	롯́ 넌̄
침술	การฝังเข็ม	깐̄ 퐝̌ 켐̌
침실	ห้องนอน	헝̂ 넌̄
침착하다, 신중하다	สุขุม	쑤̀쿰̌
칭찬하다	ชม	촘̄
	ชมเชย	촘̄ 츠ㅓ̄이
칭찬할 만한, 존경스러운, 감탄할 만한	น่าชื่นชม	나̂ 츤̂ 촘̄
	น่ายกย่อง	나̂ 욕́영̂

ㅋ

카드	**การ์ด**	깟
	บัตร	밧
카레	**กะหรี่**	까리
카메라	**กล้อง**	끌렁
	กล้องถ่ายรูป	끌렁 타이룹
카운셀링	**คำปรึกษา**	캄 쁘륵싸
카탈로그	**แคตตาล็อก**	캣딸럭
카페	**ร้านกาแฟ**	란 까패
카펫, 양탄자, 무릎 덮개	**พรม**	프롬
칸막이, 장벽	**ฝา**	퐈
칼	**มีด**	밋
캄보디아	**เขมร**	카멘
	กัมพูชา	깜푸차
캐나다	**แคนาดา**	캐나다
커뮤니티, 공공시설	**ชุมนุมชน**	춤눔 촌
커버, 뚜껑	**ฝา**	퐈
커브 길, 굽은 도로	**ทางโค้ง**	탕 콩
커터	**มีดคัตเตอร์**	밋 캇떠
커튼	**ผ้าม่าน**	파 만
	ม่าน	만

커플 반지	แหวนคู่	왠 쿠
커피	กาแฟ	까퐤
커피 자국	คราบกาแฟ	크랍 까퐤
커피숍	ร้านกาแฟ	란 까퐤
컨베이어 벨트	สายพาน	싸이 판
컬러 펜	ปากกาสี	빡까 씨
컴퓨터	คอมพิวเตอร์	컴피우떠
컴퓨터실	ห้องคอมพิวเตอร์	헝 컴피우떠
컵, 잔, 유리	แก้ว	깨우
케이크	ขนมเค้ก	카놈 켁
켜다	เปิด(ไฟ)	쁘ㅓ (퐈이)
	จุด(ไฟ)	쭛(퐈이)
켤레, 쌍(사람이나 물건의 짝)	คู่	쿠
코	จมูก	짜묵
코를 골다	กรน	끄론
코를 킁킁거리다, 냄새 맡다, 코를 훌쩍이다	สูด	쑷
코를 파다	แคะขี้มูก	캐 키묵
코끼리	ช้าง	창
코미디 영화	หนังตลก	낭 딸록
코미디언	นักแสดงตลก	낙 싸댕 딸록
코코넛	มะพร้าว	마프라우

코피	เลือดกำเดา	르엇 깜다오
콘도	คอนโด	컨도
	คอนโดมิเนียม	컨도미니얌
콘서트	คอนเสิร์ต	컨썻
콘크리트	คอนกรีต	컨끄릿
콘택트렌즈	คอนแทคเลนส์	컨택렌
콜렉트 콜(수신자 요금지불 통화)	โทรศัพท์เรียกเก็บเงินปลายทาง	토라쌉 리약 껩 응은ㅓ 쁠라이 탕
콧물	น้ำมูก	남 묵
콩	ถั่ว	투어
쿠바	คิวบา	키우 바
쿠폰	คูปอง	쿠뻥
큐레이터	ผู้ดูแลพิพิธภัณฑ์	푸 둘래 피핏타판
크기, 정도	ขนาด	카낫
크다	ใหญ่	야이
크림	ครีม	크림
큰북, 베이스드럼	กลองใหญ่	끌렁 야이
큰아이, 첫아이	ลูกคนแรก	룩 콘 랙
큰아버지	ลุง	룽
큰어머니	ป้า	빠
클러치(clutch)	คลัชท์	클랏
클리닉, 의원	คลินิก	클리닉

ㄱ
ㄴ
ㄷ
ㄹ
ㅁ
ㅂ
ㅅ
ㅇ
ㅈ
ㅊ
ㅋ
ㅌ
ㅍ
ㅎ

클립	คลิป	클립
	คลิปหนีบกระดาษ	클립 닙 끄라닷
키, 신장	ความสูง	쾀 쑹
키가 작다, 짧다	เตี้ย	띠야
키스하다	จูบ	쭙
키위	กีวี่	끼위
킥복싱, 태국식 권투	มวยไทย	무어이 타이
킬로	กิโล	낄로
	โล	로
킬로그램	กิโลกรัม	낄로 끄람
킬로미터	กิโลเมตร	낄로 멧

ㅌ

(자전거, 오토바이를) 타다	ขี่	키
(탈것에) 타다	ขึ้น	큰
타월, 목욕 수건	ผ้าเช็ดตัว	파 쳇 뚜어
타이어	ยางรถ	양 롯
타이트하다	คับ	캅
타이틀곡	เพลงไตเติ้ล	플렝 따이뜬
타인, 남	คนแปลกหน้า	콘 쁠랙 나
타일	กระเบื้องเซรามิก	끄라브엉 쎄라믹
타자를 치다	พิมพ์ดีด	핌 딧
타작	การนวดข้าว	깐 누엇 카우
타협점	จุดที่เราเห็นตรงกันละกัน	쭛 티 라오 헨 뜨롱 깐 라 깐
탁구	ปิงปอง	삥 뻥
탁월하다	ยอดเยี่ยม	엿 이얌
	ดีเด่น	디 덴
탈락하다, 풀어지다	หลุด	룻
탈지분유	นมพร่องมันเนย	놈 프렁 만 느이
탈출하다, 도망치다	หลบหนี	롭 니
탐험가	นักสำรวจ	낙 쌈루엇

탑	เจดีย์	쩨디
탑승구	ประตูขึ้นเครื่องบิน	쁘라뚜 큰 크르엉 빈
탑승권	บัตรขึ้นเครื่องบิน	밧 큰 크르엉 빈
탑승하다	ขึ้นเครื่อง	큰 크르엉
태국	ไทย	타이
	ประเทศไทย	쁘라텟 타이
	เมืองไทย	므엉 타이
태국 사람	คนไทย	콘 타이
태국어	ภาษาไทย	파싸 타이
태국 음식점	ร้านอาหารไทย	란 아한 타이
태국적인 것	ความเป็นไทย	쾀 뻰 타이
태도	กริยาท่าทาง	끄리야 타탕
	ท่าทาง	타 탕
태아	ทารกในครรภ์	타록 나이 칸
	ลูกในท้อง	룩 나이 텅
태양, 해	ดวงอาทิตย์	두엉 아팃
태어나다	เกิด	끗ㅓ
(탈것에) 태우다	ให้นั่งรถ	하이 낭 롯
(불에) 태우다	เผา	파오
태풍	ไต้ฝุ่น	따이 푼
	พายุ	파유
택배	บริการส่งถึงบ้าน	버리깐 쏭 틍 반

택시	แท็กซี่	택씨
	รถแท็กซี่	롯 택씨
터널, 굴	อุโมงค์	우몽
터지다	ระเบิด	라븟ㅓ
	แตกออก	땍 억
터키	ตุรกี	뚜라끼
턱	คาง	캉
턱밑	ใต้คาง	따이 캉
털	ขน	콘
털다, 강탈하다, 약탈하다	ปล้น	쁠론
텃밭	สวนครัว	쑤언 크루어
테니스	เทนนิส	텐닛
테이블, 상	โต๊ะ	또
텐트	เต็นท์	뗀
텔레비전	ทีวี	티 위
	โทรทัศน์	토라탓
토끼	กระต่าย	끄라따이
토론	การอภิปราย	깐 아피 쁘라이
토론하다, 논의하다	อภิปราย	아피 쁘라이
토마토	มะเขือเทศ	마크어 텟
토산품	สินค้าพื้นเมือง	씬카 픈 므엉
토성	ดาวเสาร์	다우 싸오

토양 오염	มลภาวะทางดิน	몬파와 탕 딘
토요일	วันเสาร์	완 싸오
토지	ที่ดิน	티 딘
토해내다	บ้วน	부언
톡 쏘는 듯 맵다	เผ็ดฉุน	펫 춘
톤(중량 단위)	ตัน	딴
톱	เลื่อย	르어이
통, 뭉치(종이, 필름 등 감긴 물건을 셀 때)	ม้วน	무언
통, 탱크, 들통	ถัง	탕
통계, 수치	สถิติ	싸티띠
통계청	กรมสถิติ	끄롬 싸티띠
통로 쪽 좌석	ที่นั่งตรงทางเดิน	티 낭 뜨롱 탕 든ㅓ
통보하다, 신고하다	แจ้ง	쨍
통솔하다	บังคับการ	방캅 깐
통신	คมนาคม	카마나콤
통역사	ล่าม	람
통용어, 공용어	ภาษากลาง	파싸 끌랑
통장	สมุดบัญชี	싸뭇 반치
통장 사본	สำเนาสมุดบัญชี	쌈나오 싸뭇 반치
통장 정리하다	อัพเดทบุ๊ค	압뎃 북
통제하다	ควบคุม	쿠업 쿰
통조림	กระป๋อง	끄라뻥

통지서	ใบแจ้ง	바이 쨍
통치하다, 지배하다	ปกครอง	뽁 크렁
통풍	โรคเกาต์	록 까오
통행금지	ห้ามผ่าน	함 판
퇴근 시간	เวลาเลิกงาน	웰라 륵ㅓ 응안
퇴근하다	เลิกงาน	륵ㅓ 응안
퇴직금	เงินบำเหน็จ	응은ㅓ 밤넷
투어	ทัวร์	투어
투자	การลงทุน	깐 롱툰
투자하다	ลงทุน	롱 툰
투포환	ทุ่มน้ำหนัก	툼 남 낙
투표하다	ลงคะแนน	롱 카낸
튀기다, 부치다	ทอด	텃
트럭	รถบรรทุก	롯 반툭
트림하다	เรอ	르ㅓ
트윈 룸	ห้องเตียงคู่	헝 띠양 쿠
트집 잡다	จับผิด	짭 핏
특가	ราคาพิเศษ	라카 피쎗
특가 할인하다	ลดราคาพิเศษ	롯 라카 피쎗
특별시	มหานคร	마하나컨
특별하다	พิเศษ	피쎗
특성, 특징, 형태	ลักษณะ	락싸나

특히, 특별히	โดยเฉพาะ	도이 차퍼
	เฉพาะ	차퍼
튼튼하다	แข็งแรง	캥 랭
틀, 테두리	กรอบ	끄럽
틀리다, 잘못하다	ทำผิด	탐 핏
	ทำผิดพลาด	탐 핏 플랏
틈	รอยแยก	러이 액
티셔츠	เสื้อยืด	쓰어 이읏
팀	ทีม	팀
팀장	หัวหน้าทีม	후어 나 팀

ㅍ

파[채소]	ต้นหอม	똔 험
파견하다	แต่งตั้งให้ประจำ	땡땅 하이 쁘라짬
파괴하다	ทำลาย	탐 라이
파다, 캐다	ขุด	쿳
파도	คลื่น	클른
파란색, 청색	สีน้ำเงิน	씨 남 응은ㅓ
파리[곤충]	แมลงวัน	말랭 완
파마하다	ดัดผม	닷 폼
파산하다	เจ๊ง	쩽
파상풍	โรคบาดทะยัก	록 밧타약
파손시키다, 망치다	ทำเสีย	탐 씨아
파인애플	สับปะรด	쌉빠롯
파키스탄	ปากีสถาน	빠끼싸탄
파파야	มะละกอ	말라꺼
판결	คำตัดสิน	캄 땃씬
판결문	คำพิพากษา	캄 피팍싸
판매, 영업	การขาย	깐 카이
판매부	ฝ่ายขาย	퐈이 카이
판매원	พนักงานขาย	파낙 응안 카이
판매하다	จำหน่าย	짬나이

판본, 호(문서, 편지, 신문을 셀 때 쓰는 수량사)	ฉบับ	차̀밥̀
판사	ผู้พิพากษา	푸̂ 피́팍̂사̌
판정 결과	ผลการพิพากษา	폰̌ 깐̄ 피́팍̂싸̌
판정하다	ตัดสิน	땃̀씬̌
판촉부	แผนกจำหน่าย	파̀낵̀ 짬̄나̀이
판화	ภาพพิมพ์	팝̂ 핌̄
팔	แขน	캔̌
팔꿈치	ข้อศอก	커̂ 썩̀
	ศอก	썩̀
팔다	ขาย	카̌이
팔월, 8월	สิงหาคม	씽̌하̌콤̄
팔찌	กำไล	깜̄ 라̄이
	สร้อยข้อมือ	써̂이 커̂ 므̄
팝콘	ข้าวโพดคั่ว	카̂우폿̂ 쿠̂어
팥	ถั่วแดง	투̀어 댕̄
패다, 자르다	ผ่า	파̀
패스트푸드	อาหารจานด่วน	아̄한̌ 짠̄ 두̀언
패하다, 지다	แพ้	패́
팩스	แฟกซ์	퐥̂
팩스기	เครื่องแฟกซ์	크르̂엉 퐥̂
팩스를 보내다	ส่งแฟกซ์	쏭̀ 퐥̂
팩스번호	เบอร์แฟกซ์	브̄ㅓ 퐥̂

팬 사인회	งานแจกลายเซ็น	응안 짹 라이쎈
팬시점	ร้านแฟนซี	란 퐨씨
팬티	กางเกงใน	깡껭 나이
팽창하다	ขยายตัว	카야이 뚜어
퍼레이드, 가두 행진	แห่	해
퍼즐, 문제, 수수께끼	ปริศนา	쁘릿싸나
펌프질을 하다	ปั๊ม	빰
페이지, 쪽	หน้า	나
페인트가 묻다	เปื้อนสี	쁘언 씨
페인트공	ช่างทาสี	창 타 씨
페인트를 칠하다	ทาสี	타 씨
펜, 볼펜	ปากกา	빡까
펜션	บังกะโล	방갈로
펜싱	ฟันดาบ	퐌 답
펜치, 집게	คีม	킴
펠로십, 연구 장려금	ทุนวิจัย	툰 위짜이
편도	เที่ยวเดียว	티여우 디여우
편도선	ต่อมคอ	떰 커
	ต่อมทอนซิล	떰 턴씬
	ทอนซิล	턴씬

편도선염	ทอนซิลอักเสบ	턴씬 악쎕
	โรคต่อมทอนซิล อักเสบ	록 떰턴씬 악쎕
편리하다	สะดวก	싸두억
편안하다	สบาย	싸바이
편의점	ร้านสะดวกซื้อ	란 싸두억 쓰
편지	จดหมาย	쫏 마이
편지봉투	ซองจดหมาย	썽 쫏마이
편지지	กระดาษจดหมาย	끄라닷 쫏마이
편집자	บรรณาธิการ	반나티깐
편찬하다, 편집하다	เรียบเรียง	리얍 리양
	จัดพิมพ์	짯핌
펼치다, 펴다, 벌리다	กาง	깡
평가	การประเมิน	깐 쁘라믄ㅓ
평균이다	เฉลี่ย	찰리야
평론, 비평	บทประเมิน	봇 쁘라믄ㅓ
평소대로, 평소와 같이	ตามปกติ	땀 뽁까띠
평일	วันธรรมดา	완 탐마다
평화	สันติภาพ	싼띠팝
평화롭다	สงบสุข	싸응옵 쑥
폐, 허파	ปอด	뻣
폐를 끼치다	รบกวน	롭 꾸언

폐렴	ปอดอักเสบ	뻣 악썹
폐점하다	ปิดร้าน	삣 란
폐회식	พิธีปิด	피티 삣
포근하다	อุ่น	운
포도	องุ่น	아응운
포르투갈	โปรตุเกส	쁘로뚜껫
포스트잇	กระดาษโน้ต	끄라닷 놋
	กระดาษบันทึก	끄라닷 반특
포옹하다, 끌어안다	กอด	껏
포장마차, 길거리 음식점	ร้านอาหารริมทาง	란 아한 림 탕
	ร้านอาหารริมถนน	란 아한 림 타논
포장하다, 싸다	ห่อ	허
포크	ส้อม	썸
포함하다	รวม	루엄
포화지방	ไขมันอิ่มตัว	카이 만 임 뚜어
폭, 너비	ความกว้าง	쾀 꽝
폭발하다	ระเบิด	라븟ㅓ
폭포	น้ำตก	남 똑
폭풍, 몬순, 계절풍	มรสุม	머라쑴
폴란드	โปแลนด์	뽈랜
표, 티켓	ตั๋ว	뚜어
표시	เครื่องหมาย	크르엉 마이
표정	สีหน้า	씨 나

표준어	ภาษามาตรฐาน	파싸 맛뜨라탄
(책의) 표지	ปก	뽁
표현, 표시, 연기	การแสดง	깐 싸댕
표현하다, 나타내다	แสดง	싸댕
푸껫	ภูเก็ต	푸껫
푸르다	เขียว	키여우
풀, 접착제	กาว	까우
풀[식물], 잔디	หญ้า	야
풀다, 끄르다	แก้	깨
풀어놓다	ปล่อย	쁠러이
풀어주다, 석방하다	ปลด	쁠롯
품질, 성능	คุณภาพ	쿤나팝
풍경	ทิวทัศน์	티우탓
	วิว	위우
풍부하다, 충족하다	สมบูรณ์	쏨분
	อุดมสมบูรณ์	우돔쏨분
풍진	โรคหัดเยอรมัน	룩 핫 여라만
프라이팬	กระทะ	끄라타
프랑스	ฝรั่งเศส	퐈랑쎗
프랑스어	ภาษาฝรั่งเศส	파싸 퐈랑쎗
프로그램	โปรแกรม	쁘로끄램
프로젝트	โปรเจค	쁘로쩩
	โครงการ	크롱 깐

프린터	เครื่องพิมพ์	크르엉 핌
플라스틱	พลาสติก	플라싸띡
플라워 아티스트	นักจัดดอกไม้	낙 짯 덕마이
플러그	ปลั๊ก	쁠락
플루트, 피리	ขลุ่ย	클루이
피, 혈액	เลือด	르엇
피고[법률]	จำเลย	짬 르ㅓ이
피곤하다	เหนื่อย	느어이
(꽃이) 피다	บาน	반
피로가 사라지다, 피로가 풀리다	หายเหนื่อย	하이 느어이
피로하다, 힘이 빠지다	เพลีย	플리야
	อ่อนเพลีย	언 플리야
피부, 표면	ผิว	피우
피부과	แผนกผิวหนัง	파낵 피우낭
피부 발진	การเป็นผื่นบนผิวหนัง	깐뻰픈 본 피우낭
피아노	เปียโน	삐아노
피어나다, 움트다	ผลิบาน	플리 반
(담배를) 피우다, 빨아들이다	สูบ	쑵
피임약	ยาคุมกำเนิด	야 쿰 깜늣ㅓ
피자	พิซซ่า	핏싸
피클, 장아찌	ผักดอง	팍 덩

피하다, 모면하다	หลบ	롭̀
	หลีกเลี่ยง	릭̀ 리̂양
피해를 입다	ได้รับความเสียหาย	다̂이 랍́ 쾀 씨̌아 하̌이
피해 보다	เสียหาย	씨̌아 하̌이
핀	เข็มหมุด	켐̌ 뭇̀
핀란드	ฟินแลนด์	퓐̄랜̄
필기시험	ข้อสอบเขียน	커̂ 썹̀ 키̌얀
필기하다	เขียน	키̌얀
	บันทึก	반̄특́
필름	ฟิล์ม	퓜̄
필리핀	ฟิลิปปินส์	퓔̄립́삔̄
필수적이다	จำเป็นต้อง	짬̄ 뻰̄ 떵̂
필요하다	จำเป็น	짬̄ 뻰̄
필통	กล่องดินสอ	끌렁̀ 딘̄써̌

ㅎ

하나, 1	หนึ่ง	능
하늘	ท้องฟ้า	텅 퐈
	ฟ้า	퐈
하늘색	สีฟ้า	씨 퐈
하다, 만들다	ทำ	탐
~하게 하다	ให้	하이
~하고 싶다	อยาก	약
~하는 중이다	กำลัง	깜랑
	อยู่	유
~하는 한	เท่าที่	타오 티
~하려는 참이다	กำลังจะ	깜랑 짜
하루	วันเดียว	완 디여우
	หนึ่งวัน	능 완
하루 종일, 온종일	ทั้งวัน	탕 완
하루 걸러, 격일	วันเว้นวัน	완 웬 완
하반기	ครึ่งปีหลัง	크릉 삐 랑
하반신	ร่างกายท่อนล่าง	랑 까이 턴 랑
하산하다	ปีนลง	삔 롱
하순	ปลายเดือน	쁠라이 드언
하여간	อย่างไรก็ตาม	양 라이 꺼 땀

하원	สภาผู้แทนราษฎร	싸파 푸탠 랏싸던
하이힐	รองเท้าส้นสูง	렁 타오 쏜 쑹
하자, 흠	ข้อบกพร่อง	커 복프렁
~하자마자	พอ	퍼
~하지 마라	อย่า	야
하찮은, 사소한	เล็กน้อย	렉 너이
하키	ฮอกกี้	헉끼
하품하다	หาว	하우
학[조류]	นกกระเรียน	녹 끄라리안
학과, 학부	ภาควิชา	팍 위차
학과장	หัวหน้าภาควิชา	후어 나 팍 위차
학교	โรงเรียน	롱 리안
학기	เทอม	틈ㅓ
	ภาคเรียน	팍 리안
학문	วิชาการ	위차깐
학비, 수업료	ค่าเล่าเรียน	카 라오 리안
학사 학위	ปริญญาตรี	빠린야 뜨리
학생	นักเรียน	낙 리안
학습, 공부	การเรียน	깐 리안
학예회	กิจกรรมนักเรียน	낏짜깜 낙리안
학원	โรงเรียนกวดวิชา	롱 리안 꾸엇 위차
	สถาบันการศึกษา	싸타반 깐 쓱싸
학위	ปริญญา	빠린야

학자	นักปราชญ์	낙 쁘랏
학장	คณบดี	카나버디
학점	หน่วยกิต	누어이 낏
한 달	หนึ่งเดือน	능 드언
한 달에 한 번, 매월	รายเดือน	라이 드언
한 사람씩	ทีละคน	티라 콘
~한 적이 있다 (경험을 나타내는 조동사)	เคย	크ㅓ이
한 접시 음식	จานเดียว	짠 디여우
한국	เกาหลี	까올리
한국 돈, 한화	เงินเกาหลี	응은ㅓ 까올리
한국 사람	คนเกาหลี	콘 까올리
한국어	ภาษาเกาหลี	파싸 까올리
한국어능력시험	การสอบวัดระดับ ความสามารถทาง ด้านภาษาเกาหลี	깐 썹 왓 라답 콤 싸맛 탕단 파싸 까올리
한글	อักษรเกาหลี	악썬 까올리
한글날	วันอักษรเกาหลี	완 악썬 까올리
한류	กระแสความนิยม ของวัฒนธรรม ประเทศเกาหลี	끄라쌔 콤 니욤 컹 왓타나탐 쁘라텟 까올리
한번 더	อีกครั้ง	익 크랑
	อีกที	익 티

한복	ชุดประจำชาติเกาหลี	춧 쁘라짬찻 까올리
한숨도 자지 않다, 잠이 안 오다	อดนอน	옷 넌
한식	อาหารเกาหลี	아한 까올리
한약	ยาจีน	야 찐
	สมุนไพรจีน	싸문 프라이 찐
한의학(중의학)	การแพทย์แผนจีน	깐팻 팬 찐
한자(漢字)	ตัวอักษรจีน	뚜어 악썬 찐
	อักษรจีน	악썬 찐
한적하다	เงียบ	응이얍
	สงบ	싸응옵
한편	ส่วน	쑤언
~할 수 있다	ได้	다이
	สามารถ	싸맛
	ไหว	와이
~할 줄 알다	เป็น	뻰
~할 필요가 없다	ไม่ต้อง	마이 떵
할머니	คุณย่า	쿤 야
	ย่า	야
할아버지	คุณปู่	쿤 뿌
	ปู่	뿌
할인하다, 세일하다	ลดราคา	롯 라카
함께, 같이	ด้วยกัน	두어이 깐
합병증	โรคแทรกซ้อน	록 쌕썬

합장하여 절하다	**ไหว้**	와이
합하다	**รวม**	루엄
항공, 항공사	**สายการบิน**	싸이 깐빈
항공편	**ทางเครื่องบิน**	탕 크르엉 빈
항구, 부두	**ท่าเรือ**	타 르어
항구도시	**เมืองท่า**	므엉 타
항목, 조항, 관절	**ข้อ**	커
항문	**ทวารหนัก**	타완 낙
항상, 늘	**เสมอ**	싸머
항생제	**ยาปฏิชีวนะ**	야 빠띠치와나
항소하다, 상고하다	**อุทธรณ์**	웃턴
항염증	**การต้านการอักเสบ**	깐 딴 깐 악쎕
해(년), ~살, ~세	**ปี**	삐
해(손해, 피해)	**โทษ**	톳
해결하다	**แก้**	깨
해고되다	**โดนไล่ออก**	돈 라이 억
	ถูกไล่ออก	툭 라이 억
해군	**ทหารเรือ**	타한 르어
~해 두다	**ไว้**	와이
해롭다	**เป็นพิษ**	뻰 핏
해변	**ชายหาด**	차이 핫
	หาดทราย	핫 싸이
해산물	**อาหารทะเล**	아한 탈레

해설하다	บรรยาย	반야이
해안	ชายหาด	차이 핫
~해야 하다, ~하는 것이 좋다	ควร	쿠언
~해야 한다, 꼭 ~해야 하다	ต้อง	떵
해열제	ยาแก้ไข้	야 깨 카이
	ยาลดไข้	야 롯 카이
해열 좌약	ยาเหน็บแก้ไข้	야 넵 깨 카이
해외, 외국	ต่างประเทศ	땅 쁘라텟
해외여행	การท่องเที่ยวต่างประเทศ	깐 텅 티여우 땅 쁘라텟
해임하다	ปลดออกจากตำแหน่ง	쁠롯 억 짝 땀냉
~해 주다	ทำให้	탐 하이
~해 주세요, ~주세요	ขอ	커
핵가족	ครอบครัวขนาดเล็ก ๆ	크럽 크루어 카낫 렉렉
햄	แฮม	햄
햄버거	แฮมเบอร์เกอร์	햄버꺼
햇볕, 햇빛	แสงแดด	쌩 댓
	แดด	댓
행동거지	กิริยา	끼리야
행동하다	ประพฤติ	쁘라프릇
행렬	ขบวน	카부언

행복	ความสุข	쾀 쑥
행복을 빌다, 축복을 빌다	อวยพร	우어이 펀
행복하다	มีความสุข	미 쾀 쑥
	สุขใจ	쑥 짜이
행사	กิจกรรม	낏짜깜
	งาน	응안
행사하다, 거행하다	กระทำ	끄라탐
행운	ความโชคดี	쾀 촉디
행정법	กฎหมายปกครอง	꼿 마이 뽁크렁
행정부	ฝ่ายธุรการ	퐈이 투라깐
행정부의 부(部)	กระทรวง	끄라 쑤엉
행주	ผ้าเช็ดจาน	파 쳇 짠
향, 향기	กลิ่นหอม	끌린 험
향, 향불	ธูป	툽
향기롭다	หอม	험
향수	น้ำหอม	남 험
향하다	หันไป	한 빠이
허가, 허락	การอนุญาต	깐 아누얏
허가증, 허가서	ใบอนุญาต	바이 아누얏
허가하다	อนุญาต	아누얏
허둥대다	สับสน	쌉쏜

허락하다	ยินยอม	인 염
	ตกลง	똑 롱
	เห็นด้วย	헨 두어이
허리	เอว	에우
허벅지	ต้นขา	똔 카
헐뜯다, 비난하다	ทับถม	탑 톰
험담하다	นินทา	닌타
헤어 드라이기	ไดร์เป่าผม	다이 빠오 폼
헤어지다	แยก	액
헬멧	หมวกกันน็อค	무억 깐 넉
혀	ลิ้น	린
현금	เงินสด	응은ㅓ 솟
현금인출기	เครื่องเอทีเอ็ม	크르엉 에티엠
현기증	อาการวิงเวียนศีรษะ	아깐 윙 위얀 씨싸
현기증 나다	หน้ามืด	나 믓
현대의, 유행을 따른	ทันสมัย	탄 싸마이
현실	ความเป็นจริง	쾀 뻰 찡
현재	ปัจจุบัน	빳쭈반
혈관	เส้นเลือด	쎈 르엇
혈압	ความดันโลหิต	쾀 단 로힛
혈액, 피	โลหิต	로힛
혐오스럽다, 징그럽다	น่ารังเกียจ	나 랑 끼얏

ㄱ ㄴ ㄷ ㄹ ㅁ ㅂ ㅅ ㅇ ㅈ ㅊ ㅋ ㅌ ㅍ ㅎ

협의	ข้อกล่าวหา	커 끌라우 하
협의를 제기하다	กล่าวหา	끌라우 하
협력	การร่วมมือ	깐 루엄 므
협박하다	ข่มขู่	콤 쿠
협상하다	เจรจา	쩬라짜
협약	ข้อตกลง	커 똑롱
협회	สมาคม	싸마콤
형(兄)	พี่ชาย	피 차이
형부	พี่เขย	피 크ㅓ이
형사, 수사관	นักสืบ	낙 씁
형사법	กฎหมายอาญา	꼿 마이 아야
형제	พี่น้อง	피 넝
형편없다	แย่	얘
호랑이	เสือ	쓰어
호미	มีดขุดหญ้า	밋 쿳 야
호박(단호박)	ฟักทอง	퐉 텅
호수	ทะเลสาบ	탈레 쌉
호주	ออสเตรเลีย	엇뜨레리야
호텔	โรงแรม	롱 램
호텔 버스	รถโรงแรม	롯 롱램
호텔비	ค่าที่พักในโรงแรม	카 티팍 나이 롱램
호프집	ร้านเบียร์	란 비야
호흡	การหายใจ	깐 하이 짜이

호흡하다	หายใจ	하이 짜이
혼란스러워하다, 당혹스러워하다	มึนงง	믄 응옹
혼란스럽다	สับสน	쌉쏜
혼인 신고	การจดทะเบียนสมรส	깐 쫏 타비얀 쏨롯
혼인증명서	ทะเบียนสมรส	타비얀 쏨롯
혼인하다	สมรส	쏨롯
혼자	คนเดียว	콘 디여우
혼자 독립하다	สร้างตัว	쌍 뚜어
홀로, 단독으로	เดี่ยว	디여우
홍보 담당관	พนักงานประชาสัมพันธ์	파낙 응안 쁘라차 쌈판
홍보부	ฝ่ายโฆษณา	파이 콧싸나
홍보자료	ข้อมูลประชาสัมพันธ์	커문 쁘라차쌈판
홍수	น้ำท่วม	남 투엄
홍역	โรคหัด	록 핫
홍콩	ฮ่องกง	헝꽁
화가	จิตรกร	찟뜨라껀
화나다	โกรธ	끄롯
화로, 난로	เตา	따오
화면	ภาพ	팝
화분	กระถาง	끄라탕
화산	ภูเขาไฟ	푸 카오 파이

화상	แผลไฟไหม้	플래 퐈이 마이
화성	ดาวอังคาร	다우 앙칸
화요일	วันอังคาร	완 앙칸
화장실	ห้องน้ำ	헝 남
화장지, 휴지	กระดาษชำระ	끄라닷 참라
화장품	เครื่องสำอาง	크르엉 쌈앙
화장하다	แต่งหน้า	땡 나
화학	เคมี	케미
확 타오르다, 벌컥 화를 내다	วู่วาม	우왐
확대하다	ขยาย	카야이
	ขยายตัว	카야이 뚜어
확신하다	เชื่อมั่น	츠어 만
	แน่	내
	แน่ใจ	내 짜이
확실히	อย่างแน่นอน	양 내 넌
확인하다	ยืนยัน	이은 얀
확장하다	ขยาย	카야이
환경	สิ่งแวดล้อม	씽 왯 럼
환경오염	มลภาวะสิ่งแวดล้อม	몬파와 씽왯럼
환불	การคืนเงิน	깐 큰 응은ㅓ
환불하다	คืนเงิน	큰 응은ㅓ
환승	การเปลี่ยนสายเดินรถ	깐 쁠리얀 싸이 든ㅓ 롯

환영하다	ต้อนรับ	떤 랍
환율	อัตราแลกเปลี่ยน	앗뜨라 랙 쁠리얀
환자	ผู้ป่วย	푸 뿌어이
	คนไข้	콘 카이
환전하다	แลกเงิน	랙 응언
활동, 움직임	การเคลื่อนไหว	깐 클르언 와이
활동, 행사	กิจกรรม	낏짜깜
활발하다, 활기차다	มีชีวิตชีวา	미 치윗 치와
황마, 삼베	ปอ	뻐
회, 번, 회수	ครั้ง	크랑
	หน	혼
회계	บัญชี	반치
회계부	ฝ่ายบัญชี	퐈이 반치
회계사	นักบัญชี	낙 반치
회복되다, 되찾다	ฟื้น	픈
회사	บริษัท	버리쌋
회사원	พนักงานบริษัท	파낙 응안 버리쌋
회색	สีเทา	씨 타오
회원국	ประเทศสมาชิก	쁘라텟 싸마칙
회의 시간	เวลาประชุม	웰라 쁘라춤
회의 일정	รายการประชุม	라이 깐 쁘라춤
회의 자료	เอกสารการประชุม	엑까싼 깐 쁘라춤
회의하다	ประชุม	쁘라춤

회장	ประธาน	쁘라탄
회피하다	หลบหนี	롭 니
획득하다, 얻어오다, 나다	ได้มา	다이 마
횡단 금지	ห้ามข้าม	함 캄
횡단보도	ทางม้าลาย	탕 말 라이
효(孝)	ความกตัญญู	쾀 까딴유
효능	สรรพคุณ	쌉파쿤
효율	ประสิทธิผล	쁘라씻티폰
효율성	ประสิทธิภาพ	쁘라씻티팝
후덥지근하다, 푹푹 찌다	ร้อนอบอ้าว	런 옵 아우
후련하다	โล่งใจ	롱 짜이
후미등	ไฟท้าย	파이 타이
후배	รุ่นน้อง	룬 넝
후비다, 파다	แคะ	캐
후에, 뒤에	หลังจาก	랑 짝
후원하다	สนับสนุน	싸납 싸눈
후추	พริกไทย	프릭 타이
후춧가루	พริกไทยป่น	프릭 타이 뽄
훈련	การฝึก	깐 픅
훌륭하다	ดี	디
훌륭히	ยอดดี	엿 디

휠체어	เก้าอี้วีลแชร์	까오이 윌채
	รถเข็นผู้ป่วยแบบนั่ง	롯 켄 푸 뿌어이 뱁 낭
휴가	วันลาพักร้อน	완 라 팍런
	การลาพัก	깐 라 팍
휴가 신청서	ใบลา	바이 라
휴가를 내다	ลากิจ	라 낏
휴가를 얻다	พักร้อน	팍 런
휴게소	จุดพักรถ	쭛 팍 롯
휴대폰	โทรศัพท์มือถือ	토라쌉 므트
	มือถือ	므 트
휴식하다	หยุดพัก	윳 팍
휴일	วันหยุด	완 윳
흐르다	ไหล	라이
흐름	กระแส	끄라쌔
(물, 시야 등) 흐리다	ขุ่นมัว	쿤 무어
(날씨, 하늘 등) 흐리다	มืดครึ้ม	믓 크름
	มีเมฆ	미 멕
흔들거리다	โยก	욕
흔들다	โบก	복
	เขย่า	카야오
흔들리다	แกว่ง	꽹
	ถูกเขย่า	툭 카야오
흙	ดิน	딘

흠, 하자	ตำหนิ	땀니
흡연하다	สูบบุหรี่	쑵 부리
흡입	การสูด	깐 쑷
흥분하다, 신나다	ตื่นเต้น	뜬 뗀
흥정	การต่อรอง	깐 떠렁
흥정하다	ต่อรอง	떠렁
희곡	บทละคร	봇 라컨
희다, 하얗다	ขาว	카우
희망	ความหวัง	쾀 왕
희망하다	หวัง	왕
	ปรารถนา	쁘랏타나
흰색	สีขาว	씨 카우
흰죽	ข้าวต้มขาว	카우 똠 카우
히트곡	เพลงที่ได้รับความนิยม	플렝 티 다이 랍 쾀 니욤
	เพลงฮิต	플렝 힛
힐링	การรักษาสภาพร่างกายและจิตใจ	깐 락싸 싸팝 랑 까이 래 찟 짜이
힐링 시간	เวลาแห่งการรักษาร่างกาย	웰라 행 깐 락싸 랑까이
힘	กำลัง	깜랑
	พลัง	팔랑
힘 없이, 기운 없이	โดยไม่มีเรี่ยวแรง	도이 마이 미 리여우 랭

힘껏, 마음껏	เต็มที่	뗌 티
힘들다	ยากลำบาก	약 람박
힘주다	เกร็ง	끄렝

|부 록|

잘못 발음하기 쉬운 단어
두 가지로 발음되는 단어
회화

잘못 발음하기 쉬운 단어

단어	발음	뜻
กรรมกร	깜마껀	근로자, 노동자
กิจกรรม	낏짜깜	활동
กิจการ	낏짜깐	업무, 사무
เกษตรกรรม	까쎗뜨라깜	농업
เกษตรศาสตร์	까쎗뜨라쌋	농학, 농업과학
คณิตศาสตร์	카닛따쌋	수학, 수리학
โฆษณา	콧싸나	광고, 선전
จระเข้	쩌라케	악어, 북두칠성
จราจร	짜라쩐	교통
จั๊กจี้	짝까찌	간지럽다
จิตรกร	찟뜨라껀	화가, 미술가
ชนบท	촌나봇	시골, 농촌
ถาวร	타원	견고하다, 영구하다
แถลง	탈랭	성명하다, 진술하다
ทรัพยากร	쌉파야껀	자원

단어	발음	뜻
ทัศนียภาพ	탓싸니야팝	풍경
ท่าอากาศยาน	타 아깟싸얀	비행장, 공항
ทุจริต	툿짜릿	나쁜 행동거지
เทศบาล	텟싸반	시(지방자치제의 하나)
นิตยสาร	닛따야싼	잡지
นิทรรศการ	니탓싸깐	전람회, 전시회
บรรณาธิการ	반나티깐	편집장
บรรพบุรุษ	반파부룻	선조, 조상
บรรยากาศ	반야깟	대기, 공기
บุคลิกภาพ	북카릭까팝	인격, 인품
เบ็ดเตล็ด	벳 딸렛	잡동사니, 자투리
ประสบการณ์	쁘라쏩깐	경험
ประสิทธิภาพ	쁘라씻티팝	효능, 효율
ปรารถนา	쁘랏타나	바라다, 소망하다
ปราศจาก	쁘랏싸짝	~이 없다

단어	발음	뜻
ปริมณฑล	빠리몬톤	영역, 범위
ผลิตกรรม	팔릿따깜	생산, 제조업
ผลิตผล	팔릿따폰	생산품, 산물
ผลิตภัณฑ์	팔릿따판	제품, 생산품
พณิชย์	파닛	무역, 상업
พยากรณ์	파야껀	예언, 예견, 예보
พฤติกรรม	프릇띠깜	행위, 행동
พฤศจิกายน	프릇싸찌까욘	11월
พลเรือน	폰라르언	민간인, 시민
พลศึกษา	파라쓱싸	체육
พัสดุ	팟싸두	물품, 토지, 가옥
พิจารณา	피짜라나	고려하다, 숙고하다
พิพิธภัณฑ์	피핏타판	박물관
พิพิธภัณฑสถาน	피핏타판타싸탄	박물관
ภาคทัณฑ์	팍탄	집행유예하다
ภาพพจน์	팝폿	이미지, 형상

단어	발음	뜻
ภาพยนตร์	팝파욘	영화
เภสัชกร	페쌋차껀	약사
มรณกรรม	머라나깜	사망, 죽음
มรดก	머라독	유산
มรสุม	머라쑴	폭풍, 계절풍
มลพิษ	몬라핏	공해, 오염
มหัศจรรย์	마핫싸짠	기이하고 신비롭다
มหาวิทยาลัย	마하윗타야라이	대학교
มัธยม	맛타욤	중등, 중간
มาตรฐาน	맛뜨라탄	표준, 기준
มารยาท	마라얏	예의범절
มิตรภาพ	밋뜨라팝	우의, 우정, 우호
ยุติธรรม	윳띠탐	공정, 공평
รสชาติ	롯찻	맛
รัฐศาสตร์	랏타쌋	정치학
รัฐสภา	랏타싸파	국회, 의회

단어	발음	뜻
วรรค	왁	어구, 항목, 구절
วรรณคดี	완나카디	문학
วัณโรค	완나록	결핵
วิกฤตการณ์	위끄릿따깐	위기, 긴급사태
วิทยานิพนธ์	윗타야니폰	논문, 학위논문, 논저
วิทยาลัย	윗타야라이	전문대학, 단과대학
วิศวกรรมศาสตร์	윗싸와깜마쌋	공학, 공과
ศักยภาพ	싹까야팝	잠재력, 잠재능력
ศุลกากร	쑨라까껀	세관
สกปรก	쏙까쁘록	더럽다
สตรี	쌋뜨리	여성, 여자
สถานการณ์	싸타나깐	상황, 정황
สถานภาพ	싸타나팝	지위
สถาปนา	싸타빠나	건립하다, 창립하다
สถาปัตยกรรม	싸타빳따야깜	건축학
สรรพคุณ	쌉파쿤	효능, 효력

단어	발음	뜻
สรรพากร	싼파껀	세금, 세무, 국세
สุวรรณภูมิ	쑤완나품	황금대륙
อธิการบดี	아티깐버디	총장
อนุสาวรีย์	아누싸와리	기념비
อหิวาตกโรค	아히와따까록	콜레라
อัครราชทูต	악크라랏차툿	공사(公使)
อุณหภูมิ	운하품	온도, 기온
อุบัติเหตุ	우밧띠헷	사고
เอกอัครราชทูต	엑악크라랏차툿	대사(大使)

두 가지로 발음되는 단어

단어	발음	뜻
กรกฎาคม	까라까다콤 까락까다콤	7월
ขะมักเขม้น	카막카멘 카막카멘	노력하다, 열심이다
คมนาคม	카마나콤 콤마나콤	교통, 통신
คุณวุฒิ	쿤나웃티 쿤나웃	자격
คุณสมบัติ	쿤나쏨밧 쿤쏨밧	품행, 품질
โบราณสถาน	보란나싸탄 보란싸탄	유적지, 고적지
ปกติ	빠까띠 뽁까띠	보통, 평상, 통상
ประกาศนียบัตร	쁘라까싸니야밧 쁘라깟싸니야밧	자격증

단어	발음	뜻
ประชาธิปไตย	쁘라차티빠따이 쁘라차팁빠따이	민주주의, 민주
ประธานาธิบดี	쁘라타나티버디 쁘라타나팁버디	대통령
ปรัชญา	쁘랏야 쁘랏차야	철학
ไปรษณียบัตร	쁘라이싸니야밧 쁘라이싸니밧	엽서, 우편엽서
พฤหัสบดี	프르핫싸버디 파르핫싸버디	목요일
ภรรยา	판야 판라야	아내, 부인
ภาชนะ	팟차나 파차나	그릇, 용기
ภูมิภาค	푸미팍 품미팍	지방, 지역

단어	발음	뜻
มกราคม	마까라콤 목까라콤	1월
มนุษยศาสตร์	마눗싸야쌋 마눗쌋	인문학
มนุษยสัมพันธ์	마눗싸야쌈판 마눗쌈판	인간 관계
มัธยมศึกษา	맛타욤마쓱싸 맛타욤 쓱싸	중등교육
มูลนิธิ	문라니티 문니티	재단, 재단법인
มูลค่า	문라카 문카	가격, 가치
รัฐวิสาหกิจ	랏타위싸하낏 랏위싸하낏	국영기업
ศิลธรรม	씬라탐 씬탐	도덕, 윤리, 계율

단어	발음	뜻
อธิบดี	아티버디 아팁버디	국장, (경찰)서장, (법원)원장
อธิษฐาน	아팃탄 아팃싸탄	기원하다, 기도하다
อาชญากรรม	앗야깜 앗차야깜	범행, 범죄
อุดมศึกษา	우돔마쓱싸 우돔쓱싸	고등교육, 대학교육
อุปกรณ์	우빠껀 웁빠껀	기구, 도구
อุปโภค	우빠폭 웁빠폭	소비, 사용
อุปสรรค	우빠싹 웁빠싹	장애, 장애물

การนัดหมาย

깐 낫 마이

약속

A พรุ่งนี้คุณมีเวลาว่างไหมครับ

프룽니 쿤 미 웰라 왕 마이 크랍

내일 시간 있으세요?

B มีค่ะ 미 카 있어요.

A ถ้างั้นพรุ่งนี้ 10 โมงเช้าสะดวกไหมครับ

타 응안 프룽니 씹 몽 차오 싸두억 마이 크랍

그럼 내일 아침 10시는 괜찮으세요?

B สะดวกค่ะ พรุ่งนี้ 10 โมงเช้า ดิฉันจะไปพบที่ห้องทำงานค่ะ

싸두억 카 프룽니 씹 몽 차오 디찬 짜 빠이 폽 티 헝 탐응안 카

네. 내일 10시에 사무실로 가겠습니다.

ขอโทษค่ะ รบกวนช่วยส่งแผนที่ของบริษัทให้หน่อยได้ไหมคะ

커 톳 카 롭꾸언 추어이 쏭 팬티 컹 버리쌋 하이 너이 다이 마이 카

죄송하지만, 회사 약도를 좀 보내주시겠어요?

A ได้ครับ ผมจะส่งให้ทางอีเมลครับ

다이 크랍 폼 짜 쏭 하이 탕 이멜 크랍

네. 이메일로 보내 드리겠습니다.

จอง

쩡

예약하다

A มีอะไรให้รับใช้ครับ

미 아라이 하이 랍 차이 크랍

뭘 도와 드릴까요?

B ดิฉันต้องการจองห้องพักค่ะ

디찬 떵깐 쩡 헝팍 카

방을 예약하고 싶어요.

A ครับ ต้องการเข้าพักวันไหนครับ

크랍 떵깐 카오 팍 완 나이 크랍

네. 원하시는 날짜는요?

B วันที่ 15 เดือนหน้าค่ะ

완티 씹하 드언 나 카

다음 달 15일요.

A ต้องการห้องแบบไหนครับ

떵깐 헝 뱁 나이 크랍

어떤 룸을 원하세요?

B ขอซิงเกิลรูมค่ะ

커 씽끈 룸 카

싱글 룸으로 예약해 주세요.

ซื้อของ

쓰 컹

쇼핑하다

A วันนี้มีเวลาไหมคะ

완니 미 웰라 마이 카

오늘 시간 있으세요?

ไปซื้อของด้วยกันไหม

빠이 쓰 컹 두어이 깐 마이

함께 쇼핑하러 가실래요?

B มีค่ะ คุณอยากซื้ออะไรหรือคะ

미 카 쿤 약 쓰 아라이 르 카

시간 있어요. 무엇을 사고 싶으세요?

A ดิฉันอยากซื้อของขวัญให้พี่สาวค่ะ

디찬 약 쓰 컹콴 하이 피싸우 카

언니에게 줄 선물을 사고 싶어요.

แต่ไม่รู้จะซื้ออะไรดีค่ะ

때 마이 루 짜 쓰 아라이 디 카

그런데, 무엇을 사야 할 지 모르겠어요.

B อย่างนี้นี่เอง ดิฉันจะไปด้วยค่ะ

양니 니 엥   디찬 짜 빠이 두어이 카

그렇군요.   제가 같이 가 드릴게요.

A ขอบคุณค่ะ

컵 쿤 카

감사합니다.

โทรศัพท์

토라쌉

전화

A ขอเรียนสายคุณยีซูมินค่ะ

커 리안 싸이 쿤 이수민 카

이수민 씨 부탁합니다.

B คุณยีซูมินติดสายอยู่ครับ

쿤 이수민 띳 싸이 유 크랍

이수민 씨는 지금 통화 중입니다.

จะรอไหมครับ

짜 러 마이 크랍

기다리시겠습니까?

A ถ้างั้น ช่วยบอกว่าให้โทรกลับเพื่อน
คิมคาอึนด้วยค่ะ

타 응안 추어이 벅 와 하이 토 끌랍 프언 김가은 두어이 카

그러면 친구 김가은에게 전화해 달라고 전해 주세요.

B รับทราบครับ

랍 쌉 크랍 알겠습니다.

จะบอกให้เขาโทรกลับไปนะครับ

짜 벅 하이 카오 토 끌랍 빠이 나 크랍

전화 드리라고 하겠습니다.

ลากิจ

라낏

휴가

A **หัวหน้าแผนกคะ**

후어나 파낵 카

ขอเวลาสักครู่ได้ไหมคะ

커 웰라 싹 크루 다이 마이 카

과장님, 시간 좀 있으세요?

B **ค่ะ มีเรื่องอะไรหรือคะ**

카 미 르엉 아라이 르 카

네. 무슨 일 있어요?

A ดิฉันอยากจะขอลาหยุด 디찬 약 짜 커 라 윳
เนื่องจากมีธุระค่ะ 느엉 짝 미 투라 카

개인적인 일로 휴가를 내고 싶습니다.

B ถ้างั้นเขียนใบลาแล้ว 타응안 키얀 바이 라 래우
ยื่นที่หัวหน้าทีมได้เลยค่ะ

이은 티 후어나 팀 다이 러이 카

그러면 휴가신청서를 써서 팀장에게 제출해 줘요.

A ค่ะ ขอบคุณค่ะ

카 컵쿤 카

네. 감사합니다.

อาหารไทย

아한 타이

태국 음식

A วันนี้ทำอาหารไทยค่ะ

완니 탐 아한 타이 카

오늘 태국요리를 했어요.

ไม่ทราบว่าทานผักชีได้ไหมคะ

마이 쌉 와 탄 팍치 다이 마이 카

팍치를 먹을 수 있어요?

B ขอโทษนะคะ ดิฉันไม่เอาผักชีค่ะ

커 톳 나 카   디찬 마이 아오 팍치 카

죄송하지만 팍치를 빼고 주세요.

A รสชาติเป็นยังไงคะ

롯찻 뻰 양응아이 카

맛이 어때요?

B อาหารอร่อยมากค่ะ

아한 아러이 막 카

정말 맛있어요.

A ดีจังเลย

디 짱 르ᅥ이

다행이네요.

อำลา

암라

작별인사를 하다

A ดิฉันรู้สึกยินดีเป็นอย่างยิ่งที่ได้ร่วมงานกับทุกคนค่ะ

디찬 루쓱 인디 뻰 양잉 티 다이 루엄 응안 깝 툭콘 카

여러분과 함께 일을 하게 되어 너무 반가웠어요.

B ยินดีเช่นกันค่ะ 인디 첸 깐 카

저도 반가웠어요.

A ขอบพระคุณที่ได้สอนสิ่งต่าง ๆ ให้ดิฉันมากมาย

컵 프라쿤 티 다이 썬 씽 땅 땅 하이 디찬 막 마이

많은 것을 가르쳐 주셔서 감사드립니다.

B ขอบคุณที่ทำงานอย่างหนักและเหน็ดเหนื่อยนะคะ

컵 쿤 티 탐응안 양 낙 래 넷 느어이 나 카

그 동안 열심히 일해 주셔서 고마워요.

A ต้องกล่าวอำลากันอย่างนี้ ดิฉันเศร้าจริง ๆ ค่ะ

떵 끌라우 암라 깐 양 니 디찬 싸오 찡 찡 카

이렇게 작별인사를 하게 되어서 정말 슬퍼요.

B หวังว่าพวกเราจะได้กลับมาร่วมงานกันอีก

왕 와 푸억 라오 짜 다이 끌랍 마 루엄 응안 깐 익

다시 한 번 같이 일할 수 있기를 바랍니다.

초보자를 위한 컴팩트 태국어 단어

초판 6쇄 발행 | 2023년 9월 25일

지은이 | 황정수
편 집 | 이말숙
디자인 | 한선화, 윤누리
제 작 | 선경프린테크
펴낸곳 | Vitamin Book
펴낸이 | 박영진

등 록 | 제318-2004-00072호
주 소 | 07251 서울특별시 영등포구 영신로 40길 18 윤성빌딩 405호
전 화 | 02) 2677-1064
팩 스 | 02) 2677-1026
이메일 | vitaminbooks@naver.com

© 2018 Vitamin Book
ISBN 978-89-92683-86-9 (13730)